महाराष्ट्र संस्कृती

१८१८ पर्यंत

प्रा. डॉ. शुभांगना अत्रे
प्रा. कल्पना रायरीकर
सौमित्र केंजळे

डायमंड पब्लिकेशन्स

महाराष्ट्र संस्कृती १८१८ पर्यंत
प्रा. डॉ. शुभांगना अत्रे
प्रा. कल्पना रायरीकर
सौमित्र केंजळे

Maharashtra Sanskriti till 1818
Prof. Dr. Shubhangana Atre
Prof. Kalpana Rayrikar
Soumitra Kenjale

प्रथम आवृत्ती : नोव्हेंबर २००८
पुनर्मुद्रण : मार्च २०११, २०२१

ISBN 978-81-8483-093-4

मुखपृष्ठ
शाम भालेकर

प्रकाशक
डायमंड पब्लिकेशन्स
२६४/३ शनिवार पेठ, ३०२ अनुग्रह अपार्टमेंट
ओंकारेश्वर मंदिराजवळ, पुणे-४११ ०३०
☎ ०२०-२४४५२३८७, २४४६६६४२
info@dpbooks.in

ऑनलाईन पुस्तक खरेदीसाठी भेट द्या
www.dpbooks.in

प्रस्तावना

कुठलाही समाज जेव्हा प्रगत होत असतो तेव्हा त्याच्या विचारांमध्येसुद्धा प्रगती होत असते. एखाद्या समाजाची प्रगल्भता ही त्या समाजाने उभारलेल्या भौतिक तसेच वैचारिक विश्वावर अवलंबून असते. जेव्हा एखादा समाज वैशिष्ट्यपूर्ण असे रूप धारण करतो, तेव्हा त्याचे बीज त्या समाजाच्या वैशिष्ट्यपूर्ण अशा वैचारिक परंपरेत असलेले दिसून येते. जेव्हा एखादा समाज असे पृथगात्म स्वरूप धारण करतो, तेव्हा त्याचा पाया ज्या विचारधारेत दडलेला असतो त्या विचारधारेचा अभ्यास अशा समाजाच्या भावी वाटचालीसाठी आवश्यक असतो.

महाराष्ट्राच्या संदर्भात विचार करावयाचा झाल्यास आज महाराष्ट्राने केलेली आर्थिक व औद्योगिक प्रगती याचे बीज आपल्याला महाराष्ट्राची भौगोलिक रचना व महाराष्ट्राच्या भूतकाळात दडलेले दिसून येईल. तसेच महाराष्ट्रापुढे आज जे प्रश्न आहेत, विकासाच्या प्रक्रियेत ज्या त्रुटी राहिलेल्या आहेत, त्यांचीही कारणे आपणास महाराष्ट्राच्या भूतकाळात सापडतील.

महाराष्ट्राचा आजवर झालेला प्रवास हा समाधानकारक असला तरी परिपूर्ण नक्कीच नव्हे. तो परिपूर्ण करण्यासाठी आपणास येथील प्रश्नांच्या मुळापर्यंत जावे लागेल. महाराष्ट्राच्या संस्कृतीचा अभ्यास करण्यामागे हाच हेतू आहे. आपल्याला भेडसावणाऱ्या अनेक प्रश्नांची मुळे इतिहासात दडलेली आहेत. ती शोधून काढून आपणास त्यावर इलाज करावा लागेल. महाराष्ट्राच्या संस्कृतीचा अभ्यास हे काही त्याचे एकमेव उत्तर नव्हे, परंतु हे करण्यासाठीच्या अनेक मार्गांपैकी तो एक मार्ग आहे. एकत्रित अभ्यासातूनच आपल्या प्रश्नांची उत्तरे मिळणार आहेत. अशा एकत्रित अभ्यासाचाच हा एक भाग आहे असे समजण्यास हरकत नाही.

लेखकत्रयी,
प्रा. डॉ. शुभांगना अत्रे
प्रा. कल्पना रायरीकर
सौमित्र केंजळे

लेखकपरिचय

नाव : प्रा. डॉ. शुभांगना अत्रे

पत्ता : अमेय अपार्टमेंट, १६२, डहाणूकर कॉलनी, लेन नं. ४, कोथरुड,
पुणे ४११ ००२ फोन : ९८५०५७०७५९

शिक्षण : M.A. History - Ancient, Culture, Archaeology, Sociology, पीएच. डी – हरप्पन रिलिजन, डेक्कन कॉलेजमधून लेक्चरर म्हणून निवृत्त.

विशेष कामगिरी :

१) ४५ संशोधनपर लेख लिहिले. आकाशवाणीमध्ये बालचित्रवाणीत विविध कार्यक्रम सादरीकरण. विविध वर्तमानपत्रातून लेखन.

२) The Archetypal Mother a Systemic Approach to Harrpan Religion

३) Excavation of kaothe - M. K. Dhavlikar, Vasant Shinde, Shubhangna Atre

४) Mahalaxmi of Kolhapur in press - Govt. National & International Corporation मध्ये सहभाग.

— — — —

नाव : प्रा. सौ. कल्पना अरविंद रायरीकर

पत्ता : अे/५, मृगाली सोसायटी, प्रभात रोड, लेन. क्र. १५,
परांजपे शाळेजवळ, पुणे ४११००४ फोन : ०२०–२५६७२४०४

शिक्षण : एम्.कॉम., डी.बी.एम., एम. ए. (भारतीय विद्या – भारतीय संस्कृती)

१) टिळक महाराष्ट्र विद्यापीठ, सेन्ट्रल टुरिझम कॉलेज (महाराष्ट्र सरकार) या व इतर नामवंत संस्थेत भारतीय संस्कृती, ब्राह्मी लिपी, मंदिर स्थापत्य, बौद्ध कला व स्थापत्य, बृहत्तर भारत या विषयासाठी अध्यापन.

२) 'टाहकरी मंदिर स्थापत्य' या विषयावर तसेच कुडा लेणी, पश्चिम महाराष्ट्रातील लेण्यांतील शिलालेख अध्ययन आणि त्यावरील संशोधन लेख.

— — — —

नाव : सौमित्र उदय केंजळे

पत्ता : प्लॉट नं. ३४, अलंकार सोसा., कर्वेनगर, पुणे – ५२
फोन : ९९२२४१७६५७

शिक्षण : एम. ए. इतिहास

१) वस्तुनिष्ठ इतिहास – सहलेखन

१) वस्तुनिष्ठ (पेपर १) – सहलेखन

अनुक्रमणिका

महालक्ष्मी मंदिर कोल्हापूर - विधान

कार्ले चैत्य - मुखदर्शन

प्रकरण १
महाराष्ट्र संस्कृती

---

१) संस्कृती

संस्कृती ही संकल्पना खूप व्यापक व अनेक अर्थ असणारी आहे. संस्कृती ह्या शब्दाच्या अर्थाला अनेक पदर असल्यामुळे त्या शब्दाचे आकलन होण्यात अडचणी येऊ शकतात. आपण जेव्हा पुरातत्त्वशास्त्राच्या संदर्भात 'संस्कृती' हा शब्द वापरतो तेव्हा त्याचे दोन अर्थ संभवतात. संस्कृती या शब्दाला पुरातत्त्वशास्त्रात Culture व Civilization असे दोन इंग्रजी शब्द आहेत. पुरातत्त्वीय शास्त्राच्या दृष्टिकोनातून Civilization या शब्दाची व्याप्ती अधिक व्यापक आहे. जेव्हा पुरातत्त्वशास्त्र एखाद्या उत्खनित समाजाचे वर्णन Civilization असे करते तेव्हा त्या समाजाने भाषिक निर्मिती केलेली असते. अशा समाजाने विशिष्ट अशा सांकेतिक लिपीच्या माध्यमातून वाचता येईल असे साहित्य निर्माण केलेले असते. पुरातत्त्वशास्त्रीय दृष्टिकोनातून एखादा समाज Civilization म्हणवून घेण्यास उपरोक्त कारणामुळे पात्र ठरतो. पुरातत्त्वशास्त्र जेव्हा एखाद्या समाजाचे वर्णन 'Culture' असे करते तेव्हा अशा समाजाचा अभ्यास पुरातत्त्वशास्त्राने केवळ उत्खनित हत्यारे, अवजारे तसेच भांडी इ. घटकांवरून केलेला असतो. अशा समाजाने स्वतःची भाषा एकतर विकसित केलेली नसते किंवा त्यांचे पुरावे मागे सोडलेले नसतात. त्यामुळे अशा समाजाने निर्माण केलेली भाषिक निर्मिती पुरातत्त्वशास्त्राच्या अभ्यासकाला अभ्यासता येत नाही व याबाबतीत केवळ तर्कावर अवलंबून राहते.

परंतु पुरातत्त्वशास्त्र केवळ काळाच्या उदरात गडप झालेल्या संस्कृतींचाच अभ्यास करते. आपला अभ्यासविषय पुरातत्त्वशास्त्राच्या दृष्टिकोनापेक्षा व्यापक आहे. त्यामुळे संस्कृती या शब्दाचा जो अर्थ पुरातत्त्वशास्त्राला अभिप्रेत आहे त्यापेक्षा व्यापक अर्थ संस्कृती या शब्दास आहे. आपणास महाराष्ट्राच्या संस्कृतीचा अभ्यास करताना हा व्यापक अर्थच अभिप्रेत धरावा लागणार आहे. संस्कृती शब्दाची व्यापकता कळण्यासाठी आपणास आधी त्या शब्दाची व्याख्या करावी लागेल. ज्येष्ठ समाजशास्त्रज्ञ व मानवशास्त्रज्ञ डॉ. इरावती कर्वे यांनी पुढील शब्दात संस्कृती या शब्दाची व्याख्या केली आहे.

"संस्कृती म्हणजे एखाद्या मनुष्यसमाजाची दृष्य अशी भौतिक वस्तुरूप निर्मिती, तसेच मनुष्यसमाजाचे असे चित्र की जे डोळ्यांना दिसू शकत नाही परंतु त्याचे आकलन विचारांनी होऊ शकते."

महाराष्ट्राच्या संदर्भात उपरोक्त व्याख्येचा विचार करावयाचा झाल्यास महाराष्ट्रात सापडणारी लेणी, पुरातत्त्वीय अवशेष, मंदिरे, किल्ले ही सर्व महाराष्ट्रीय समाजाची भौतिक निर्मिती आहे. या भौतिक घटकांच्या आधारे आपल्याला त्या विशिष्ट काळात येथील समाज कसा होता? तो कोणत्या श्रद्धास्थानांची उपासना करत होता? येथील आर्थिक व्यवहारांचे स्वरूप कसे होते प्रभृती प्रश्नांचा उलगडा आपणास होऊ शकतो.

परंतु मनुष्यसमाज केवळ भौतिक घटकांमुळे पृथगात्म होऊ शकत नाही. एखाद्या गोष्टीबद्दलच्या इतरांपेक्षा त्याच्या वेगळ्या धारणा त्याला पृथगात्म स्वरूप प्रदान करतात. महाराष्ट्राच्या संदर्भात येथील सामाजिक संस्थांचे वेगळेपण त्यास पृथगात्म स्वरूप देण्यास कारणीभूत झालेले आहे हे सत्य आपणास जाणवते. सामाजिक संस्थांच्या वेगळेपणास नैसर्गिक पर्यावरणदेखील कारणीभूत असते. भारतातील प्रत्येक प्रादेशिक विभागाची स्वतःची अशी पृथगात्म संस्कृती असण्याचे एक महत्त्वाचे कारण येथील नैसर्गिक व पारिस्थितीकीय विविधता हेदेखील आहे. सामाजिक संस्था, उदा. विवाहसंस्था, जातिसंस्था या आपण भौतिक स्वरूपात पाहू शकत नाही, परंतु त्यांचे आकलन आपणास विचारांच्या माध्यमातून होऊ शकते.

उपरोक्त विवेचनावरून आपणास संस्कृतीचे स्वरूप स्पष्ट होऊ शकते. संस्कृती ही एकाच वेळी दृष्यही असते व अदृष्यही असते. विचारांचा अविष्कार जेव्हा भौतिक स्वरूपात होतो तेव्हा संस्कृतीस दृष्य स्वरूप प्राप्त होते. संस्कृती पूर्णपणे व्यक्तिनिरपेक्ष अशी संकल्पना असून प्रत्येक व्यक्तीवर ती ज्या पर्यावरणात राहते तेथील संस्कृतीचा प्रभाव अवश्य पडतो. परंतु एकटी व्यक्ती पूर्ण संस्कृती प्रभावित करू शकत नाही किंवा एखादी व्यक्ती प्रस्थापित निकषांपेक्षा कितीही वेगळी असली तरी ती एकमेव व्यक्ती ही संबंधित संस्कृतीचे पृथगात्म वैशिष्ट्य होऊ शकत नाही. पाश्चिमात्य संस्कृतीचा प्रभाव आशियाई संस्कृतीवर पडला आहे असे जेव्हा म्हटले जाते तेव्हा एका पाश्चिमात्य व्यक्तीचा प्रभाव आशियाई संस्कृतीवर पडलेला नसतो, तर पाश्चिमात्य मूल्ये आशियातील बहुसंख्य गटाने आत्मसात केल्याने तो पडलेला असतो. यातून संस्कृती ही विशिष्ट अर्थाने केलेल्या सामूहिक कृतीतून साकारत असते वा बदलत असते असे तिच्या व्यक्तिनिरपेक्षतेच्या संदर्भात आपणास म्हणता येईल.

संस्कृतीची परिस्थितिसापेक्षता

उपरोक्त विवेचनातून असा प्रश्न उपस्थित होऊ शकतो की संस्कृती ही परिस्थितिसापेक्ष असते का? मागे म्हटल्याप्रमाणे विशिष्ट पारिस्थितिकीय पर्यावरणाचा प्रभाव संस्कृतीवर जरूर पडत असतो. परंतु असे असेल तर समान नैसर्गिक पर्यावरणात समान वैशिष्ट्ये असलेल्या संस्कृतींचा जन्म व विकास व्हावयास हवा. पण असे झालेले दिसत नाही. दक्षिण अमेरिकेतील ॲमेझॉनच्या अत्यंत सुपीक खोऱ्यात आजसुद्धा शेतीची अजिबात माहिती नसलेल्या रानटी जमाती आढळतात. शेतीची कला विशिष्ट

भागातच वाढली याचे कारण तेथील लोकांनी शेतीची कला अवगत करून घेतली. थोडक्यात तेथील समूहाने विशिष्ट अर्थाने सामूहिक कृती केली, जी आफ्रिकेतील लोकांना करणे जमले नाही. यावरून आपण असे म्हणू शकतो की संस्कृती ही परिस्थितिसापेक्ष असली त्याचप्रमाणे परिस्थिती ही देखील संस्कृतिसापेक्ष असू शकते. याच कारणामुळे समान परिस्थितीत निरनिराळ्या संस्कृतींची उत्पत्ती होते. परिस्थिती व संस्कृती यांचा थेट संबंध नसून संस्कृतीचे नियंत्रण केवळ परिस्थितीच्या माध्यमातून होत असते. संस्कृती व परिस्थिती हे दोन्ही घटक एकमेकांना प्रभावित करू पाहात असतात.

उपरोक्त विवेचनाचा महाराष्ट्राच्या संदर्भात विचार केल्यास अनेक प्रश्नांचा तसेच महाराष्ट्रीय संस्कृतीच्या पृथगात्मतेचा उलगडा होऊ शकतो. सतराव्या शतकात महाराष्ट्रात राजकीय क्रांती झाली याला महाराष्ट्राची वैशिष्ट्यपूर्ण भौगोलिक रचना जशी कारणीभूत झाली तसे भागवत पंथाने येथील भूमीत रुजवलेले समन्वयवादी भक्तिपरंपरेचे बीजदेखील कारणीभूत झाले. त्यामुळेच संपूर्ण भारतात राजकीय क्रांतीस पोषक वातावरण असताना ती केवळ महाराष्ट्रात साकार होऊ शकली असे सत्य आपणास जाणवते. महाराष्ट्राची संस्कृती ही वैशिष्ट्यपूर्ण असली तरी ती भारतीय संस्कृतीपेक्षा पूर्णपणे वेगळी नसून भारतीय संस्कृतीचाच प्रादेशिक आविष्कार आहे हे विसरता कामा नये. उपरोक्त चौकट डोळ्यांसमोर ठेवूनच आपणास महाराष्ट्राच्या संस्कृतीचा अभ्यास करावयाचा आहे.

२) महाराष्ट्राची सांस्कृतिक पृथगात्मता

रूढ अर्थाने महाराष्ट्राच्या सांस्कृतिक पृथगात्मतेचे प्रधान वैशिष्ट्य येथील भाषा हेच आहे. साधारणतः एखाद्या संस्कृतीची पृथगात्मता ज्या कालखंडापासून त्या भाषेत स्वतंत्र ग्रंथरचना होऊ लागते त्या कालखंडापासून उदित होऊ लागते. परंतु एखादी भाषा पूर्णपणे नव्याने उत्पन्न होत नसून इतर भाषांपासूनच उत्क्रांत होत असते, त्यामुळे एखाद्या प्रदेशाच्या संस्कृतीचा अभ्यास करताना तेथील भाषा ज्या मातृभाषेपासून वा एक वा अनेक भाषांच्या संमीलनातून उत्क्रांत झालेली असते त्या भाषिक पर्यावरणाचा विचार अपरिहार्यपणे करावाच लागतो.

महाराष्ट्राच्या संदर्भात हा प्रदेश उत्तर व दक्षिण यांना जोडणारा पूल असल्याने येथील भाषा दोन्हींकडील प्रभावापासून मुक्त राहिलेली नाही. म्हणूनच उत्तरेकडील सूर्योपासनेची प्रथा आपल्याकडे आदित्य-राणूबाईच्या उपासनेच्या स्वरूपात व्यक्त झाली आहे. याच कारणामुळे कर्नाटकातील मल्हारी आपल्याकडे खंडोबा म्हणून पुजला जातो. महाराष्ट्राच्या वैशिष्ट्यपूर्ण भौगोलिक स्थानाचा प्रभाव त्याच्या सांस्कृतिक पृथगात्मतेवर कसा पडला आहे ह्याचा उलगडा ह्यातून नक्कीच होऊ शकतो. उपरोक्त सांस्कृतिक संमीलनामुळेच ज्या प्रक्रिया निर्माण झाल्या त्यांतूनच मराठी भाषा उत्क्रांत

झाली. अभ्यासकांच्या मते मराठी भाषेची उत्क्रांती प्राकृत किंवा महाराष्ट्री तसेच इतर प्रादेशिक भाषांच्या संमीलनातून झालेली आहे. अर्थात मराठी भाषेच्या विकासाची प्रक्रिया सातवाहन कालखंडापर्यंत (इ.स.पू. २०० ते इ.स. २००) जाऊ शकते हे स्पष्टच आहे. मराठी भाषेत ग्रंथरचना जरी दहाव्या शतकानंतर झालेली असली तरी त्याआधी येथील लोक भाषिक व्यवहारच करत नव्हते असा नाही. त्याकाळी येथील प्रदेशात जी भाषा प्रचलित होती तिचा निःसंशय प्रभाव मराठी भाषेच्या उत्क्रांतीवर पडला असणार हे उघड आहे.

उपरोक्त उत्क्रांतीची प्रक्रिया ज्या कालखंडात पार पडत होती तो कालखंड मराठी संस्कृतीच्या पृथगात्मतेच्या अभ्यासाच्या संदर्भात महत्त्वाचा आहे. मराठी भाषेला ग्रंथरचना करण्याइतके सामर्थ्य प्राप्त झाल्यावर मराठी प्रदेशास स्वतःची अस्मिता वा स्वतःची वेगळी ओळख प्राप्त झाली. मराठी भाषेत ग्रंथरचना करण्याचा अग्रमान महानुभाव पंथाला जातो. महानुभाव पंथीयांनी जाणीवपूर्वक मराठी भाषेत ग्रंथरचना केली. एक विख्यात महानुभाव ग्रंथकार केशिराज बास (इ.स. १३ वे शतक) याने चक्रधरांवर 'मूर्तिप्रकाश' या स्तोत्राची रचना केली. परंतु संस्कृत भाषेत अधिक काम करण्याची इच्छा त्यांनी दर्शवल्यावर त्यांचे गुरु नागदेवाचार्यांनी त्यांना यापासून परावृत्त करून मराठी भाषेतून ग्रंथरचना करण्यास प्रोत्साहन दिले. मराठी भाषेतून ग्रंथरचना करण्याचा हाच धागा पुढे भागवत धर्माने उचलला. मुकुंदराजांचा विवेकसिंधू, (इ.स.१२ व्या शतकाचा उत्तरार्ध) सिद्धान्तसूत्रपाठ, ज्ञानेश्वरकृत ज्ञानेश्वरी (इ.स. १२९०) इ. ग्रंथांची नावे यानंतर आपणास या संदर्भात घेता येतील.

एखाद्या भाषेला पृथगात्मता प्राप्त होण्यासाठी केवळ त्या भाषेत ग्रंथरचना होणे एवढा एक घटक पुरेसा नसतो. त्या भाषेस राजकीय पातळीवरून आश्रय लाभावा लागतो. त्या भागातील एतद्देशीय सत्ता हे काम करू शकते. भारतात विशिष्ट भागात विशिष्ट भाषा प्रचलित असल्याने राज्यातील भाषिक तत्त्वाकडे दुर्लक्ष करणे परप्रांतीय राज्यकर्त्यांनादेखील शक्य नव्हते. अगदी मौर्यकालात सम्राट अशोकालासुद्धा (इ.स.पू. २६९-२३८ राज्यकाल)हे भान ठेवावे लागले होते. वायव्य भारतात प्रचलित असलेल्या खरोष्ट्री व अरामाईक भाषेत त्याने कोरलेले स्तंभालेख त्याचा हाच दृष्टिकोन दर्शवतात. महाराष्ट्रात असा आधार मराठी भाषेस शिलाहार वंशापासून (इ.स. ८ वे ते १३ वे शतक) मिळत गेला. यादव कालात (इ.स. ८६० ते १३१८) मराठी राज्यकर्त्यांची सत्ता विस्तृत प्रदेशात पसरली. त्यामुळे राज्याचे अर्थकारण सुधारले. या सर्वांचा परिणाम मराठी भाषेतील ग्रंथरचनेस प्रोत्साहन मिळण्यामध्ये झाला. नेमक्या याच कालखंडामध्ये महानुभावांच्या ग्रंथरचनेस बहर आलेला दिसतो. यादवांचे तर मराठी भाषेस सक्रिय प्रोत्साहन देण्याचेच धोरण होते, हे सर्वज्ञातच आहे.

उपरोक्त विवेचनावरून महाराष्ट्र संस्कृतीचे पृथगात्मत्व स्पष्ट होण्यासारखे आहे.

महाराष्ट्राच्या संस्कृतीच्या पृथगात्मत्वामागे येथील वैशिष्ट्यपूर्ण भौगोलिक परिस्थिती, आर्थिक व्यवहार इ. कारणांमुळे उत्क्रांत झालेली मराठी भाषा हा प्रधान घटक आहे. लोकभाषेतूनच मराठी भाषेची उत्क्रांती झालेली असल्याने पुढे स्वतंत्र ग्रंथरचनेस प्रोत्साहन मिळाले. या कामी महानुभाव संप्रदाय व भागवत धर्मीयांनी दिलेले योगदान अत्यंत महत्त्वपूर्ण आहे. उपरोक्त पंथांना सामान्य माणसाच्या स्तरापर्यंत पोहोचणे आवश्यक वाटत असल्याने त्यांनी सामान्य माणसाच्या भाषेत ग्रंथरचनेस प्राधान्य दिले. या प्रक्रियेकडे दुर्लक्ष करणे त्या प्रदेशातील राजकीय सत्तेस शक्य नव्हते. परिणामी ग्रंथरचनेस राजाश्रयाचा लाभ संबंधित राजसत्तेकडून मिळाला. ह्या सर्व एकमेकांमध्ये गुंतलेल्या प्रक्रियांमधूनच महाराष्ट्राच्या वैशिष्ट्यपूर्ण संस्कृतीचा उगम झाला.

ज्या कालखंडात मराठी भाषा उत्क्रांत झाली त्या कालखंडाच्या आगेमागे पूर्ण भारतातच ही प्रक्रिया गतिमान होती. विशेषतः दक्षिण भारतात ही प्रक्रिया जास्त प्रभावी होती. याच कालखंडात संपूर्ण द्वीपकल्पात प्रादेशिक संस्कृतीचा प्रभाव वाढला. कर्नाटकात चालुक्य कालखंडात ह्या प्रक्रियेला चालना मिळाली तर तमिळ प्रदेशात चोळ व पांड्य कालात उपरोक्त घडामोडी घडल्या. महाराष्ट्रात तमिळ वा कर्नाटक प्रदेशापेक्षा राजकीय स्थैर्य तुलनेने विचलित होत होते. कारण महाराष्ट्राचा संबंध उत्तर भारताशी तसेच दक्षिण भारताशीसुद्धा येत राहिलेला होता. त्यामुळे उत्तर व दक्षिण भारतातील राजकीय घडामोडींचा आर्थिक हालचालींचा, भौगोलिक वैशिष्ट्यांचा एकत्रित प्रभाव महाराष्ट्राच्या संस्कृतीवर पडलेला दिसतो. यातूनच महाराष्ट्राच्या समन्वयशील अशा संस्कृतीचा उगम होण्याची प्रक्रिया गतिमान झाली.

समारोप

ह्या प्रकरणाचा समारोप करताना आपण असे नक्कीच म्हणू शकतो की महाराष्ट्राची संस्कृती पृथगात्म होती व तरीही ती भारतीय संस्कृतीचा अविभाज्य भाग होती. महाराष्ट्राच्या प्रदेशाचे विशिष्ट भौगोलिक स्थान, आर्थिक पर्यावरण येथे प्रचलित असलेला महानुभाव-भागवत पंथादि सामाजिक प्रवाह हे घटक त्यास कारणीभूत होते. महाराष्ट्रीय संस्कृती एकाच वेळी पृथगात्म होती व त्याचवेळी तिची नाळ भारतीय संस्कृतीच्या मुख्य प्रवाहाशीही तितक्याच सहजपणे जुळलेली होती यात संदेह नाही.

□

प्रकरण २
सांस्कृतिक इतिहासाची रूपरेषा

२.१ सातवाहन राजवंशाच्या कालखंडातील सांस्कृतिक इतिहास

सांस्कृतिक इतिहास म्हणजे काय हे आपण पहिल्या प्रकरणामध्ये पाहिले आहे. त्यानुसार आपण सातवाहन काळाचा सांस्कृतिक इतिहास पाहू.

सातवाहन राजवंशाची सत्ता आजच्या महाराष्ट्राच्या भूप्रदेशावर होती. अर्थात त्यांपैकी काही राजांनी या प्रदेशाच्या सीमा ओलांडून माळवा (मध्यप्रदेश), आंध्रप्रदेश, गुजरात, सौराष्ट्राचा काही भाग यावर दीर्घकाळ राज्य केले. 'दक्षिणापथ स्वामी' अशी पदवीही त्यांच्यापैकी 'गौतमीपुत्र सातकर्णी' या राजासाठी वापरलेली दिसते. तसेच 'त्रिसमुद्रतोयपीतवाहन' ही पदवी दिलेली आढळते. तीन समुद्रांचे पाणी त्याच्या घोड्यांनी प्यायले होते असा अर्थ त्यातून निघतो. म्हणून 'दक्षिणापथ स्वामी' ही पदवी सार्थ ठरते.

या सातवाहनांच्या काळासंबंधी दोन मतप्रवाह आढळतात. काही संशोधकांच्या मते इ.पूर्व तिसऱ्या शतकापासून यांची सत्ता स्थापन झाली. दुसऱ्या मतानुसार सातवाहनांची सत्ता इ.पूर्व पहिल्या शतकात झाली. यासाठी शिलालेखांचा जर पुरावा तपासला तर इ.पूर्व पहिल्या शतकापासून शिलालेख मिळतात.

सातवाहनांच्या सांस्कृतिक इतिहासाबद्दल लिहिताना आपल्याला सातवाहनांच्या शिलालेखांचा, साहित्यकृतींचा आधार घ्यावा लागतो. या शिलालेखांचा व साहित्यकृतींचा अभ्यास आणि परिशीलन केल्यावर सांस्कृतिक कामगिरीची माहिती मिळते.

सातवाहनकालीन शासनव्यवस्था

सातवाहन राजांनी पराक्रम गाजवून फार मोठा भूप्रदेश ताब्यात घेतलेला होता. त्या प्रदेशाची व्यवस्था लावणे त्यासाठी योग्य शासनव्यवस्था करणे हेही त्यांचे काम होते.

राजा : त्या काळाच्या प्रथेनुसार राजा हा सार्वभौम- सर्वोच्च सत्ताकेंद्र असे. हिंदू धर्मशास्त्रे व स्मृतिग्रंथांनुसार राजाची कर्तव्ये यांना महत्त्व देऊन राज्यकारभार चालवला जाई. राजाने आपल्या ताब्यातील प्रदेशाचे व तेथील लोकांचे रक्षण, पालनपोषण करावे ही धर्मशास्त्रांनी / स्मृतिग्रंथांनी (याज्ञवल्क्य स्मृती इत्यादी) ठरवून दिलेली राजाची कर्तव्ये होती. (राजा हा दैवी अंश असलेला पराक्रमी पुरुष असे मानले जाऊ लागले.)

राज्यशासन व अधिकारी : या काळातील राज्यशासन कसे होते हे पाहाताना आपल्याला शिलालेखातील पुरावा उपयोगी पडतो. एकूण प्रशासनासाठी राज्याचे विभाग पाडलेले असत. यात प्रशासन आणि त्याचबरोबर त्या त्या विभागाचे अपेक्षित उत्पन्न यांचा विचार केलेला असे. त्या प्रदेशाची उत्पादनक्षमता किती त्याचा अंदाज घेतला

जात असे. या उत्पन्नावर राजा कर आकारीत असे (आज आपण त्याला महसूल म्हणतो). या काळात आढळणारी अधिकारनामे - अमात्य, महामात्र, महारठी, महाभोज, भांडागारिक, महासेनापती, गामिक. आपण या अधिकारनामांची थोडक्यात माहिती घेऊ.

१) अमात्य : अमात्य हा राजाच्या मदतीसाठी (सचिव) तत्पर असे. यातही कामांच्या वर्गवारीप्रमाणे अमात्यांची संख्या वाढत जाई. त्यामुळे 'महाअमात्य' ही एक आणखी अधिकाराची जागा / पदवी निर्माण झाली.

२) महारठी : महारठी या शब्दात दोन शब्द एकत्रित आलेले दिसतात. महा + रठी. रठी हा शब्द 'राष्ट्र' या शब्दावरून आलेला आहे. जनपदांच्या समूहाला 'रठि' म्हणत असत. या 'रठि' प्रदेशाच्या अधिकाऱ्याला रठिक/ राष्ट्रिक असे संबोधत असत. 'राष्ट्र/रठि' हा प्रदेश जास्त मोठा असेल तर तो महारठिक् - म्हणून त्या मोठ्या अधिकाऱ्याला महारठि/महारठी म्हणत.

३) महाभोज : हा शब्दसुद्धा असाच दोन शब्दांमुळे बनला आहे. महा + भोज. भोज हा अधिकारी आहे. भोग/ भुक्ति अशा नावाचा एक विभाग असे. त्या भुक्ति चा अधिकारी हा भोज असे. आजच्या भाषेत बोलायचे झाले तर हे महारठि, महाभोज हे मोठे सामंत / जहागीरदार असे म्हणता येईल. शिलालेखांत ही दोन्ही अधिकारनामे आढळतात. उदा. भाजे, कुडा, जुन्नर, नाशिक या लेण्यांतील कोरीव लेखांमध्ये ही नावे आहेत.

४) भांडागारिक : खजिनदार, कोषप्रमुख : नाशिक येथील लेण्यांमध्ये भट्टभालिकेचा जो लेख आहे त्यात आपल्याला या अधिकार नामाचा उल्लेख आढळतो.

५) महासेनापती, सेनापती यांचे उल्लेख आढळतात. क्वचित हे सेनापती राज्यपाल म्हणूनही काम पाहात असावेत.

६) लेखन करणारे अधिकारी : नाशिक आणि कुडा (जि. रायगड, मुंबई-गोमंतक महामार्गावरील माणगाव ह्या तालुक्याच्या गावापासून सु. २१ किमी.) येथे हे लेखन अधिकारी पद आढळते. उदा. त्यांची नावे विष्णुपालित, अयक, शिवगुप्त, तापस, सुजीवी, शिवभूती. लेण्यांमध्ये दानलेख कोरले गेले आहेत. त्यांच्या लेखनासाठी हे लेखनअधिकारी येथे आढळतात.

७) राजवैद्य : राजाच्या प्रकृतीवर उपचार करणारे राजवैद्य असत.

८) रज्जुक : महसूल अधिकारी.

९) पानियाघरक : नगरातील पाण्याची व्यवस्था पाहणारा.

१०) कर्मान्तिक : बांधकामावर देखरेख करणारा.

११) आवेशनिक : नियंत्रण करणारा अधिकारी.

राज्यविभाग : राज्यकारभारासाठी १) राष्ट्र २) आहार ३) विषय (जिल्हा) ४) पथ/पथक असे विभाग पाडलेले असत.

१) राष्ट्र : जनपदाच्या मोठ्या विभागाला राष्ट्र असे म्हणत असत.

२) आहार : हा प्रशासकीय विभाग असे. कोरीव लेखांमधून 'आहारांची' नावे मिळतात. उदा. अ) मामलाहार (मावळ प्रदेशाचा अंतर्भाव असलेला आहार) हा उल्लेख. ब) गोवर्धन आहार – नाशिकजवळील गोवर्धन हे स्थान. 'आहार' या प्रकारचा शासकीय विभाग म्हणून अस्तित्वात होता.

३) विषय : आजच्या जिल्ह्याएवढा प्रदेश 'विषय' या नावाने ओळखला जात असे.

४) पथ / पथक : विषयापेक्षा लहान विभाग असे. मोठमोठ्या नगरांचा एकेका 'पथा'मध्ये अंतर्भाव केलेला असे.

कर शासनपद्धती : खेड्यातील शेतीउत्पन्नावर कर असे. या करातून काही सवलती दिलेल्याच्या नोंदी आढळतात. बौद्ध लेण्यांना जी ग्रामे दान दिली होती त्या ग्रामांचे उत्पन्न बौद्ध संघाला दिलेले असे. त्यावर कर आकारला जात नसे.

व्यापारी संघांना निगम किंवा श्रेणी संबोधले जाई. या निगमसभांना देणग्या/ दाने दिली जात. तसेच निगम / श्रेणी स्वतः दाने / देणग्या जाहीर करत. निगमसभेमध्ये ही दाने रीतसर नोंदली जात असत. अशा स्वरूपाची निगमांनी दिलेली दाने कार्ले, नाशिक, जुन्नर लेण्यांतील शिलालेखात आढळतात.

बौद्ध संघाला दिलेल्या ग्रामदानासंबंधी सातवाहन राज्यकर्त्यांनी विशेष आज्ञा दिलेल्या दिसतात. अशा ग्रामांमध्ये राजसेवक, दंडाधिकारी यांना प्रवेशबंदी केलेली दिसते.

स्थानिक प्रशासनामध्ये स्वायत्तता दिलेली होती. ग्रामपंचायत, ग्रामणी यांचे उल्लेख साहित्यात (हाल सातवाहनाची गाथासप्तशती) आढळतात.

स्थानिक प्रशासनामध्ये बरीच स्वायत्तता होती. नगरांमध्ये निगमसभा, खेड्यांमध्ये ग्रामसभा होती.

भौतिक संस्कृती :

सातवाहन काळातील लोखंडी शस्त्रे, हत्यारे मिळाली आहेत. लोखंड, तांबेपितळ, सुवर्ण, चांदी या धातूंचा वापर त्या काळात होत होता. नाण्यांसाठी सुवर्ण, चांदी यांचा वापर केला गेला.

शेती : धान्य, वनसंपत्ती यांचा उल्लेख शिलालेखांमध्ये आढळतो. सातवाहनांच्या राज्यातील कृष्णा, गोदावरी या नद्यांच्या प्रदेशात तीळ, तांदूळ व कापूस ही पिके होत असत. नाशिक लेखांमध्ये शाल्मलीपद असे नाव आढळते. 'साळी' हा धान्यदर्शक शब्द येथे येतो. नाशिक व जुन्नर लेखांमध्ये धान्याच्या, व्यापाऱ्यांच्या श्रेणी

नोंदलेल्या दिसतात. शेतीचे उत्पन्न, त्याचा उत्तम व्यापार यांचे उल्लेख भरपूर आढळतात. त्यावरून खाण्यापिण्याची सुबत्ता होती असे म्हणता येईल.

व्यापार : शेती उत्पादनाच्या सुबत्तेमधूनच व्यापार सुरू होतो. सातवाहन काळात शेती व्यवसायाबरोबरच व्यापारही भरभराटीला आलेला होता. विविध व्यापारी मार्ग या राज्यात होते. सातवाहन राज्याला पश्चिम किनाऱ्यावर बंदरे होती. त्यातून परदेशांशी व्यापार चालत असे. 'पेरिप्लस ऑफ अेरिथ्रियन सी' या पुस्तकात यासंबंधीचे उल्लेख आहेत. तसेच या किनाऱ्यावरच्या बंदरांचे उल्लेख आहेत. उदा. शूर्पारक (सोपारा/ नाला सोपारा, मुंबई–विरार पश्चिम लोहमार्गावरचे वसईजवळील रेल्वे स्टेशन नि शहर मुंबईहून ६ किमी.), भृगुकच्छ (सध्याचे भडोच, भरूच, गुजरात मधील जिल्हा, पश्चिम रेल्वेवर मुंबईहून ३४१ किमी.), कलिआन (कल्याण, जि. ठाणे, मध्य रेल्वे, मुंबईहून ५२ किमी.) या बंदरांची नावे आहेत. ही व्यापाराची ठाणी – केंद्रे होती– प्रतिष्ठान (पैठण, जि. औरंगाबाद), तेर (जि. धाराशिव / उस्मानाबाद), नाशिक, जुन्नर (जि. पुणे), करहाटक (कऱ्हाड, जि. सातारा), भोगवर्धन (भोकरदन, जिल्हा जालना). या केंद्रात परदेशातील माल येत असे व सातवाहन राज्यातील माल परदेशी जात असे. रोमन साम्राज्याशी हा व्यापार चालत असे. या व्यापारामधील वस्तू तरी कोणत्या कोणत्या होत्या? रोममधून जो माल इकडे येई त्यात प्रामुख्याने उत्कृष्ट बनावटीची मातीची नक्षीदार भांडी, काचसामान, मद्यकुंभ, मद्य, रोमन देवदेवतांचे पुतळे. या गोष्टींचे अवशेष या व्यापारकेंद्रांच्या उत्खननात मिळालेले आहेत. सातवाहन राज्यातून परदेशी जाणारा माल म्हणजे – सुती व रेशमी कापड, हस्तिदंती वस्तू, दालचिनी, पाळीव प्राणी इ.

व्यापारासंबंधाने आणखी महत्त्वाची गोष्ट म्हणजे व्यापारी लोकांनी स्थापन केलेले निगम, श्रेणी. यात कारागीरवर्गातसुद्धा श्रेणी आढळतात. शिलालेखांमधून या व्यापाऱ्यांची नावे आढळतात. त्यांच्या निगम आणि श्रेणींचे उल्लेख आढळतात. उदा. नाशिक, जुन्नर, कार्ले इ. या श्रेणींच्या गावांचेही उल्लेख आढळतात. त्यात कलिआन (कल्याण), धेनूकाकट (डहाणू,/डहानूक), धानकटक (अमरावतीजवळ, जि. गुंटूर, आंध्रप्रदेश) अशी नावे (कार्ले येथे) शिलालेखात आढळतात. कान्हेरी येथील लेण्यातही अनेक व्यापाऱ्यांची त्यांच्या कुटुंबीयांची नावे शिलालेखात आहेत. यामध्ये सुवर्णकार (हेरेणिक) असे व्यवसायविषयक उल्लेखही आढळतात. या नावांमध्ये आपल्याला काही यवन नावे आढळतात. त्यावरून यवन व्यापारी येथे येत होते, राहात होते, व्यवसाय करत होते हे निश्चित होते. पश्चिम किनाऱ्यावरील बंदरांच्या गावी या यवनांची वस्ती असे, तसेच व्यापारी केंद्रांच्या ठिकाणीही असे. उदा. कलिआन – कल्याण– धेनूकाकट.

चलन व नाणी : व्यापारासाठी लागणारी चलन आणि विनिमय व्यवस्था प्रगत होती असे दिसते. सातवाहनांनी नाणी मोठ्या प्रमाणावर पाडली असावीत, प्रसारात आणली असावीत. शिलालेखांतून नाण्यांचे खूप उल्लेख आढळतात. उदा. १) नाणेघाट

(जुन्नर) येथील सम्राज्ञी नागनिकेचा लेख, २) नाशिक येथील विविध श्रेणींच्या दानांचे उल्लेख.

सातवाहनांनी नाण्यांसाठी चांदी, तांबे, शिसे, पोटिन (मिश्र धातू) हे धातू वापरलेले आढळतात. पुरातत्त्वशास्त्रज्ञांना अशा नाण्यांचे संग्रह उत्खननात मिळाले आहेत. सातकर्णी आणि नागनिका यांनी संयुक्त प्रकाराची चांदीची नाणी प्रचारात आणली होती. यावरून शिस्तबद्ध अशी एक चलनव्यवस्था सातवाहनांनी राबवलेली होती. व्यापाराचे महत्त्व त्यांनी जाणले होते त्यासाठी योग्य चलनव्यवस्था करणे त्यांनी आवश्यक मानलेले दिसते.

नाशिक येथे काही निगम आणि श्रेणी यांचा उल्लेख शिलालेखात आहे. त्या ठिकाणी 'अक्षयनिवि' हा कायमस्वरूपी ठेवींचा प्रकार आढळतो. श्रेणींकडे ठराविक रक्कम 'अक्षयनिवि'– कायमस्वरूपी ठेव म्हणून ठेवावयाची व त्याच्या व्याजातून बौद्ध संघाला दान द्यावयाचे अशी व्यवस्था केलेली आढळते. स्थिर स्वरूपाची चलनव्यवस्था, विश्वासू अशी श्रेणी संघ पद्धत आणि सबळ राजसत्ता असल्यामुळे अशा तऱ्हेचे व्यवहार होऊ शकत होते. हे सातवाहन काळाचे वैशिष्ट्यच म्हणावे लागेल.

इतर उद्योगधंदे : अभिलेखीय पुराव्यावरून आणि साहित्यातील पुराव्यावरून सातवाहन काळात व्यापाराखेरीज इतर उद्योगधंदे, कारागिरी कौशल्ये यांची भरभराट झालेली होती. या कारागिरांचे / कामगारांचे संघ किंवा श्रेणी/ गण असत. याची काही उदाहरणे देता येतील. अ) विणकरांची श्रेणी : नाशिक लेख ब) धान्यिक श्रेणी (जुन्नर जि. पुणे) क) कांस्यकार श्रेणी, ड) हेरनिक श्रेणी (पवनी लेख, जि. भंडारा)

अशा श्रेणींचे उल्लेख आहेतच, पण स्वतंत्रपणे काही कारागिरांचे उल्लेख लेण्यांमधील लेखांमध्ये आहेत. उदा. मालाकार, कोळीय (कोष्टी), सेल वढकीय (शैल वर्धकीन) म्हणजेच पाषाण मिस्त्री, शैलगृह कोरणारा, वढकी म्हणजे सुतार, कुलाला/ कुलारिक म्हणजे कुंभार, तिळपिणक – तेली, गंधिक – सुवासिक द्रव्य तयार करणारे, असे उद्योगधंदे, कारागिरांचे उल्लेख आढळतात. यावरून सातवाहन काळात व्यापार उद्योगधंदे यांची खूपच वाढ झालेली होती.

समाजव्यवस्था : सातवाहन राजवंशाने शिलालेखात स्वतःला 'एक ब्रह्म' एक बहमणस हे विशेषण लावलेले आढळते. म्हणजे ते स्वतःला ब्राह्मण म्हणवून घेत होते. त्याच शिलालेखात त्यांनी चातुवर्ण्याची घसरण थांबवल्याचा, वर्णसंकराला आळा घालण्याचा प्रयत्न केला असे म्हटले आहे. या काळात सनातन/वैदिक धर्म समाजात रूढ होता. सातवाहन नृपती श्रीसातकर्णीनी पत्नी सम्राज्ञी नागनिका हिच्या लेखात तिने अनेक यज्ञ केल्याची माहिती दिलेली आहे. त्यावरून सातवाहन राजवंशातील काही राजांनी यज्ञधर्माला प्रोत्साहन दिलेले दिसते. याचबरोबर सातवाहन काळात बौद्ध लेणी विपुल प्रमाणात खोदली गेली. त्यांतील काही लेण्यांना राजवंशानेच देणगी दिलेली

आढळते. म्हणजे त्यांचा बौद्धधर्मालासुद्धा सक्रिय पाठिंबा होता. सातवाहनांनी बौद्ध संघाला जमिनी दान दिल्या. एकूण सातवाहनांनी सर्वधर्मसमभाव दाखवलेला दिसतो. समाजात हे एक चांगले उदाहरणच त्यांनी घालून दिलेले दिसते.

कुटुंबव्यवस्था : समाजामध्ये कुटुंबव्यवस्था रूढ होती असे दिसते. शिलालेखात गहपती, कुटुंबिन असे शब्द वापरलेले आढळतात. समाजात एकत्र कुटुंब- अगदी ३ पिढ्यासुद्धा एकत्रित असे राहात असावेत. उदा. कुडा येथील कोरीव लेखात एकाच कुटुंबातील आजी-आजोबा त्यांची मुले सुना- त्यांचे नाती नातू- यांची नावे दानलेखात कोरलेली आहेत. भाऊभाऊसुद्धा एकत्र राहात असत.

स्त्रियांचे स्थान : समाजात स्त्रियांना योग्य मान दिला जात होता. तसेच सत्तापद स्त्रियांना दिले जात होते. राजवंशातील उदाहरणे फारच उत्तम आहेत. सम्राज्ञी नागनिका, गौतमी बलश्री या दोघींनी राज्यकारभारातही उत्तम कामगिरी बजावलेली दिसते. तसेच भोजिका, महाभोजिका अशी अधिकारसूचक स्त्रियांची नावेही दानकर्ती म्हणून कोरीव लेखांत आढळतात. स्त्रियांना स्वतःच्या मताप्रमाणे धार्मिक आचरण करण्याचे स्वातंत्र्य होते असे दिसते. उदा. सम्राज्ञी नागनिका हिने वैदिक धर्माला उत्तेजन दिले. यज्ञ करून दक्षिणा वाटली, तर गौतमी बलश्रीने बौद्ध संघाला दान दिले. दोघींनीही व्रतवैकल्ये, धार्मिक आचरण केलेले दिसते. कुडा (ता. माणगाव, जि. रायगड) येथील लेखांमध्ये सामान्य स्त्रियांनी बौद्ध लेण्यांसाठी दाने दिलेली आहेत. तसेच स्त्री भिक्षुणींची नावे लेखात आढळतात. म्हणजेच त्यांना धर्मस्वातंत्र्य निश्चित होते.

सातवाहन राजवंशातील काही राजांची नावे मातृनामाने सुरू होतात. त्यावरून मातेला मोठीच प्रतिष्ठा होती असे दिसते. गौतमीपुत्र, वासिठीपुत्र, माढरीपुत्र ही नामे याची निदर्शक आहेत. नोकरी वा उद्योगधंद्यांमध्येसुद्धा स्त्रिया होत्या हे शिलालेखांवरून व साहित्यातील उल्लेखांवरून दिसते. नाशिक येथील लेखामध्ये 'लोटा' या नावाच्या स्त्रीचा उल्लेख आहे. तीन दानपत्र लेखन केले होते. महाभोजी, भोजी अशी अधिकार दर्शवणाऱ्या स्त्रियांची नावे शिलालेखांमध्ये आढळतात. साहित्यात गोपी, मालाकारी, प्रपा-पालिका (पाणी वाटप करणाऱ्या), शेतीची कामे करणाऱ्या स्त्रिया यांचे उल्लेख आहेत. याचबरोबर समाजात बहुपत्नीत्वाची चाल होती. त्यामुळे स्त्रियांमध्ये स्त्रियांमुळेच संघर्ष होत असावेत.

कुटुंबव्यवस्था : समाजामध्ये एकत्र कुटुंबव्यवस्था होती, असे तेथील उल्लेखांवरून दिसते. साहित्यातील उल्लेखावरूनसुद्धा आपल्याला असे दिसते की एकत्र कुटुंबव्यवस्था दृढ होती. सासू सून, सासरा सून, दीर नणंदा, जावा इत्यादी नातेसंबंधांचे उल्लेख गाथासप्तशतीमध्ये आढळतात. सासरा हा कुटुंबप्रमुख (गृहस्वामिन्) असे. घरातील सर्वांवर त्याचे नियंत्रण असे. कुटुंबविषयक निर्णय तोच घेत असे. कुटुंबाची काळजी तो घेत असे.

साहित्यनिर्मिती : सातवाहन काळात प्राकृत भाषेचा वापर होता. या काळातील कोरीव लेख प्राकृत भाषेत व ब्राह्मी लिपीत आहेत. सातवाहन राजवंशातील हाल या राजाने एक काव्यग्रंथ रचला असे मानले जाते. खरे तर अनेक प्राकृत कवी व कवयित्रींनी प्राकृत गाथांची रचना केली. त्या रचनांचे संपादन, संकलन हाल या सातवाहन राजाने (इ. स. चे २ रे शतक) केले. या एकूण सातशे गाथा आहेत म्हणून या ग्रंथाचे नाव 'गाथा सप्तशती' असे आहे. याचे मूळचे प्राकृत नाव 'गाहा-सत्ता-सई' असे आहे. हा प्राकृत काव्यातील अद्वितीय ग्रंथ मानला जातो. या ग्रंथाचा उल्लेख कोश किंवा गाथाकोश असा केला जातो. इ. स. पू. ३ ऱ्या अथवा ४ थ्या शतकातील 'गुणाढ्य' यानेही 'पैशाची' भाषेत 'बृहतकथा' हा ग्रंथ रचला.

शिलालेखांची रचना हीसुद्धा साहित्यनिर्मिती आहे. सातवाहन राजा वासिठीपुत्त पुलुमावि याचा एकोणिसाव्या वर्षीचा लेख- गौतमी पुत्र सातकर्णी या राजाची प्रशस्ती असलेला लेख- हीसुद्धा प्राकृत भाषेतील मौल्यवान रचना आहे. समास, संधी, अनेक भाषालंकार यांनी युक्त अशी ही रचना उत्कृष्ट साहित्यरचनाच आहे.

शिक्षण : बौद्ध लेण्यांमधील कोरीव लेखांमध्ये लेखकांचे उल्लेख आपण पाहिले आहेतच. तसेच विद्वान बौद्ध भिक्षू व भिक्षुणींचे उल्लेख आढळतात. आचार्य, अर्हत अशा पदव्या भिक्षूंसाठी वापरलेल्या दिसतात. विशिष्ट बौद्ध धर्मग्रंथांमध्ये पारंगत असलेले, अभ्यास असलेले बौद्ध भिक्षू या लेखांमध्ये आढळतात. ब्राह्मण विद्वानांचे, यज्ञकर्म करणाऱ्या ब्राह्मणांचे उल्लेखही आहेत. उदा. जुन्नर येथील लेख

साहित्यात मात्र काही उल्लेख असे आहेत की, सामान्य लोकांमध्ये शिक्षणाचे प्रमाण कमी असावे असे वाटते. निरक्षर स्त्रिया आकडेमोड करण्यासाठी हातापायाच्या बोटांचा वापर करीत किंवा भिंतीवर अक्षर/आकड्यांऐवजी रेघांचा वापर करीत. परंतु पुराभिलेखांचा वापर पाहाता साक्षरताप्रमाण बरेच असावे.

कला-स्थापत्य : बौद्ध धर्मीयांचे महाराष्ट्रातील (लेणी) लयन स्थापत्य (चैत्य, विहार, स्तूप) हे सातवाहनकाळातच निर्माण झाले. सातवाहनांच्या अमलाखालील आंध्रप्रदेशात, महाराष्ट्रात हे स्थापत्य निर्माण झाले. अजिंठा येथील काही लेणी याच काळातील आहेत. या कलास्थापत्याचा विचार आपण स्वतंत्रपणे केलेला आहेच. यावरून आपल्याला असे दिसते की, उत्तरेतील मौर्य साम्राज्याप्रमाणेच सातवाहनांची सांस्कृतिक कामगिरी महत्त्वपूर्ण आहे.

२.२ वाकाटक राजसत्तेची प्रशासनव्यवस्था

राज्यस्थापना : महाराष्ट्रावर सातवाहनांच्या राजवटीनंतर वाकाटक राजवंशाची सत्ता स्थापन झाली ती इसवी सनाच्या तिसऱ्या शतकाच्या शेवटी प्रथम विदर्भ प्रांतात वाकाटकांचे राज्य स्थापन झाले. त्यापूर्वी मध्य प्रदेशात विंध्य प्रदेशात त्यांची सत्ता होती. तेथून ते दक्षिणेत आले. प्रथम विदर्भ आणि आसपासचा प्रदेश त्यांनी हस्तगत

केला. नंतर आंध्र प्रदेशातील काही भाग, कर्नाटकातील काही भाग आपल्या राज्याला जोडले. इसवी सनाच्या तिसऱ्या शतकापासून सहाव्या शतकापर्यंत त्यांचे राज्य होते.

राज्यप्रशासन : वाकाटकांच्या काळात इतर राज्यांशी लढाया झाल्या तरी एकूण राज्यात स्थैर्य होते. त्यांचे शासन प्रभावी स्वरूपाचे होते. सांस्कृतिकदृष्ट्या वाकाटकांच्या काळात समाजात प्रगती होत राहिली. साहित्यनिर्मिती, कला यांना वाव होता. वाकाटक राजांनी सांस्कृतिक गोष्टींना पाठिंबा दिला. वाकाटकांचे अनेक शिलालेख, ताम्रपट मिळाले आहेत. अगदी अलीकडे काही नाणी मिळाली आहेत. त्यामुळे या काळातील राजकीय, सांस्कृतिक इतिहासाचे अनेक संदर्भ मिळाले आहेत.

वाकाटकांचे राज्य मोठ्या प्रदेशावर पसरले होते. राज्यकारभारासाठी विभाग पाडलेले होते.

राज्य/राष्ट्र : हा मोठा प्रशासकीय विभाग होता. ताम्रपटात याचे उल्लेख येतात.

विषय : राष्ट्र/राज्याचे लहान विभाग पाडलेले असत. त्यांना 'विषय' ही संज्ञा असे. आधुनिक काळातील जिल्हा हा विभाग जसा असतो, त्याच्याशी 'विषय' या विभागाचे साम्य दिसते. विषयाचे नावाला पुढे 'कट', 'कड' हे उपपद लावलेले दिसते. उदा. 'बेन्नाकट', 'भोजकट', 'नंदिकट' इ.

आहार, भोग/भुक्ती : 'विषय' या विभागाचे नंतर उपविभाग असत. ते आहार, भोग किंवा भुक्ती उदा. 'बेण्णाकार्परभोग', 'हिरण्यपूरभोग' अशी नांवे आढळतात. आधुनिक काळातील तहसील या विभागाशी यांचे साम्य दिसते. परंतु 'आहार' 'भुक्ती' यांचा परस्परांशी संबंध कसा होता (कोणता विभाग मोठा/लहान) याचा नेमका तपशील सांगता येत नाही.

मार्ग : हा एक प्रशासकीय विभाग होता. 'मार्ग' हा विभाग विषयापेक्षा लहान व भुक्तीपेक्षा मोठा होता.

वाकाटक प्रशासन

भोग विभागात आणखी उपविभाग होते. उदा. नगर, उपनगर, धाम इ.

कटक : नगरांच्या प्रशासनासाठी कटक हा विभाग होता.

अधिकारी वर्ग व पदे : राज्य शासनाच्या दृष्टीने राजा हा सर्वश्रेष्ठ असे. त्यांच्या साहाय्याला मंत्रिमंडळ किंवा मंत्रिपरिषद असे. अनेक अधिकारी, सचिव नेमलेले असत. अशा अधिकाऱ्यांचे सचिवांचे उल्लेख ताम्रपटांत / कोरीव लेखांत मिळालेले आहेत.

राज्याधिकृत : राष्ट्र विभागाच्या प्रमुखाला 'राज्याधिकृत'असे नाव आहे.

सर्वाध्यक्ष : सचिवालयाच्या प्रमुखाला 'सर्वाध्यक्ष' म्हटले जाई. राजाची आज्ञा कार्यान्वित करणारा असा अधिकारी म्हणजे सर्वाध्यक्ष. राजाची आज्ञा प्रत्यक्ष अंमलात आणण्यासाठी जरूर ती कामे हा अधिकारी करत असे.

कुलपुत्र : १) वाकाटक प्रशासनात हा एक वेगळा अधिकारी असे. त्याची नेमणूक सर्वाध्यक्ष करत असे. राजाज्ञा अंमलात आणण्यासाठी कुलपुत्र सर्वाध्यक्षाला मदत करत असे. कुलपुत्र या अधिकाऱ्याची कामे खालीलप्रमाणे होती.

१) राज्यात शांतता सुव्यवस्था राखणे.

२) जमीनमहसूल गोळा करणे.

३) कर वसूल करणे.

४) भूमिअंतर्गत द्रव्य ताब्यात घेणे.

५) मिठाच्या /अन्नद्रव्यांच्या खाणी चालवणे.

६) भर, छात्र (सैनिक/ शिपाई) यांच्या नेमणुका करणे.

राहसिक : हे अधिकारपद म्हणजे राजाचा खास चिटणीस किंवा गुप्तपत्रांचा लेखक असे आहे. 'राहसिक' हे अधिकारनाम कदाचित 'रज्जूक' या अधिकारनामावरून आले असावे. अशोकाचे लेखात रज्जूक हे अधिकारपद आढळले. परंतु तेथे त्याचा अर्थ जमीनमोजणी करणारा असा आहे. वाकाटककाळातील 'राहसिक' लेखक चिटणीस आहे.

सेनापती : मुख्य लष्करी अधिकारी याची काळाप्रमाणे वेगवेगळी कामे आढळतात. उदा. परराष्ट्र मंत्री (संधिविग्राहक), सेवेचा प्रमुख, राजपत्रांचे लेखक अशाही जबाबदाऱ्या सेनापतीवर असत.

दंडनायक : हा राज्याच्या अंतर्गत सुरक्षेचा प्रमुख अधिकारी होय. आधुनिक काळातील सर्वोच्च पोलीस अधिकारी याच्याशी दंडनायक या अधिकाऱ्याचे साम्य जाणवले.

दयूतक/अज्ञाप्ती : राजाने दिलेली आज्ञा /आज्ञापत्रे सेनापतीच्या कार्यालयात पोहोचवणारे कर्मचारी म्हणजे द्यूतक / अज्ञाप्ती होत.

मंत्री : हा राजाला सल्ला देणारा अधिकारी होय.

अध्यक्ष : राज्यकारभाराच्या वेगवेगळ्या खात्यांचे मुख्य अधिकारी 'अध्यक्ष' या नावाने ओळखले जात.

'ग्रामकूट' : लहान गावांच्या प्रशासनासाठी 'ग्रामकूट' हा अधिकारी असे. आधुनिक काळातील 'गाव पाटील' या अधिकाऱ्याशी याचे साम्य आहे. जमीनमहसूल व करांची वसुली हेही याचे काम असे.

द्रोणाग्रनायक : राजा जी गावे दान देत असे, त्यासंबंधित खात्याचा हा प्रमुख असावा 'द्रोणाग्रत' नावाचे हे खाते असे.

देववारिक/प्रतिहार : हा गावातील पोलीस ठाण्याचा प्रमुख असे. 'ग्रामकूट' या अधिकाऱ्याला प्रशासनामध्ये मदत करणे हे या अधिकाऱ्याचे काम असे.

वाकाटक राजांनी राज्याची व्यवस्था उत्तमप्रकारे लावलेली दिसते. राज्याचे

विविध विभाग पाडून अधिकाऱ्यांच्या नेमणुका केलेल्या दिसतात. शिलालेख तसेच साहित्यिक कलाकृतींमधून उत्कृष्ट प्रशासनाचे पुरावे मिळतात.

धर्म : समाजात 'वैदिक धर्मपरंपरा' व 'पौराणिक धर्मपरंपरा' या दोन्ही धर्मपरंपरा वाकाटक राजवंशाच्या काळात रूढ होत्या.

वैदिक धर्मपरंपरा : सातवाहन राजवंशांने काही यज्ञ केले होते. तसेच पुढे वाकाटक सम्राट पहिला प्रवरसेन (इ.स. २७० ते ३३०) याने वैदिक यज्ञ केलेले दिसतात. अग्निष्टोम, आप्तोर्याम, षोडशिन्, अतिरात्र, वाजपेय, चार अश्वमेध हे यज्ञ आणि अनेक श्रौत यज्ञविधी केले होते. राजसत्ता दृढ करण्यासाठी यज्ञविधी केले जात असावेत. त्यामुळे राजवंशांमध्ये वैदिक यज्ञांना महत्त्व होते.

यज्ञ करण्यासाठी वैदिक पांडित्य ब्राह्मणवर्गासाठी आवश्यक होते, लोकप्रिय होते. वेदअध्ययन, वेदांशी संलग्न अशी ब्राह्मणे, आरण्यके, प्रातिशाख्ये, वेदांगे यांचा सखोल अभ्यास केला जाई. या शिक्षणपरंपरेसाठी वाकाटक राजे दान देत असत.

पौराणिक धर्मपरंपरा : या काळात लोक खूपच श्रद्धावान होते. त्यामुळे नवनव्या देवदेवता अस्तित्वात आल्या. वेदातील इंद्र, वरुण, सोम या देवांची लोकप्रियता ओसरून त्यांना दुय्यम स्थान मिळाले. वेदातील इतर दुय्यम स्थानावरचे देव तुलनेने अधिक लोकप्रिय झाले. पौराणिक धर्म म्हणजे यज्ञांऐवजी या नवनवीन देवतांची पूजा अर्चा होऊ लागली. त्यांची मंदिरे बांधली जाऊ लागली. मंदिरात पूजा विधी, तीर्थयात्रा, दानधर्म, पूर्त कर्म (लोकोपयोगी कामे), देवांचे सण, उत्सव, देवदेवतांचे उपवास इत्यादी परंपरा नव्याने रूढ झाल्या.

या दोन्ही धार्मिक परंपरा समाजात रूढ झाल्या. त्यात एकमेकांविरुद्ध असे काहीच नव्हते. जे लोक यज्ञयाग करत असत, ते पौराणिक देवदेवतांची उपासनाही करीत असत. ही समाजाने मान्य केलेली व्यवस्था होती. त्यात कुठेही संघर्ष नव्हता. अशी उदाहरणे आपल्याला पुराभिलेखामध्ये मिळतात. वाकाटकराजा पहिला प्रवरसेन(२७० ते ३३०) याने यज्ञ केले. नंतरच्या राजांनी पौराणिक धर्माला प्राधान्य दिले. पहिला रुद्रसेन (३३० ते ३५०) याने स्वामी महाभैरव यांचे मंदिर बांधले. तो शिवभक्त होता. पहिला पृथिवीषेण (३५० ते ४००) याने 'परममाहेश्वर' ही पदवी धारण केली होती. यावरून तोही शिवभक्त होता असे दिसते. दुसरा प्रवरसेन (४०० ते ४१५) हाही शैवपंथीय होता. दुसरा रुद्रसेन याची पत्नी प्रभावतीगुप्त (विवाहकाल ३९५) ही वैष्णवपंथीय होती. ही गुप्त राजवंशातील राजकन्या असल्यामुळे वैष्णवधर्माकडे तिचा कल होता.

भागवत धर्म संप्रदाय : विदर्भात भागवत संप्रदायाची लोकप्रियता वाकाटक काळात वाढली. दुसऱ्या रुद्रसेनाच्या काळात (इ.स. ४००-४०५) भागवत धर्माची लोकप्रियता वाढली. 'मांढळ' येथील ताम्रपटात दुसऱ्या रुद्रसेनाने बांधलेल्या विष्णुमंदिराचे वर्णन आहे. मंदिरात विष्णूची शेषशायी अशी प्रतिमा होती. त्याचेही सुंदर वर्णन आढळते.

कोरीव दानपत्रांमध्ये सात्वत संप्रदायाला विविध दाने दिलेली दिसतात. वाकाटक राजवंशातील (इ.स. २५० ते ५५०) स्त्री-पुरुष सर्वच धर्म व पंथांना दाने देत होते.

पौराणिक धर्माचे आणखी एक तत्त्व म्हणजे पवित्र स्थळांना नियमित भेटी देणे, तेथे दानधर्म करणे, तीर्थस्नान करणे हे होय. वाकाटकांच्या कोरीव लेखांत याचे उल्लेख मिळतात. उदा. त्रिपुरी (जि.जबलपूर म.प्र.), रामटेक येथे रामगिरिस्वामीन् हे मंदिर, काही जलाशय यांचे उल्लेख लेखात आहेत. या जलाशयांची निर्मिती स्नान आणि पुण्यकर्म यांसाठी केलेली होती. काही तिथी व दिवस विशिष्ट देवदेवतांसाठी पवित्र मानले जात होते. उदा. 'एकादशी', 'पारणे' दिवस. ह्या दोन्ही तिथी दानकर्त्यासाठी, उपवासासाठी महत्त्वाच्या आहेत. उपवास करून, स्नान करून दाने दिलेली दिसतात.

हिंदू धर्मातील विविध देवदेवतांची, उपपंथांची लोकप्रियता या काळात वाढत होती. भक्त मंडळी एकमेकांशी वैर न धरता गुण्यागोविंदाने राहत होती. राजपुरुष व स्त्रिया सर्वच धर्मीयांना, पंथांना उदार हस्ते दाने देत होत्या. वैदिक परंपरा,पौराणिकधर्म तसेच बौद्ध धर्मीयांनाही देणग्या दिलेल्या दिसतात. उदा. अंजठा येथील बौद्ध लेण्यांना दिलेले दान. एकूणच वाकाटक राजवंशाच्या काळात धार्मिक सहिष्णुता पाळली जात होती असे दिसते.

बौद्ध धर्म : इसवीसनपूर्व तिसऱ्या शतकात मौर्य सम्राट अशोकाच्या काळापासून दक्षिण भारतात बौद्ध धर्माचा प्रसार होण्यास सुरुवात झाली होती. नंतर अतिशय वेगाने धर्मप्रसार महाराष्ट्रात झाला. शेकडो लेणी, स्तूप, विहार महाराष्ट्रात खोदले गेले. सातवाहन राजवंशाने बौद्ध धर्माला पाठिंबा दिला होता. वाकाटक राजा हरिषेण (इ.स. ४७५-५००) याच्या पदरी असलेल्या वराहदेव याने अजंठा येथे बौद्ध संघाला देणगी दिली आहे. लेणे क्र. १६,१७ आणि घटोत्कच लेण्याची निर्मिती केली होती. तेथील कोरीव लेखावरून हे स्पष्ट होते. वाकाटक राजवंशाच्या काळात अजंठा येथील बहुतांश लेणी खोदली गेली. तत्कालीन समाजातील लोकांचा बौद्ध धर्माकडे ओढा होता. असंख्य दाने देऊन त्यांनी पाठिंबा व्यक्त केलेला होता. त्यामुळेच अजंठा लेण्यांची निर्मिती होऊ शकली.

जैन धर्म : जैन धर्माचा दक्षिण भारतात इसवी सनपूर्व काळातच प्रसार झाला होता. परंतु त्याचवेळी बौद्धधर्मही द. भारतात लोकप्रिय झाला. त्यामुळे वाकाटक काळात महाराष्ट्रात जैन धर्माचे स्थान नगण्य मानावे लागते. जैन धर्माचे त्या काळातील भौतिक पुरावे पुरेशा संख्येने नाहीत. अर्थात या नंतरच्या काळात जैन धर्मही लोकप्रिय झालेला दिसतो.

लोकधर्म / जनसंप्रदाय : सामान्य लोकांचे परंपरेने झालेले काही धार्मिक विचार, धार्मिक समजुती रूढ होत्या. वर उल्लेख केलेल्या धर्माखेरीज लोकधर्म म्हणता येईल असा एक धार्मिक विचार समाजात रूढ होता. त्यात 'यक्ष' 'नाग' 'मातृदेवता'

या संप्रदायांचा समावेश होता. यांची उपासना केली जात असे. त्यामुळे हिंदू, बौद्ध, जैन धार्मिक प्रवाहामध्ये या लोकधर्मातील देवदेवतांना सामावून घेतले गेले.

मातृदेवतांच्या दगडाच्या मातीच्या प्रतिमा मिळाल्या आहेत. सातवाहन व वाकाटक काळातील प्रतिमाही मिळाल्या आहेत. या मातृदेवतांना वैदिक/पौराणिक धर्माच्या चौकटीत सामावून घेण्याचा प्रयत्न जाणीवपूर्वक केलेला दिसतो. मातृदेवतांच्या प्रतिमा ह्या 'लज्जा' नांवाने ओळखल्या जातात. हा मातृदेवतेचा संप्रदाय या काळात शैवपंथाशी जोडण्यात आला. वाकाटक राजा दुसरा पृथिवीषेण (इ.स. ४७०-४९०) हा 'माहूरझरी' नांवाच्या गावाला यात्रेसाठी आल्याची नोंद आहे. माहूरझरी म्हणजे पूर्वीचे मातृपूर असावे. हे मातृपूर मातृदेवतेच्या संप्रदायाचे केंद्र होते. नांदेड जिल्ह्यातील माहूर हेही रेणुकामातेचे स्थान आहे. यावरून वाकाटक काळात लोकधर्माची सांगड समाजातील प्रमुख धर्म/पंथ यांच्याशी घातलेली दिसते.

सरिता देवता : वाकाटक काळात गंगा व यमुना या प्रमुख नद्यांची देवता म्हणून पूजा होऊ लागली होती. मंदिरांच्या प्रवेशद्वारावर या देवतांच्या मूर्ती कोरण्यास प्रारंभ झाला होता. अजंठा येथे बौद्ध चैत्यगृहातही अशा प्रतिमा आढळतात. पवनार (जि. वर्धा) येथे गंगेची अशीच एक मूर्ती सापडली आहे. या मूर्तीवर 'गंगा भगवती' असा वाकाटककालीन नामवाचक लेखही आढळतो.

अर्थव्यवस्था : वाकाटक राजवंशाच्या काळातील धर्मव्यवस्था कशी होती, त्याचे साहित्यिक, अभिलेखीयपुरावे मिळतात का, त्या पुराव्यांचे नेमके स्वरूप काय आहे, अशा मुद्यांचा विचार आपण करणार आहोत. यासाठी अर्थव्यवस्था आणि तिचे घटक आपल्याला पाहावे लागतील.

अ) जमीन / पर्यायाने शेती : हा अर्थव्यवस्थेतील महत्त्वाचा घटक आहे. जमिनीची मशागत करून (शेती करून) त्यातून उत्पादन मिळवणे हा प्रचंड मोठा व्यवसाय/ उपजीविका आहे. याच उत्पादनाचा पुढे व्यापार केला जातो. म्हणजेच अनेक व्यवसाय या उत्पादनाशी निगडित असतात.

१) जमीनमालकी : जमिनीची मालकी त्या त्या व्यक्तीची असे. जमिनीचा आकार लहान मोठा कसाही असे. साधारणपणे सधन लोकांच्या ताब्यात मोठ्याल्या जमिनी व सामान्य शेतकऱ्यांकडे लहान आकाराच्या जमिनी असत. काही जमिनींची मालकी राज्यकर्त्यांकडे असे. राजाचा पराभव झाला की या जमिनीची मालकी नवीन राजाकडे हस्तांतरित होत असे. राजाला एखादी विशिष्ट जमीन अथवा जमिनीचा तुकडा हवा असेल तर त्या जमिनीच्या मालकाकडून तो खरेदी करावा लागे. असे जमीनखरेदीचे काही उल्लेख कोरीव लेखांत आढळतात. उदा. दुसरा प्रवरसेन (इ.स. ४००-४१५) याने 'प्रभावतीस्वामिन मंदिर' (रामटेक येथील केवल नरसिंह मंदिर) बांधावयाचे ठरवले. तेव्हा त्या जमीनमालकाकडून जमीन विकत घ्यावी लागली.

असेच दुसरे उदाहरण आहे. कदळी वाटक येथे सुदर्शन तलाव बांधताना जमीन विकत घ्यावी लागली होती.

२) भूदाने : जमिनी दान दिल्याच्या नोंदी प्राचीन काळापासून आहेत. सातवाहन काळात बौद्धसंघांना / लेण्यांना अशी भूदाने, ग्रामदाने दिलेली होती. भूदानाचा अर्थ असा आहे की १) प्रत्यक्ष जमिनी देणे : - मालकी हक्क हस्तांतरित करणे. २) जमीन दान न देता त्या जमिनीचे उत्पन्न हस्तांतरित करणे, जमिनीवरील शेतसारा दान दिला जाई. या दुसऱ्या प्रकारातील जमिनी दान देणाऱ्यांच्या मालकीच्या असत. त्या प्रत्यक्ष हस्तांतरित न करता जमिनीचे उत्पन्न किंवा शेतसारा/कर गोळा करण्याचा अधिकार दान दिला जाई. वाकाटक राजांनी ब्राह्मणांना, शैव, वैष्णव मंदिरांना अशी भूदाने दिलेली होती. प्रत्यक्ष जमिनी कसणारे लोक उत्पादनाचा कर या ब्राह्मणांना किंवा मंदिरांना देत असत. अशाप्रकारे जमिनीतून उत्पन्न काढणारे लोक वेगळे असत. उत्पन्नावरील कर स्वीकारणारे लोक वेगळे असत. राज्यकर्ते हा कर घेत नसत. वाकाटकांच्या कोरीव लेखांत अशा दानांच्या नोंदी अगदी तपशीलवार आढळतात.

३) शेती, पिके, शेतीसाठी पाणीपुरवठा : कोरीव लेखांत शेतीचे उल्लेख आढळतात ते नांगरटीचे, धान्याचे. तसेच गृहपती असा शेतकऱ्यांसंबंधीचा उल्लेख आढळतो. वाकाटक राजा देवसेन(वत्सगुल्म शाखा) (इ.स. ४५० - ४७५) याच्या ताम्रपटात नांगरवाटक नावाच्या खेड्याचा उल्लेख आहे. हे नाव उत्तम नांगरासाठी किंवा नांगरणी करणाऱ्या शेतकऱ्यांवरून पडले असावे. दुसरा प्रवरसेन (इ.स. ४००-४१५) याचा पवनी येथील दानपत्रात अचलपूर खेड्याचा उल्लेख आहे. हे खेडे 'कृष्णलेशालि कटक' नांवाच्या प्रशासकीय विभागातील होते. कृष्णलेशालि म्हणजे 'कृष्णसाळ.' तांदळाच्या साळीचा एक प्रकार होय. या विभागात हा तांदळाचा प्रकार पिकवीत असावेत असे दिसते.

शेतीसाठीच्या पाणीपुरवठ्यासंबंधी काही उल्लेख मिळतात. १) रामटेक येथील कोरीव लेखात 'सुदर्शन' नावाच्या तलावाचा उल्लेख मिळतो. (दुसरा प्रवरसेन याचा लेख) २) दुसरा उल्लेख वत्सगुल्म शाखेच्याच देवसेन राजाच्या हिस्से बोराल येथील कोरीव लेखात, हिस्से-बोराल येथे तलाव खोदल्याचा उल्लेख आढळतो. ३) दुसऱ्या पृथिवीषेणाच्या (इ.स.४७०-४९०) माहूरझरी ताम्रपटात तलाव खोदल्याचा उल्लेख आढळतो. ४) छोट्या मोठ्या विहिरी, पायऱ्यांच्या विहिरी यांचा उल्लेख मिळतो. ५) पिकांना पाणीपुरवठा करणे व तो नियंत्रित करणे यासाठी मातीच्या बंधाऱ्यांचा उल्लेख आढळतो.

४) पीक, फळे, वनस्पती, औषधी वनस्पती : तऱ्हेतऱ्हेच्या पिकांची, फळांची, वनस्पतींची लागवड होत होती. साहित्यात त्यांचे उल्लेख आढळतात. त्यांच्या नावांचा वापर करून काही स्थळांना नांवे दिलेली आढळतात. बदरीग्राम, कदलीवाटक,

श्रीपर्णक, आराम, आम्रवाटक, चिंचपल्लिका, इत्यादी. गावांची नावे, पिके, फळांवरून पडली आहेत.

ब) उद्योगधंदे : शेती या महत्त्वाच्या व्यवसायानंतर इतर उद्योगधंदे प्रचलित होते. त्यांत शेतीवर आधारलेले उद्योगधंदे व इतर उद्योगधंदे- व्यवसाय यांचे उल्लेख आढळतात. उदा. उसाची लागवड करून नंतर उसापासून गूळ तयार करण्याचा व्यवसाय केला जात असे.

विदर्भामध्ये कापसाचे उत्पन्न भरपूर असे. त्यामुळे कापूस व सुती वस्तू यांना मागणी होती. देशाबाहेरूनही याला मागणी होती. विणकर, तेली, कुंभार, गंधिक, सुतार, पाषाणमिस्त्री हे व्यावसायिक आपला व्यवसाय जोरात करत होते. यांपैकी काहीजण धनिक होते. त्यांनी देणग्या दिलेल्या आहेत. लेखांमध्ये तसे उल्लेख आहेत. 'विटा' पाडण्याचा व्यवसायसुद्धा तेजीत होता. दुसरा पृथिवीषेण (इ.स. ४७०-४९०) याच्या मांढल ताम्रपटात हा उल्लेख आढळतो. दुसरा प्रवरसेन या राजाच्या चम्मक येथील ताम्रपटामध्ये एका चांभाराने केलेल्या दानधर्माचा उल्लेख आहे.

लोहार व सोनारकाम या उद्योगांसंबंधी काही माहिती मिळते. वाकाटक राजा दुसरा प्रवरसेन याच्या 'दुदिया' ताम्रपटात सोन्याशी संबंधित नांवे असलेली गावे सापडतात. हरिषेणाच्या (इ.स. ४७५-५००) थाळनेर ताम्रपटात सुवर्णकारांची वस्ती असलेल्या ग्रामाचा उल्लेख आढळतो. सुवर्णकारांकडे ताम्रपट, कांस्यपट तयार करण्याचे काम असे. तांबट म्हणजे तांब्याचे काम करणारी मंडळीसुद्धा ताम्रपट करीत असत.

क) व्यापार, चलन व नाणी : सातवाहन काळात व त्यानंतर वाकाटक-काळात व्यापार हासुद्धा प्रमुख व्यवसाय होता. देशात व्यापाराची अनेक केंद्रे होती. त्यांना जोडणारे व्यापारी मार्ग होते. वाकाटक काळातील चलनव्यवस्था कशी होती हे पहावे लागते. सातवाहन काळात सातवाहन, क्षत्रप, रोमन राज्यकर्त्यांची चांदीची, सुवर्णाची नाणी वापरात होती. वाकाटक काळातसुद्धा ही चलनव्यवस्था कायम होती. मौल्यवान धातूंची नाणी उदा. सोने, चांदी या नाण्यांचा वापर मोठ्या आर्थिक व्यवहारात होत होता. दैनंदिन वापरासाठी हलक्या धातूची नाणी वापरली जात. वाकाटकांची आतापर्यंत हलक्या धातूचीच नाणी सापडली आहेत.

वाकाटक काळात एकूण नाणेव्यवस्था, चलनव्यवस्था गुंतागुंतीची असावी. कारण पूर्वकालीन राजांची मौल्यवान धाचूंची नाणी वाकाटककाळातही चलनात होती. उदा. चांदीच्या आहत मुद्रा मध्ययुगाच्या सुरुवातीच्या काळापर्यंत वापरात होत्या. वाकाटकांच्या पूर्वीच्या सातवाहन राजवंशाची चांदीची नाणी वाकाटक काळातही स्वीकारली जात होती. सातवाहनांच्या प्रदेशात जरी तो प्रदेश नंतर वाकाटकांच्या आधिपत्याखाली आला असला तरी ती चांदीची नाणी स्वीकारली जात होती. यांच्याबरोबरच गुप्तांची सोन्याची व चांदीची नाणी व्यवहारात होती. वाकाटक

राजवंशाचे व गुप्त राजवंशाचे वैवाहिक संबंध, मैत्रीचे संबंध असल्यामुळे हे शक्य झाले. यावरून असे म्हणता येईल की, वाकाटककाळात चांदीची आहत नाणी, सातवाहन चांदीची नाणी, क्षत्रपांची चांदीची नाणी, गुप्तांची सोने व चांदीची नाणी, वाकाटकांची हलक्या धातूची नाणी वापरात होती.

शिक्षण आणि साहित्यनिर्मिती : वाकाटककाळात समाजात साक्षरता किती होती, स्त्रिया व पुरुष यांच्यासाठी शिक्षणव्यवस्था कशी होती, याचे अगदी ठळक आणि थेट पुरावे सांगता येत नाहीत, परंतु साहित्यनिर्मिती होत होती. तसेच धर्मग्रंथांच्या अभ्यासाविषयी पुराभिलेखात आणि साहित्यात उल्लेख आढळतात.

वाकाटककाळात संस्कृत साहित्य बहराला आले. त्यापूर्वी सातवाहन काळखंडात प्राकृत साहित्यनिर्मिती झाली. (गाथासत्तसई) नंतर वाकाटक राजांनी संस्कृत भाषेला प्रोत्साहन दिले. पुराणे, रामायण, महाभारत हे ग्रंथ रचले गेले होते व समाजात मान्यता पावले होते. नंतरच्या काळातील अनेक वाङ्मयीन कलाकृतीं ह्या पौराणिक आणि महाकाव्यातील कथांवर आधारित आहेत. वाकाटकाच्या वत्सगुल्म शाखेचा 'सर्वसेन' (इ.स. ३३०-३५५) याने कृष्णाच्या जीवनातील काही प्रसंगांवर आधारित प्राकृत भाषेत महाकाव्य रचले होते. त्या महाकाव्याचे नाव हरिविजय असे होते. वाकाटकांच्या प्रवरपूर शाखेतील प्रवरसेन दुसरा (इ.स. ४००-४१५) याने 'सेतुबंध' किंवा 'रावणवहो' नावाची प्राकृत काव्यरचना केली होती. सर्वसेनाने रचलेले काव्य काळाच्या ओघात नष्ट झाले आहे. त्याचे उल्लेख नंतरच्या काळातील वाङ्मयात मिळतात. प्रवरसेनाचे सेतुबंध काव्य उपलब्ध आहे. ही दोन्ही काव्ये उत्तम काव्यात्म गुणासाठी प्रसिद्ध आहेत.

या काळात धार्मिक ग्रंथांच्या अभ्यासाची परंपरा आढळते. वेदवाङ्मय, वेदपांडित्य समाजात रूढ होते. त्याला राजवंशाचा पाठिंबा मिळत होता.

समाजव्यवस्था : दक्षिण भारतात चार वर्णांनी बद्ध असलेली समाजव्यवस्था इसवी सनाच्या पूर्वीपासूनच दृढ झाली होती. सातवाहन काळात आणि नंतर वाकाटक-काळात ती तशीच होती. त्याचे उल्लेख साहित्य कलाकृतींमधून व पुराभिलेखांतून भरपूर मिळतात. ब्राह्मण, क्षत्रिय, वैश्य, शूद्र या वर्णांमुळे समाजात श्रमविभागणी झाली. सामाजिक कार्याची जबादारीसुद्धा प्रत्येक वर्णाकडे सोपवलेली होती. वाकाटकांच्या कोरीव लेखांमध्ये ब्राह्मण वर्णाचे उल्लेख आहेत.

ब्राह्मण वर्ण : ब्राह्मणांना दान दिल्याच्या नोंदी आहेत. यज्ञयाग करणे, वेदाध्ययन करणे हे ब्राह्मणांचे विहित कार्य होते. ब्राह्मण ते कार्य उत्तमरीतीने पार पाडत होते असे दिसते. या कार्यासाठी त्यांना दान दिल्याच्या नोंदी वाकाटकांच्या कोरीव लेखांत आहेत. ब्राह्मणांनी कोणते वेदाध्ययन केले त्याचाही उल्लेख आढळतो. वेदपांडित्यासाठीच ही दाने दिलेली होती.

काही ब्राह्मणांनी वेदाध्ययन, यज्ञकर्म ही कामे सोडून अन्य वर्णांचे व्यवसाय

केलेले दिसतात.काही ब्राह्मण घराण्यांनी राज्यसत्ता मिळवली. वाकाटक हे स्वत: ब्राह्मण होते. त्यांनी महाराष्ट्रात इसवी सनाच्या तिसऱ्या शतकाच्या शेवटी सत्ता स्थापली. अश्वमेध यज्ञसुद्धा त्यांनी केले. म्हणजेच ब्राह्मण वर्ण असूनही क्षत्रिय वर्ण स्वीकारला होता. अनेक ब्राह्मणांची नियुक्ती वरिष्ठ लष्करी आणि प्रशासकीय पदावर झालेली दिसते. वाकाटक राजा हरिषेण (इ.स.४८५-५००) याच्या राजवटीत वराहदेव या मंत्र्याची नियुक्ती हे उदाहरण सांगता येईल. काही ब्राह्मण व्यापार व शेती या अन्य क्षेत्रांकडे वळले. साहित्यकृतीतून हा संदर्भ मिळतो. उदा. मृच्छकटिक या नाटकाचा नायक चारुदत्त व्यापार करतो. वाकाटकांनी दिलेल्या भूदानांमुळे ब्राह्मण जमीनदार बनलेले दिसतात. अशा तऱ्हेने ब्राह्मणांनी अन्य व्यवसाय करण्यास सुरुवात केलेली दिसते.

क्षत्रिय वर्ण : क्षत्रियांची विहित कर्मे म्हणजे राजकीय, प्रशासकीय आणि लष्करी जबाबदाऱ्या पार पाडणे होय. त्याचबरोबर क्षत्रियांना वेदाध्ययन, यज्ञयाग, दानधर्म हे सर्वसाधारण अधिकार होते. वाकाटकांच्या कोरीव लेखांत सेनापती चित्रवर्मन, याचा उल्लेख आहे. प्रभुसिंह याचा उल्लेख प्रभावती गुप्तच्या (इ.स. ३९५ च्या पुढे) ताम्रपटात आहे. इतर वर्णांच्या लोकांनी क्षत्रिय वर्णाची जबाबदारी घेतल्याची काही उदाहरणे आहेत परंतु ती थोडी आहेत.

वैश्य वर्ण : या वर्णाकडे शेती, पशुपालन, व्यापार या जबाबदाऱ्या सोपवलेल्या होत्या. ही सर्व कामे वैयक्तिक स्वरूपाची असली तरी अंतिमतः सर्व समाजासाठी त्याचा उपयोग होत असे. धर्मशास्त्रसंहितांमध्ये वैश्यवर्णासाठी काही उपनामे किंवा उत्तरपदे वापरावी असे सुचवले आहे. 'गुप्त', 'भूति', 'दत्त' ही ती उत्तरपदे सांगितलेली आहेत.

शूद्र वर्ण : या वर्णातील लोकांनी अन्य वर्णांसाठी शरीरकष्टाची कामे आणि विविध कला हस्तकौशल्ये यांची सेवा द्यावी असे धर्मशास्त्रसंहितांमध्ये सांगितले आहे. काही वेळा असे दिसते की, वैश्यवर्णाची म्हणून जी कामे सांगितली आहेत तीसुद्धा शूद्रांनी केलेली आहेत. वाकाटकांच्या कोरीव लेखांत 'दास' या उत्तरपदाने ज्यांचे नाव तयार झाले आहे त्या लोकांनी अन्य काम केलेले दिसते. उदा. चमिदास, नमिदास नावे लेखांमध्ये आहेत. ते सेनापती आहेत. म्हणजेच शूद्र वर्णाचे लोक सैन्यात भरती होऊन रक्षणाची जबाबदारी उचलत असत. एकूणच वाकाटक काळात शूद्र वर्णाच्या लोकांनी आपले परंपरागत व्यवसाय केले शिवाय अंगच्या गुणांच्या जोरावर अन्य वर्णांची कामे केलेली दिसतात. वैश्य वर्णाच्या बाबतीतही असेच घडलेले दिसते. याचा अर्थ असा की समाजात चातुवर्ण्यव्यवस्था असली तरी ती लवचीक होती. वैश्य आणि शूद्र वर्णांच्या लोकांनी अंगच्या गुणांच्या जोरावर उच्च वर्णाची कामे केली आणि समाजाला ते मान्य झालेले होते.

या चातुवर्ण्याच्या चौकटीत काही अन्य लोकांना सामावून घ्यावे लागले होते. या काळात जे परकीय लोक भारतात आले आणि स्थायिक झाले, त्यांना भारतीय समाजाने सामावून घेतले. नुसतेच सामावून घेतले असे नाही तर त्यांना समाजामध्ये वर्णव्यवस्थेत एक दर्जा दिला.

आश्रम : समाजाची विभागणी जशी चार वर्णांमध्ये झाली होती तशी वैयक्तिक आयुष्याची विभागणी चार आश्रमांमध्ये केलेली होती. ब्रह्मचर्याश्रम, गृहस्थाश्रम, वानप्रस्थाश्रम, संन्यासाश्रम या चार आश्रमांची आखणी केलेली होती. वाकाटक काळात दुसरा प्रवरसेन (इ.स. ४०० ते ४१५) याच्या ताम्रपटात ब्रह्मचारी असलेल्या 'कालूट्टक' याचा उल्लेख (दान स्वीकारणारा असा) केलेला आढळतो.

विवाहसंस्था : प्राचीन काळात विवाहसंस्था सामाजिक व धार्मिक दृष्टीने महत्त्वाची मानलेली होती. सामान्यपणे वर्ण किंवा जातिअंतर्गतच विवाह होत असत. परंतु वर्णव्यवस्था आणि वास्तवात घडणाऱ्या काही घटना यामुळे तत्कालीन विचारवंतांनी आंतरवर्णीय विवाहांचा विचार मांडला. कधी कधी असे विवाह समाजाला उपयोगी ठरत. त्यातून समाजात सुसंवाद टिकून रहात असे.

उदा. 'उच्चवर्णीय मुलगा x नीचवर्णीय मुलगी' अशा विवाहाला 'अनुलोम' विवाह म्हणत असत. या विवाहास, सामाजिक मान्यता होती. दुसरा प्रकार म्हणजे 'उच्चवर्णीय मुलगी x नीचवर्णीय मुलगा' या विवाहाला नाव होते प्रतिलोम विवाह. या विवाहास मान्यता नव्हती, तरीही असे विवाह होत असत.

वाकाटकांच्या कोरीव लेखात काही उदाहरणे अनुलोम विवाहाची मिळतात. वाकाटक राजा दुसरा रुद्रसेन याचा विवाह गुप्तराजाच्या प्रभावतीगुप्त हिच्याबरोबर झाला होता. (इ.स. ३९५) गुप्त हे उत्तरपद वैश्यांसाठी होते. हे जर स्वीकृत असेल तर हा अनुलोम विवाह ठरतो. राजघराण्यातील विवाह हे पुष्कळ वेळा अनुलोम, प्रतिलोम असू शकतात. याचे कारण या वैवाहिक संबंधांतून काही राजकीय हेतू सफल होतात. तसेच परकीय सत्ताधाऱ्यांनाही समाजात सामावून घेताना या वैवाहिक संबंधांचा उपयोग होतो.

कुटुंबसंस्था : सातवाहन काळात समाजात एकत्र कुटुंबव्यवस्था होती. हे आपण पाहिले आहे. कधी कधी तीन पिढ्या म्हणजे आजोबा- मुलगा, नातू हे एकत्र राहात असत. भाऊ-भाऊ एकत्र राहात असत. हे सर्व शिलालेखांवरून कळते. वाकाटक-काळातसुद्धा ही व्यवस्था कायम होती.

स्त्रियांचे स्थान : वाकाटक काळातील कोरीव लेखांमध्ये स्त्रियांचे- त्यांच्या दानधर्माचे उल्लेख मिळतात. वाकाटक साम्राज्ञी प्रभावतीगुप्त हिचे फार मोठे उदाहरण सांगता येते. दुसऱ्या रुद्रसेनाने प्रभावती गुप्त हिला पट्टराणीपद दिलेले होते. मात्र तो अकाली मृत्यू पावला. रुद्रसेनाला दिवाकरसेन नि दामोदरसेन हे दोन पुत्र होते. ते दोघेही

अल्पवयी असल्यामुळे दिवाकरसेनाच्या नावाने प्रभावती गुप्त राज्यकारभार पाहू लागली. तिने दिवाकरसेन (इ.स. ४०५-४२०) याच्या नावाने राज्य केले. त्यानंतर तो मरण पावला. तेव्हा दुसरा पुत्र दामोदरसेन म्हणजेच दुसरा प्रवरसेन (इ. स. ४२० ते ४५०) याच्या वतीने ती राज्यकारभार पाहात होतीच. दामोदरसेन तथा दुसरा प्रवरसेन याने आई प्रभावती गुप्त हिच्यासाठी मंदिर बांधल्याचा उल्लेख आहे. यावरून प्रभावती गुप्त हिला खूप मान दिला जात होता, हे स्पष्ट होते.

मातृनामानुवर्ती : काही राजे, प्रतिष्ठित लोक स्वतःच्या नावामागे आईचे नाव लावत असत. परंतु वाकाटक काळात ही प्रथा फारच थोड्या वेळा पाळलेली दिसते. उदा. पहिल्या प्रवरसेनाच्या चार मुलांपैकी फक्त एकानेच गौतमीपुत्र हे मातृनाम धारण केले होते. वाकाटकांच्या समकालीन राजवंशांमध्ये ही प्रथा लोकप्रिय होती असे दिसते. उदा. इक्ष्वाकु राजवंश.

या सर्व विवेचनावरून असे म्हणता येईल की, वाकाटकांच्या काळात सांस्कृतिक प्रगती उत्तमच होती. समाजातील वर्णव्यवस्थाही लवचिक होती. प्रत्येक वर्णाच्या लोकांना अंगच्या गुणांच्या जोरावर उच्चवर्णामध्ये स्थान मिळवण्याची संधी होती. एकूण समाजव्यवस्था भक्कम होती, ती रूढीप्रिय असली तरी आवश्यक तेवढी लवचिकही होती.

२.३ यादवकाळ – सांस्कृतिक

प्रास्ताविक : प्राचीन महाराष्ट्रात सातवाहन व वाकाटक राजवंशाच्या नंतर चालुक्य, राष्ट्रकूट, शिलाहार हे राजवंश होऊन गेले. त्यानंतर यादव राजवंशाची सत्ता महाराष्ट्रावर होती. आधुनिक काळातील महाराष्ट्र प्रांताचा बहुतेक सर्व भूभाग व शिवाय उत्तर कर्नाटकाचा भाग त्यांच्या आधिपत्याखाली होता. इसवी सनाच्या ९व्या शतकाच्या मध्यापासून इसवी सनाच्या तेराव्या शतकाच्या अखेरपर्यंत यादवांचे राज्य होते. यांपैकी इसवी सनाच्या ९व्या शतकापासून बाराव्या शतकाच्या अखेरपर्यंत ते राष्ट्रकूट व कल्याणच्या चालुक्यांचे मांडलिक म्हणून महाराष्ट्रावर राज्य करत होते. नंतर मात्र त्यांनी सार्वभौमत्वाची द्वाही फिरवली. इ.स. १२९६ मध्ये यादवांच्या देवगिरीवर अल्लाउद्दीन खिलजीने आक्रमण केले आणि यादवांचा पराभव केला.[१]

प्रशासनव्यवस्था – या सर्व कालखंडात कल्याणीचे चालुक्य, राष्ट्रकूट, शिलाहार काकतीय राजे यांच्याबरोबर असंख्य युद्धे यादवांनी केली. परंतु त्याचबरोबर त्यांच्या ताब्यातील प्रदेशामध्ये उत्तम प्रशासनव्यवस्था ठेवली होती. यादवांच्या आधीच्या राज्यांची प्रशासनव्यवस्था, यादवांच्या समकालीन राजांची प्रशासनव्यवस्था आणि यादवांची प्रशासनव्यवस्था यांत फार मोठे बदल घडलेले नाहीत. प्राचीन राजवंशांच्या प्रशासनव्यवस्थेची मदत घेऊनच पुढे यादवांनी स्वत:ची प्रशासनव्यवस्था बसवली. त्यामुळे फार मोठे बदल दिसत नाहीत.

प्रशासकीय विभाग – राष्ट्र, विषय, मंडल, भुक्ती, पूर, ग्राम असे प्रशासकीय विभाग यादवपूर्व काळापासूनच होते. या विभागांच्या भौगोलिक सीमारेषा काळानुरूप तत्कालीन राजवटीनुरूप कमी-अधिक होत असत. म्हणजेच या विभागांचे भौगोलिक क्षेत्र निश्चित नसे. विभागांचे अस्तित्व अनेक राजवटींमध्ये दिसून येत असले तरी त्यात भौगोलिकदृष्ट्या परिवर्तन झालेले असे.

देश – यादवकाळात 'देश' हा विभाग महत्त्वाचा ठरलेला दिसतो. हा विभाग 'कलचुरी' या राजवंशाच्या काळातही होता. (इ.स. ५५० च्या पुढे) यादवकाळात 'देश' हा विभाग सर्वात मोठा प्रशासकीय विभाग ठरला. यादवकाळात याची व्याप्ती आजच्या मोजमापाप्रमाणे १० ते २५ चौ. कि.मी. असावी. देश या विभागाची उदाहरणे यादवांच्या कोरीव लेखात सापडतात. त्यांपैकी काही पुढीलप्रमाणे आहेत. विठ्ठलदेव याच्या पंढरपूर शिलालेखात 'विलदेश', 'मानदेश' यांचे उल्लेख आहेत. यादवसेनानी खोलेश्वर (इ.स. १२०० ते १२५०) याचे आंबे येथील लेखात 'अंबेदेश', 'केज देश', 'ओस देश', 'उदयगिरी देश' यांचा उल्लेख आहे.

विषय – 'देश' हा मोठा विभाग होता. 'विषय' हा 'देशा'चा उपविभाग/उपप्रान्त होता. विषय हा प्रादेशिक विभागासाठी कधी कधी 'गंपण' हा शब्द आल्याचे दिसते.

खंड – 'विषय' या विभागापेक्षा लहान विभागास 'खंड' म्हणत असत. उदा. 'कावेर खंड'

वेलित – हा सर्वात लहान प्रादेशिक भाग होता.

या विभागांच्या मध्यवर्ती ठिकाणी राजकीय केंद्र, सैनिकी तळ असावेत. सैनिकी तळांसाठी वेगळी शासनव्यवस्था असे.

पूर– 'पाटन/नगर', 'ग्राम', 'स्थान' हे आणखी शासन विभाग होते. ही वेगवेगळी वस्तीस्थाने होती. त्यांची शासनव्यवस्था थोडी वेगळी होती. या वस्तीस्थानांच्या आकारमानावरून व रहिवाशांच्या संख्येवरून त्यांची शासनव्यवस्था ठरत असे.

ग्रामांची प्रशासनव्यवस्था – ग्रामप्रमुख : ग्रामांमध्ये ग्रामप्रमुख असे. त्याला 'पट्टेलवर्य' असे संबोधले जाई. उदा. मंचर (पुणे जिल्हा) येथील यादवकालीन वापी लेखात 'मणिचर' येथील ग्रामप्रमुखाला 'पट्टेलवर्य' म्हटले आहे. 'पट्टकिल', 'पाटील' असेही संबोधन आढळते. ग्रामप्रमुख संपूर्ण वसाहतीचा स्वामी मानला जाई. गावाचे प्रश्न सोडविण्यासाठी ग्रामातील 'महत्तर' लोकांची पंचायत असे. प्रत्यक्ष राजाचा ग्रामातील दैनंदिन जीवनाची संबंध येत नसे.

ग्रामप्रमुखाची कामे – ग्रामातील महसूल वसूल करणे, शासनाकडे तो भरणे, वरिष्ठ अधिकारी आले तर त्यांची व्यवस्था करणे. 'वस्तीप्रमाण दण्डी' असे संबोधन ग्रामप्रमुखाला वापरलेले आढळते.

कुलकर्णी – गावातील मालमत्तेचा तपशील नोंदण्यासाठी एक अधिकारी असे तो म्हणजे 'कुलकर्णी'. या ग्रामप्रमुखांना कारभाराचे स्वरूप माहीत असे. त्यातूनच धडाडीच्या ग्रामप्रमुखांमधून पुढे लहानमोठ्या सामंतांचा, मांडलिकांचा व वतनदार, जहागीरदारांचा उदय झाला. पाटील, कुलकर्णी, महत्तर नागरिक म्हणजेच स्थानिक पंच या अधिकाऱ्यांच्यामुळे ग्रामप्रशासन स्वयंपूर्ण होत गेले. मात्र अग्रहार दाने, इतर दाने यांच्यासाठी वेगळी शासनव्यवस्था होती.

राजा हा सर्वश्रेष्ठ मानला जाई. प्रमुख सत्ताकेंद्र राजा असे. ती संकल्पना यादवकाळात सर्वमान्य होती. राज्याचा कारभार पाहण्यासाठी मंत्रिमंडळ असे. राजाला हे मंत्रिमंडळ मदत करीत असे.

शासकीय अधिकारी – महाअमात्य, अमात्य, महाप्रधान, प्रधान, मंत्री असे पदाधिकारी असत.

'दंडनायक' – सेनापती, 'भांडारिक'- कोषप्रमुख, 'चोरोद्धरजिक' ही अधिकारपदे पूर्वीपासून होतीच. 'महासंधिविग्राहक', 'श्रीकरणाधिप- नोंदणी अधिकारी', 'साहणि – सल्लागार', 'न्यायाधीश' ही अधिकारपदे यादवकाळात विशेष आढळतात. यांची काही उदाहरणे कोरीव लेखात आढळतात. हेमाद्री (कार्यकाल १२६० ते १२७५) हा 'श्रीकरणाधिप' होता. दावरस हा सिंघणाचा (इ.स.१२१० ते १२४७) 'पट्टसाहिणी' होता, हे आंबे लेखातून आढळते. राजाला या अधिकाऱ्यांबद्दल आदर वाटत असे. कोरीवलेखांत काही अधिकाऱ्यांना मोठमोठी विशेषणे लावलेली दिसतात.

'निरोपिता – उपअधिकारी', 'देसेनायक –देसाईनायक', 'गोसावी', 'जुजीपती' 'मुण्यग्रळा पुरुष', वेव्हारिआ- व्यवहारक अशी ही अधिकाऱ्यांची नावे आढळतात. या सर्व अधिकाऱ्यांच्या मदतीने राजा कारभार करत असे.

समाजव्यवस्था – प्राचीनकाळापासून भारतीय समाजात चार वर्ण होते. त्यांची माहिती आपल्याला आहे. वाकाटक काळातही चार वर्ण होते. त्यानंतरच्या काळात समाजात- समाजव्यवस्थेत काही बदल झाले. या संबंधीचे पुरावे आपल्याला समकालीन कोरीव लेखांत मिळतात. शिवाय या काळात भारतात आलेल्या परकीय प्रवाशांच्या इतिवृत्तांतसुद्धा मिळतात. इब्न खुर्दाब्द, अल इद्रिसी, अलबेरुणी या परकीयांच्या लिखाणात सामाजिक व्यवस्थेबद्दलची माहिती मिळते. इब्न खुर्दाब्द याने पाच वर्णांचा जात म्हणून उल्लेख केला शिवाय आणखी दोन जातींचा तो उल्लेख करतो. अलइद्रिसी यानेही सात जातींचा उल्लेख केलेला आहे. म्हणजे वाकाटकांच्या नंतर हळूहळू चार वर्णांचे जातींमध्ये रूपांतर झालेले दिसते. शिवाय कनिष्ठ व्यवसाय करणाऱ्या लोकांच्या व्यवसायावरून जातींमध्ये रूपांतर झालेले दिसते. या जातींना समाजात वेगळी वागणूक मिळू लागली. या जातींना पुढे अस्पृश्य मानले जाऊ लागले. अलबेरुणीच्या

(इ.स. ९७० ते १०३८) नोंदीमध्ये 'अंत्यज' या पाचव्या वर्णाचा उल्लेख येतो. अंत्यज या वर्णात चांभार, गारुडी, बुरुड, नाविक, कोळी, शिकारी, कोष्टी, धोबी यांचा समावेश केलेला दिसतो. अंत्यजांमध्ये काही लोक गावाची साफसफाई, स्मशानातील कामे करणारे होते. यात डोंब, चांडाळ, हादी, बघातौ यांचा समावेश होतो. ह्या लोकांना अस्पृश्य मानले जात होते. त्यांची वस्ती गावात नव्हती तर वेगळी वस्ती होती. गावाच्या एका टोकाला किंवा गावाच्या बाहेरच अशी वस्ती असे.

ब्राह्मण – ब्राह्मण वर्णाच्या लोकांना समाजात उच्च दर्जा होता. ब्राह्मण लोकांची दोन गटांत विभागणी झालेली दिसते. कोरीव लेखांमध्ये याच्याबद्दल माहिती मिळते. परंपरेप्रमाणे वेदांचे पठण, यज्ञ, अन्य धार्मिक विधी करणारे ब्राह्मण हा एक गट. काही ब्राह्मण इतर निरनिराळ्या विद्यांमध्ये पारंगत होते. त्यामुळे राज्यशासनासाठी त्यांचा उपयोग होत असे. 'महाप्रधान', 'प्रधान', 'अमात्य', 'भांडागारिक' या पदांवर ब्राह्मण अधिकारी नेमले जात असत. यादव राजा भिल्लम तृतीय (इ.स. ११ वे शतक) याच्या लेखात महाप्रधान मानवनायक याचा उल्लेख आहे. तो ब्राह्मण होता. अन्य कोरीव लेखात संधिविग्राहक या अधिकारपदासाठीसुद्धा ब्राह्मण वर्णातील व्यक्तीची निवड केलेली आढळते.[२] काही ब्राह्मणांनी सैनिकी पेशा निवडलेला होता. चालुक्य राजवटीतही ही प्रथा होती. यादवांचा सेनापती खोलेश्वर हा ब्राह्मण होता. हेमाद्री याने प्रत्यक्ष युद्धात भाग घेऊन झाडी-मंडळ जिंकले होते. म्हणजेच ब्राह्मणांनी यादवकाळात व त्याआधीसुद्धा राज्यशासन व संरक्षण या क्षत्रिय वर्णाच्या जबाबदाऱ्या स्वीकारलेल्या दिसतात. यशस्वीही केलेल्या दिसतात. ब्राह्मण वर्णाच्या लोकांनी शेती, पशुपालन, सावकारी हे व्यवसाय स्वीकारलेले दिसतात. शासनकर्त्यांनी वेळोवेळी ब्राह्मणांना ज्या जमिनी दान दिलेल्या असत, त्या जमिनी कसण्यासाठी वैश्य, शूद्र, अंत्यज वर्णाच्या लोकांना बोलावले. यथोचित करार करून जमिनी नांगरटीखाली आणल्या. जंगले तोडून वस्ती उभी केली. अशाप्रकारे जमीनदानामुळे राज्याचे उत्पादन, वस्तीस्थान, कारागिरी सर्वच वृद्धिंगत झालेले दिसते.

ब्राह्मणाच्या उपजाती – यादवकाळात व त्याआधीच्या काळात (इ.स. ११ व्या शतकाच्या शेवटी व इ.स. १२ व्या शतकाच्या प्रारंभी) ब्राह्मणांमध्ये उपजाती निर्माण होत होत्या. शेणवई, सहवासी, या उपजातींचा उल्लेख कोरीव लेखात येतो. वेदाध्ययन, वेदपठण या कार्यावरून वेदपाठी, क्रमविद्, चतुर्वेदी अशी पदवी आढळते. दीक्षित, पंडित ह्या उपाध्या/ पदव्या लावलेल्या आढळतात.

क्षत्रिय – क्षत्रिय वर्णाचे लोक संरक्षण, राज्यशासन, प्रजापालन ही कार्ये करीत होते. चालुक्य, राष्ट्रकूट, शिलाहार, यादव काळात सैन्यात क्षत्रिय वर्णाचे लोक भरती होत असत. परंतु त्याचबरोबर यादवकाळात ब्राह्मण, वैश्य, शूद्र समाजातील लोकांचीही भरती होत असे. म्हणजेच सैन्यातील सर्वच्या सर्व लोक क्षत्रिय वर्णाचे नसत. क्षत्रियांमध्ये

'दोन वर्ग' तयार झाले होते. 'पहिला वर्ग' आहे तो क्षत्रिय शासक (राज्यकर्ते) यांचा अणि या राजघराण्यावर अवलंबून असलेले त्यांचे नातलग, सामान्य क्षत्रिय लोक, हा 'दुसरा वर्ग' होय. तसेच क्षत्रिय राजवंशामध्ये दोन गट तयार झाले होते. १)सूर्यवंशी २) चंद्रवंशी. ज्या राजवंशाची उत्पत्ती सूर्यापासून ते सूर्यवंशी तर राजवंशाची उत्पत्ती चंद्रापासून झाली ते चंद्रवंशी होय.

वैश्य – वैश्य वर्णाचे लोक शेती, स्थानिक व्यापार, देशोदेशींचा व्यापार ही कामे करीत असत. परंतु यादवकाळापर्यंत त्यांनी त्यांचे प्राचीन काळातील वेदअध्ययन, यज्ञविधी, दानधर्म ही कामे सोडून दिलेली होती. त्यामुळे त्यांचे समाजातील उच्चस्थान आता राहिलेले नव्हते. इतर (ब्राह्मण, क्षत्रिय) वर्णाची सेवा, कौशल्याची कामे, (कारागिरी) हीच त्यांची प्रमुख कामे राहिली होती. त्यामुळे शूद्र वर्णाच्याप्रमाणेच त्यांचा उल्लेख ग्रंथातून आढळतो. यादवकाळात वैश्य आणि शूद्र वर्णामध्ये फारसा फरक राहिलेला नव्हता. वैश्य वर्णातील जे लोक फक्त व्यापार करीत होते त्यांना मात्र समाजात मान होता. त्यांच्या श्रेणी, संघटना होत्या. यादव लेखांमध्ये मल्लश्रेष्ठी नांवाचा एका 'गव्हर्नर' पदाधिकाऱ्याची नोंद आढळते. म्हणजे शासकीय अधिकाऱ्यांमध्ये मोजके लोक वैश्य वर्णाचे असावेत. काही श्रेणींनी स्वतःच्या रक्षणासाठी सैन्य राखलेले असे.

शूद्र – उच्चवर्णीयांची सेवा हाच यांचा व्यवसाय होता; परंतु यादवकाळापर्यंत विविध व्यवसाय करू लागले होते. शेती, पशुपालन, वस्तूविक्री, चित्रकाम, नृत्य, संगीत, वादन हेही व्यवसाय करण्याची परवानगी यादव काळात होती. काही शूद्र वर्णाचे लोक सैन्यात भरती होत असत.

कायस्थ – यादवकाळात 'कायस्थ' असा नामनिर्देश लेखांमध्ये आढळतो. हा एक वेगळा सामाजिक गट होता किंवा जात निर्माण झाली होती असे म्हणता येईल. राजदरबारी कामकाज करणारा, कार्यालयात लेखनिक, हिशेब ठेवणारा असा हा वर्ग होता. लेखन आणि प्रत्यक्ष शासनामध्ये यांची जबाबदारी असे. धूर्त, हुशार, राजाला आवश्यक असणारी सेवा पुरवणारा असा हा गट यादव काळातील लेखांत आढळतो. उदा. यादव राजा रामचंद्र (इ. स. १२७१ ते १३११) याच्या उनकेश्वर (उन्हकदेव) शिलालेखात (इ.स. १२८९) कायस्थ सोमदेव पंडित याचा उल्लेख आढळतो. हे स्थान नांदेड जिल्ह्यातल्या माहूरपासून ३२ किमी अंतरावर आहे.

परदेशी लोक – यादवकाळापर्यंत परकीय लोक समाजाचे घटक म्हणून राहत होते. राष्ट्रकूट राजांनी मुसलमान शासक पश्चिम किनाऱ्यावरील वसाहतीवर नेमलेले होते. खलाशी, शेतकरी म्हणूनही अरब मुसलमानांचे उल्लेख येतात.

अस्पृश्यता – समाजात उच्चनीच, भेदाभेद ही भावना प्रबळ होती. उच्चवर्णाचे लोक नीच वर्णाच्या लोकांबरोबर भोजन किंवा इतर देवघेव करीत नसत. वाकाटक राजवंशाच्या काळानंतर ही भावना वाढीस लागली. यादव काळापर्यंत ही स्पृश्य–अस्पृश्य

भावना समाजात रूढ झाली होती. काही विशिष्ट व्यवसाय करणारे लोक अस्पृश्य म्हणून ओळखले जाऊ लागले. उदा. धोबी, चांभार, कोळी, चांडाळ, हादी, डोंब, बंधातौ यांना अस्पृश्य ठरवले गेले. हादी, डोंब हे लोक ग्रामसफाई करत. बघातौ हे गुन्हेगाराला फाशी देण्याचे काम करत (बधातो). हिंदू लोकांच्या मनात अस्वच्छतेबद्दल एक प्रकारची भयभावना असे. त्यामुळे ग्रामसफाई, प्रेतदहन, गुरांचे चामडे सोलणे इत्यादी कामे करणाऱ्यांना अस्पृश्य ठरवले गेले. पुढे पुढे ही अस्पृश्यांची यादी वाढत गेलेली दिसते. अशा तऱ्हेने अस्पृश्यता समाजात स्थिर झाली.

स्त्रियांचे स्थान – स्मृतिग्रंथ, पुराणे यांच्यातील संदर्भांवरून स्त्रियांबद्दल माहिती मिळते. तसेच शिलाहार, यादवकालीन लेखांमधूनही स्त्रियांबद्दल माहिती मिळते. स्त्रियांनी पतीची, कुटुंबातील सर्वांची सेवा करावी, पतीशी एकनिष्ठ राहावे असे ग्रंथामध्ये सांगितले आहे. तत्कालीन राजवंशातील राज्यांसंबंधीचे उल्लेख पतिव्रता, धार्मिक आचरण करणारी असेच आहेत. या काळात 'पडदा पद्धत' नव्हती. राजदरबारातसुद्धा येण्याची मुभा होती. 'वारसा हक्काने' त्यांना पित्याच्या मिळकतीत हिस्सा मिळत असावा. त्यासंबंधीचे उल्लेख लेखांमध्ये आहेत. विधवेला पतीच्या मिळकतीत हिस्सा मिळत असे. या नियमांचे उल्लेख स्मृतीमध्ये आहेत. प्रत्यक्षात ते किती अमलात आणले जात होते हे निश्चित सांगता येत नाही.

सतीप्रथा – मृत नवऱ्याबरोबर अग्निप्रवेश करणे म्हणजे सती जाणे होय. ही प्रथा प्रामुख्याने राजघराण्यात अस्तित्वात होती. समाजात सती स्त्रीला अत्युच्च प्रतिष्ठा होती. यादव राजवंशात सती प्रथा होती. काही राण्या सती गेल्याचे उल्लेख आहेत.[३]

गणिका – या स्त्रियांना चौसष्ट कला येत असत. शृंगारशास्त्राचे ज्ञान असे. आकर्षक व्यक्तिमत्त्व हे त्यांचे वैशिष्ट होते. सामान्य कौटुंबिक जीवन जगण्याची त्यांना परवानगी नव्हती. यादवकाळात त्यांची स्वतंत्र वसतिस्थाने होती. काही गणिका खरोखरीच कलावती असत. त्यामुळे त्यांना समाजात मान असे. त्यांना राजाश्रय मिळे. यादवकाळातील ग्रंथांमध्ये त्यांचा उल्लेख तुच्छतेने केलेला दिसतो. कदाचित समाजात त्यांना खालचा दर्जा मिळत असावा.

धार्मिक परिस्थिती – वाकाटक काळापासून महाराष्ट्रात सर्वधर्मसमभावाची संकल्पना चांगलीच रुजली होती. ती भावना नंतर राष्ट्रकूट, चालुक्य, शिलाहार व यादवकाळापर्यंत वृद्धिंगत झाली. समाजात हिंदू, बौद्ध, जैन हे धर्म लोकप्रिय होते. त्यांपैकी हिंदू धर्म जास्त लोकप्रिय होता. त्यानंतर जैन धर्म व बौद्ध धर्माचा क्रम लागतो. हिंदू धर्माचे दोन उपपंथ होते. वैष्णव, शैव. शासनकर्ते सर्व धर्मांना राजाश्रय देत असत. भेदभाव करीत नसत. एखाद्या धर्माचे अनुयायी असले तरी इतर धर्मासाठीसुद्धा उदार हस्ते देणग्या देत. मंदिरे बांधत. या राज्यकर्त्यांचे अधिकारी उदा. पंतप्रधान, सेनापती हेसुद्धा मंदिरांना, पंथोपथांना देणग्या देत. त्यांचा धर्म त्यांच्या राज्यशासनाच्या आड

येत नसे. हे शिलाहार गंडरादित्याच्या (राज्यकाल इ.स.१११० ते ११४०) इ.स. बाराव्या शतकातील लेखावरून असे दिसते. राजा गंडरादित्य याने मिरिंज देशात इरूकुडी येथे तलाव खोदला आणि त्याच्या काठावर शिव, बुद्ध, जैन तीर्थंकर यांची मंदिरे बांधली. जमीन दान दिली.

परकीय धर्म – यादव राजे वैष्णव होते. परंतु इतर धर्माप्रती सहिष्णूवृत्ती होती. याचे एक वैशिष्टपूर्ण उदाहरण सांगता येईल ते परकीयांच्या धर्माबाबत. राष्ट्रकूट, शिलाहार, यादव राजवंशांच्या काळात महाराष्ट्रात पश्चिम किनाऱ्यालगतच्या प्रदेशात अरब मुसलमान राहात होते. त्यांना त्यांच्या धर्माप्रमाणे राहण्यास/वागण्यास परवानगी होती. त्यांच्या वसतिस्थानासाठी मुसलमान अधिकारी नेमलेला असे. यादव राजा रामचंद्र याच्या लेखामध्ये अशा मुसलमान अधिकाऱ्याचा व अगास येथील मशिदीचा उल्लेख केलेला आढळतो.

हिंदू धर्म – धार्मिक विधी करणे, वेदांचा धर्म पाळणे हे हिंदू धर्माचे प्रमुख स्वरूप आहे. महाराष्ट्रातील राजवंशानी यज्ञयाग केलेले दिसतात. उदा. सातवाहन, वाकाटक, चालुक्य यांनी वैदिक धर्मानुसार विविध यज्ञ केलेले दिसतात. परंतु यादव काळात यज्ञाची प्रथा बंद झालेली दिसते. या काळात समाजातही यज्ञविधी बंद झाले होते. स्मार्त पौराणिक धर्म प्रचलित झालेला होता. स्मृती, पुराणांचा पगडा समाजावर होता. व्रते, उपवास, मूर्तिपूजा, दाने, यात्रा पंचमहायज्ञ या विधींचा अंतर्भाव स्मार्त पौराणिक धर्मामध्ये होतो.[४] त्यामुळे या विधींनुसार व्रते, उपवास लोक करीत असत. अनेक व्रतांचे, उपवासाचे उल्लेख कोरीव लेखात आहेत. तसेच यादव काळातील लिखित साहित्यात व्रतांची, उपवासांची सूची आढळते. या काळात महाराष्ट्रात मंदिरे बांधली गेली. सर्वच धर्मीयांनी मंदिरे बांधली. त्यांपैकी बरीच मंदिरे आजही आपल्याला पाहावयास मिळतात. काही मंदिरांचा जीर्णोद्धार झाला. काही अवशेषरूपातही सापडतात. तेथे देवाची मूर्ती स्थापून पूजा-अर्चा होऊ लागली. या पूजेसाठी धूप, नैवेद्य, दीप यांसाठी मंदिरांना दान दिले जात असे. फुलांसाठी, माळांसाठी दान दिले जात असे. बागा, मळे यासाठी जमिनीची दाने दिली जात. दान देणे हे पुण्यकर्म मानले जाई. त्यामुळे विविध कारणांसाठी विविध दाने दिली जात.

आवाहन, चिन्हे – धर्माचा पगडा राजवंशावर खूप होता. त्यांनी कोरीव लेखांमधून देवदेवतांसाठी आवाहन केलेले दिसते. अनेक धार्मिक चिन्हेसुद्धा कोरीव लेखांत दिसतात. उदा. राष्ट्रकूट नृपतींनी शिव, विष्णू या देवांना वंदन केलेले दिसते. जैन तीर्थंकर, बौद्धदेवी तारा यांचाही उल्लेख कल्याणी चालुक्य राजाच्या लेखात आढळतो. यादव राजवंशाच्या लेखांतही सर्व देवांना आवाहन करण्याची परंपरा आढळते. धार्मिक चिन्हांमध्ये गरुड, नाग, शिव, शंख, शिवलिंग, गायवासरू, सूर्य, चंद्र, वृषभ, जिनमूर्ति अशी चिन्हे आढळतात.

पूजाअर्चा – पूजा हा धार्मिक आचरणातील महत्त्वाचा भाग होता. मंदिरातही देवाची पूजा दिवसांतून ३ वेळा होत. पंचोपचार, अष्टौपचार अशा पूजा केल्या जात. यांसाठीही दाने दिली जात. शिवाय विशेष सणाला, विशिष्ट पर्वासाठी पर्वकाळात पूजाविधी होत, दाने दिली जात. पूजेसाठी ब्राह्मण व इतर सेवेसाठी इतर लोकांची नेमणूक केली जाई.

धार्मिक परिस्थिती – मंदिरांना, देवांना विविध हेतूंसाठी दाने दिलेली आढळतात. यात विशेष प्रसंगी काही विधीकरता दाने, विशेष उत्सवांसाठी दाने दिली जात. पर्वकाळ, विशिष्ट तिथींना दानासाठी महत्त्वाचे मानले जाई. याशिवाय 'रंगभोग' यासाठी दान दिले जाई. याचा महत्त्वाचा उल्लेख शिलाहार राजाच्या 'मिरज' लेखामध्ये आहे. 'माधवेश्वर' देवासाठी रंगभोगासाठी दान दिले आहे. रंगभोग याचा अर्थ संगीत, नृत्य, वाद्यवृंद, नाटके यांसारखे कार्यक्रम देवासाठी करत असावेत आणि त्यासाठी दान दिले असावे. देवाची पूजा करताना अभिषेकाचेवेळी संगीताची, वादनाची साथ आवश्यक होती असे दिसते. त्याचाही समावेश 'रंगभोग' या संज्ञेमध्ये होतो. यादव जैत्रपाळ (इ.स.सु. ११९१(११९३–१२००) राजा सिंधण (इ.स. १२०० ते १२४७) यांच्या लेखात हे उल्लेख आढळतात.

धार्मिक पंथांचा उदय आणि विकास – हिंदू धर्मात वैष्णव, शैव पंथ आपापल्या परीने वृद्धिंगत झाले त्यातही उपपंथ झाले.

वैष्णव धर्म – वैष्णव धर्मामध्ये 'विष्णू', 'नारायण', 'वासुदेव', 'वासुदेव कृष्ण' अशा वेगवेगळ्या देवतांचे एकत्रीकरण झाले. यामध्ये अर्थातच चार विचारधारा एकत्रित आलेल्या दिसतात. 'विष्णू' हा देव त्यांचा प्रातिनिधिक देव झाला. याची उपासना करणाऱ्या लोकांना 'भागवत' असे म्हणत असत. या काळात विष्णूची 'अवतार संकल्पना' लोकप्रिय झालेली होती. या दशावतारामध्ये गौतमबुद्धाला विष्णूचा अवतार म्हणून मान्यता मिळालेली होती. 'अमितगती' (इ.स. ११ वे शतक) याच्या 'धर्मपरीक्षा' या ग्रंथामध्ये हा उल्लेख आढळतो. याबरोबरच वैष्णव धर्मात पुढील संप्रदाय निर्माण झाले.

विठ्ठल संप्रदाय – दक्षिण भारतात रामानुज, मध्वाचार्य, निम्बार्क इत्यादींच्या नेतृत्वाखाली पंचरात्र सिद्धान्तावर आधारित भक्तिमार्गाचा उदय झाला. महाराष्ट्रात भक्तिमार्गाचा प्रसार झाला आणि विठ्ठल संप्रदाय निर्माण झाला. या संप्रदायाचे केंद्र पंढरपूर येथील विठ्ठल आहे. विष्णूची विठ्ठल रूपात उपासना केली जाते. महाराष्ट्रातील संतांच्या मते या विठ्ठल संप्रदायाची स्थापना पुंडलिकाने (इ.स. १२ व्या शतकाचा उत्तरार्ध) केली.

वारकरी संप्रदाय – इ.स.च्या १३ व्या १४ व्या शतकामध्ये महाराष्ट्रात भक्तिमार्ग खूपच लोकप्रिय झाला. यात वारकरी संप्रदाय महत्त्वाचा आहे. विठ्ठलाची

परमभक्ती हा या संप्रदायाचा मुख्य उद्देश आहे. प्राचीन काळातील भागवत किंवा पंचरात्र सिद्धान्तापेक्षा वेगळा आहे. यात्रा, एकादशीचा उपवास, नामस्मरण यांद्वारे उपासना/भक्ती केली जाते. महाराष्ट्रातील अनेक संत या संप्रदायाचे होते. उदा. ज्ञानेश्वर, नामदेव.

योगी संप्रदाय – नाथ योगी यांचा हा संप्रदाय. महाराष्ट्रावर काही काळ या पंथाचा प्रभाव होता. तो सिद्ध या नावाने ओळखले जात. संप्रदायात नऊ नाथ, चौऱ्याऐंशी सिद्ध योगी होऊन गेले. यापैकी गोरखनाथ (डॉ. रा.चिं.ढेरे मतानुसार इ.स. १०५०-११५०) हे महत्त्वाचे मानले जातात.

महानुभाव पंथ – चक्रधरस्वामी (इ.स. ११९४-१२७४) या संप्रदायाचे जनक होते. वैराग्य उत्पन झाल्यामुळे ते गुजरातमधून महाराष्ट्रात आले. श्री गोविंदप्रभूंनी (इ.स.११८७-१२८७)त्यांना दीक्षा दिली. तेव्हापासून ते चक्रधरस्वामी म्हणून ओळखले जाऊ लागले. समाजातील सर्व थरातून त्यांना शिष्य मिळाले. सर्वांकडून ते आणि त्यांचे शिष्य भिक्षा घेत. त्यांनी समाजाला जातिबंधनातून सोडवण्याचे प्रयत्न केले. श्रेष्ठ परमेश्वराची भक्ती करणे हाच दुःखापासून मुक्तता मिळवण्याचा मार्ग आहे असे ते सांगत.

शैवधर्म – याकाळात शैवधर्माचे चार पंथ निर्माण झाले होते. १) शैव २) पाशुपत ३) कापालिक ४)कारक. राष्ट्रकूट राजे, चालुक्य, शिलाहार यादव या राजांनी शैवधर्माला भरघोस पाठिंबा दिला. ह्यांपैकी काही राजे शैवधर्मीय होते. वेगवेगळ्या शैवपंथांना दाने दिलेली दिसतात. याखेरीज 'वीरशैव' हा संप्रदाय कर्नाटक व महाराष्ट्रात यादवकाळात उदयाला आला होता.

शाक्त संप्रदाय – शैव धर्मातील पाशुपत, कापालिक पंथांचा आणि शाक्त संप्रदायाचा संबंध होता. कोल्हापूरची महालक्ष्मी आणि इतर देवी या संप्रदायाच्या केंद्रस्थानी असाव्यात. महाराष्ट्रातील सर्व राजवंशांनी कोल्हापूरच्या महालक्ष्मीला दान दिलेले दिसते. इतर देवींमध्ये जोगेश्वरी, संजाण येथील देवी भगवती यांचे उल्लेख ताम्रपटांमध्ये आढळतात.

जैन धर्म – या कालखंडात जैन धर्मही लोकप्रिय होता. राष्ट्रकूट राजा अमोघवर्ष (इ.स. ८१४-८७८) प्रथम याने जिनसेन या जैन मुनीला गुरू मानले होते. जैन मंदिरांना दाने दिली होती. कोल्हापूरच्या शिलाहार राजांनीसुद्धा जैन धर्माला पाठिंबा दिला होता. उदा. राजा गंडरादित्य (राज्यकाल १११०-११४०) याने मिरिंज देशात इरूकुडी येथे तलाव खोदला आणि त्याच्या काठावर शिव, बुद्ध, जैन तीर्थंकर यांची मंदिरे बांधली. जमीन दान दिली असा कोरीव लेखात उल्लेख सापडतो.

यादव राजा सेऊणचंद्र याने अंजनेरी येथे जैन मंदिराला दान दिले होते. (इ.स. ११४०) यादव राजांचे अनेक अधिकारी जैन धर्मीय होते. त्यांनी मंदिरे बांधली होती.

बौद्ध धर्म – या वेळेपर्यंत बौद्ध धर्माची लोकप्रियता कमी झाली होती. कान्हेरी आणि सोलापूर जवळील काम्पिल येथील बौद्ध केद्रांचा उल्लेख लेखांमध्ये आढळतो. परंतु या आधीच्या काळात महाराष्ट्रात (सातवाहन, वाकाटक) बौद्धधर्म जास्त लोकप्रिय होता. त्या तुलनेत आता लोकप्रियता कमी झालेली आढळते. निरनिराळ्या ठिकाणची बौद्ध केंद्रे आता कार्यरत राहिलेली नव्हती. कोकणात पन्हाळेकाजी (ता. दापोली, जि. रत्नागिरी) येथील लेण्यात वज्रयान पंथीयांचे केंद्र तयार झाले होते पण पुढील काळात तेही कार्यरत राहिलेले दिसत नाही.

या धार्मिक संप्रदायांच्या अभ्यासातून असे लक्षात येते की, समाजात विविध संप्रदाय होते, परंतु आपापसात त्यांचे चांगले सख्य होते. संप्रदायाबद्दल उच्चनीच असा भाव नव्हता. राजवंशांनी सर्व धर्मांना,पंथीयांना सहिष्णुतेने वागवलेले दिसते.

साहित्यनिर्मिती – इ.स.च्या आठव्या, नवव्या शतकात मराठी भाषेचा उगम झाला असावा असे अभ्यासक मानतात. त्यापूर्वी महाराष्ट्र अपभ्रंश, महाराष्ट्री प्राकृत भाषा महाराष्ट्रात प्रचलित होत्या. मराठी भाषेतील आद्य शिलालेख अक्षी (ता. अलिबाग, जि. रायगड) येथे सापडला आहे. तो शिलालेख इसवी सन १०१२ मधील असून शिलाहार राजा केशिदेव याने खोदवला होता.

मराठीतील ग्रंथरचना – धार्मिक परंपरेतून मराठीतील ग्रंथरचना होऊ लागली. नाथसंप्रदाय, महानुभाव, वारकरी संप्रदाय अशा भक्तिपंथांनी मराठी भाषेचा वापर केला. त्यामुळे सामान्य लोकांपर्यंत या संप्रदायांचे विचारधन पोहोचू शकले. तत्त्वज्ञान, साहित्य यांचा परिचय सामान्य लोकांना झाला. याकाळातील ग्रंथरचना पुढीलप्रमाणे आहेत.

१) नाथ संप्रदायातील गोरक्षनाथ (इ.स. १०५०–११५०) यांची 'गोरक्षगीता'

२) मुकुंदराज (इ.स. १२ व्या शतकाचा उत्तरार्ध) यांचा 'विवेकसिंधू'

३) म्हाइंभट यांचा 'लीळाचरित्र' हा महानुभावांचा ग्रंथ इसवी १२८३ चा सुमार या काळाच्या आसपास लिहिला गेला. म्हाइंभट म्हणजे महिंद्रभट्ट होय. महानुभाव पंथाचे संस्थापक चक्रधरस्वामी यांचे रसाळ चरित्र म्हणजे लीळाचरित्र हा ग्रंथ होय.

४) केशवन्यास तथा केशिराज (इ.स. १३ वे शतक) यांनी 'सिद्धान्तसूत्रपाठ' हा ग्रंथ लिहला. महानुभाव पंथाचे हा प्रमुख ग्रंथ होय.

५) नरेंद्र भट्ट (इ. स. १३ वे शतक) याने रुक्मिणी स्वयंवर हा काव्यग्रंथ रचला. नरेंद्रभट्ट हासुद्धा महानुभाव पंथाचाच होता.

६) महदंबा (इ.स. १२४२–१३१२) हिने 'धवळे' हा काव्यग्रंथ लिहिला. (इ.स. १२८५) महदंबा किंवा महदाइसा ही मराठीतील आद्य कवयित्री मानली जाते. ही महानुभाव पंथातील होती. 'धवळे' म्हणजे साधे प्रवाही असे मुक्तकाव्य आहे.

७) संत ज्ञानेश्वरांनी (१२७५ ते १२९६) ज्ञानेश्वरी तथा भावार्थदीपिका रचली. मराठी भाषेतील अजरामर साहित्यग्रंथ म्हणजे ज्ञानेश्वरी होय. भगवद्गीतेवरील मराठी

भाषेतील पहिली ओवीबद्ध टीका (विवरण) होय. या ग्रंथामुळे गीतेतील तत्त्वज्ञान आणि ज्ञानेश्वरांची काव्यप्रतिभा या दोन्हींचा संगम ज्ञानेश्वरी या ग्रंथात दिसतो. याव्यतिरिक्त अमृतानुभव, चागंदेवपासष्टी, अन्य अभंगरचना ज्ञानेश्वरांनी रचल्या.

८) संत नामदेव (इ.स. १२७०-१३५०) यांनी मराठीत अभंगरचना केली. ज्ञानेश्वरांचे ते समकालीन होते. मराठी भाषेखेरीज हिंदी भाषेतही रसाळ भक्तिगीते त्यांनी रचली. गुरुग्रंथसाहेब या शीख धर्मग्रंथात त्यांचे ६१ अभंग समाविष्ट केले गेले. मुखबानी हाही ग्रंथ रचला आहे.

या ग्रंथरचनेवरून तत्कालीन समाजातील भाषेची, धर्म-तत्वज्ञानाची आवड दिसून येते. याबरोबरच लोकवाङ्मय, लोकसाहित्यही निर्माण होत होते. या ग्रंथरचनांचे आधीच लोकसाहित्य निर्माण झाले असावे. महाराष्ट्रातील स्त्रीवर्ग घरकाम करताना, दळणकांडण करताना ओव्या म्हणत असत. ग्रांथिक रचना आणि लोकसाहित्य यांचा एकमेकांवर महाराष्ट्रात परिणाम झालेला आहे.

म्हणजेच धर्मशाळा, अन्नच्छत्र, औषधे, शिक्षण-पाठशाळा या अन्य कार्यामुळे मंदिरे ही सामाजिक केंद्रे, धार्मिक केंद्रे बनली होती. यामुळे लोकांचा कल धार्मिक परंपरा पाळण्याकडे होता.

अर्थव्यवस्था – वाकाटकांच्या काळानंतरच्या काळातील अर्थव्यवस्था कशी होते हे आता आपण पहाणार आहोत. यादवकाळाच्या अखेरपर्यंतचा कालखंड यात अभ्यासासाठी घेतलेला आहे.

शेती – शेती हा मुख्य व्यवसाय होता. त्यामुळे शेतीतून निघणाऱ्या उत्पादनाला महत्त्व होते. विविध धान्ये, तेलबिया, तंतुमय पिके इ. अशी उत्पादनांची विभागणी करता येईल. शेतीतून मिळणाऱ्या उत्पन्नाला सिद्धाय अशी संज्ञा होती. महाराष्ट्राच्या निरनिराळ्या भागांमध्ये वेगवेगळी धान्ये पिकत होती. कोरीव लेखांमधून तांदळाची शेती दान दिल्याचे उल्लेख आढळतात. 'तांदूळ', 'बाजरी', 'डाळी', 'तेलबिया', 'उस', 'कापूस' इत्यादी पिके होत होती. राष्ट्रकूटाच्या काळात तांदळाचे पीक भरपूर येत असल्याचे उल्लेख आहेत. गावातील हिशोबनीस, सुतार, मजूर यांचे पगार तांदळाच्या माध्यमातूनच होत होते. शेतीच्या उत्पन्नापैकी काही उत्पन्न बागायती स्वरूपाचे होते. विविध फळे, भाजीपाला, खजूर, नारळ यांचे उत्पन्न येत असे. यासाठी वेगळ्या बागा, वने उपवने, मळे तयार केलेले असत. फळांच्या उत्पादनामुळे काही स्थलमात्रे तयार झालेली आढळतात. अरण्याचा प्रदेशही खूप होता. त्यात वृक्ष, वेली खूप असत. या वृक्षांचा लाकूड म्हणून खूप उपयोग केला जाई. इमारती लाकडाचे उत्पन्न ही अरण्यातून मिळत असे.

शेतजमिनीची मालकी – सर्वसाधारणपणे सर्व जमीन ही राजाच्या मालकीची असे. पण शेती करण्यासाठी ती वेगवेगळ्या लोकांना दिली जाई. म्हणजेच शेतजमिनीची मालकी १) राजा, २) ब्राह्मण, ३) धर्मसंस्था, ४) धनिक लोक, शासकीय अधिकारी,

(क्षत्रिय वर्णाचे लोक), ५) सर्वसामान्य शेतकरी अशा स्वरूपात असे. राजा, ब्राह्मण, धर्मसंस्था. धनिक लोक - इतर अधिकारी वर्ग - हे शेतमजूर लावून शेती करत असत, उत्पन्न काढत असत. शेतमजुरांबरोबर योग्य तो करार केलेला असे.

नवीन जमीन लागवडीसाठी आणणे हे राजाचे काम असे. त्यासाठी या जमिनी कसण्यासाठी दिल्या जात. शेतजमिनीच्या हक्काचे हस्तांतरण करता येत असे. त्यासाठी गावातील, समाजातील 'महाजनां'च्या अनुमती आवश्यक असत. म्हणजेच शेतजमिनींचे प्रतिष्ठित लोकांना सांगून, संमतीनेच व्यवहार, दाने होत असत. हे व्यवहार नोंदवून ठेवण्याची पद्धतही होती.

जलाशय - कालवे, पाणी व्यवस्था - बहुतांश शेती पावसावरच अवलंबून होती. तथापि राजवंशांनी पाणीपुरवठ्याची खूप कामे केलेली आढळतात. पाण्याच्या टाक्या खोदणे/ बांधणे, तलाव बांधणे, विहिरी खोदणे, कालवे काढून देणे ही कामे राजांनी केलेली दिसतात. कोरीव लेखांमध्ये विविध जलाशयांची नावे आढळतात. तडवाळे, तडकल्ल, तडमुरा हे शब्द तलावांच्यासाठी वापरलेले आहेत. कालव्यांचेही असेच उल्लेख आढळतात. यादव राजा रामचंद्र (इ.स. १२७१-१३११) याच्या लेखात 'कालवाहार' हे स्थलनाम आलेले आहे.

उद्योगधंदे - महाराष्ट्रातील प्रमुख उद्योगधंदे शेती उत्पादनावर अवलंबून होते. चालुक्य, राष्ट्रकूट, शिलाहार, यादव काळातील कोरीव लेखांत स्थलनामे आणि अरब मुसलमानांची इतिवृत्ते यांत या उद्योगधंद्यांची माहिती मिळते.

गूळउद्योग - इसवी सनाच्या पाचव्या शतकापासूनच्या कोरीव लेखांतून गुळासंबंधीचे उल्लेख मिळतात. ज्या प्रदेशात उसाचे उत्पादन विशेषत्वाने होत असे तेथे गूळ उद्योग भरभराटीला आला. शिलाहार राजवंशाच्या काळात गुऱ्हाळे लावून गूळ तयार केला जात असे. कोल्हापूर आणि आसपासच्या प्रदेशात हा प्रमुख उद्योग होता. हा एक पूर्ण विकसित उद्योग होता असे म्हणता येईल. यादव राजा रामचंद्र याच्या उनकेश्वर (उन्हकदेव) लेखामध्ये (इ.स. १२८९) 'सकरगवाम' हे स्थळनाम महत्त्वाचे आहे. त्या आधीच्या राष्ट्रकूट काळात सक्करगे अशी स्थलनामे दिसतात. यावरून या उद्योगाची भरभराट झालेली कळते.

कापडउद्योग - खानदेश, वऱ्हाड प्रांतात कापूस हे प्रमुख पीक होते. त्यातूनच कापडनिर्मिती सुरू झाली. कापड निर्यातही होत असे. विणकरांचे कौशल्य यातून दिसून येते. पैठण, तगर (तेर) ही कापड उद्योगाची केंद्रे होती. तेथील रेशमी कापड, तलम कापड प्रसिद्ध होते. इसवी सनाच्या तेराव्या शतकात ठाणे (स्थानक) हे कापडनिर्यातीचे केंद्र होते.

चर्मउद्योग - कोरीव लेखांमधून चर्मकार व चर्मउद्योगाचे पुरावे मिळतात. उदा. यादव राजे भिल्लम, जैतुगी, सिंघण यांच्या कोरीव लेखांत याचे उल्लेख येतात.

कसाई आणि चांभार या लोकांच्या उल्लेखावरून चामडे कमवण्यासाठी धंदा असावा असे दिसते. चामड्यापासून आसने, पशुपक्षी यांच्या आकारात चामड्याच्या वस्तू, चपला या वस्तू तयार केल्या जात, निर्यात केल्या जात. यादवकाळात लोक पायात चपला वापरत असत त्यामुळे त्यांना मोठी मागणी होती.

चुना उद्योग – यादवकाळात उत्कृष्ट प्रतीचा चुना तयार होई.

धातू उद्योग – महाराष्ट्रात खनिजांचे साठे होते. तांबे आणि लोखंड हे धातू अशुद्ध रूपात होते. रत्नागिरी, भंडारा, चंद्रपूर येथे लोखंड मोठ्या प्रमाणात होत असे. लेखांमध्ये आढळणारे धातू कारागिरांचे उल्लेख आपल्याला पाहावे लागतात. राष्ट्रकूट, चालुक्य यांच्या लेखात लोहारांचे उल्लेख मिळतात. यादवराजा रामचंद्रचा पैठण लेखही महत्त्वाचा आहे. त्यात लोहारांची वसतिस्थाने दिलेली आहेत. सोने धातूकाम करणाऱ्यांना सुवर्णकार, सोनार असे म्हटले आहे. शिलाहारराजे गंडरादित्य (राज्यकाळ १११०ते ११४०), विजयादित्य (सु. ११४० ते ११७०) यांच्या लेखात 'सोनार' हा शब्द आढळतो. यादवराजा महादेव, जैतुगि यांच्या लेखात "सोन्नलिगेनगर" असा सोनारांच्या वस्तीचा उल्लेख आहे. चांदीचे धातूकाम करणाऱ्यांची वस्ती 'कुरेग्राम', 'कुडेग्राम' येथे होती. यावरूनच असे दिसते की धातूउद्योग जोरात होता. सोनार, लोहार, तांबट यांच्या संघटना अस्तित्वात होत्या. मीठउद्योग व तेलउद्योगही अस्तित्वात होता. शिलाहार आणि यादवांच्या लेखात त्याचे पुरावे मिळतात.

व्यापार – व्यापार करणाऱ्या लोकांचे श्रेष्ठी, वणिज, निगम असे प्रकार होते. लहान व्यापाऱ्यांचा जे लहान गावांमध्ये, वस्त्यांमध्ये फिरून व्यापार करत असत त्यांचा एक वेगळा वर्ग तयार झाला होता. त्यांना 'वैवधिक' या नावाने ओळखत. यादवराजा महादेव (इ.स.१२६१-१२७०) याच्या काळेगाव ताम्रपटात नायगाव हे गाव व्यापारी केंद्र असावे. इतरही नगरे व्यापाराची केंद्रे होती.

बाजारपेठा – स्थानिक बाजारांना हाट किंवा पेठ या संज्ञा होत्या. एकेका बाजारात विशिष्ट वस्तू प्रामुख्याने मिळत होत्या. मोठ्या व्यापारकेंद्राखेरीज स्थानिक बाजारही भरत होते. एखाद्या गावात देवळाभोवती, वृक्षाच्या भोवती (गावाच्या केंद्रस्थानी) बाजार भरत असे. काही गावात आठवडे बाजार भरत असे. धान्य, फळे, भाज्या, तेल, कापड, धातूच्या वस्तू बाजारात येत असत.

वजनेमापे – व्यापार सुरळीत चालण्यासाठी सर्वमान्य अशी वजने मापे असणे आवश्यक असते. द्रवपदार्थ, धान्य मोजण्यासाठी वेगवेगळी वजने, मापे असत. चौथ, गिद/गिधवे, कुडव, कुबळी अशी मापे निरनिराळ्या काळात होती. यादवांच्या लेखांत आणि त्याआधी शिलाहारांच्या लेखांत अशी निरनिराळी मापे आढळतात. देवाला धान्य दान देताना या वजनाप्रमाणे दान दिलेले आढळते. अर्थातच चौथ/गिद म्हणजे आधुनिक काळातील कोणते वजन हे आता सांगता येणार नाही. तेल, तूप असे द्रव

पदार्थ मोजण्यासाठी गडआ, लोटी, घडा, सिद्दिगे, भंडिगोड, गिद अशी मापे होती.

चलन व नाणी – या काळात वस्तूंची खरेदी-विक्री दोन्ही प्रकारांत होत होती. वस्तू विनिमय आणि चलनविनिमय या दोन्ही प्रकारांत होत होती. वस्तू विनिमय म्हणजे वस्तूंच्या मोबदल्यात वस्तूच दिल्या घेतल्या जात. चलन विनिमय म्हणजे वस्तूंचा मोबदला चलन रूपात – नाणी, पैसा या रूपात मिळत असे. या काळात मौल्यवान धातूंची नाणी चलनात होती. याशिवाय कवड्या, सुपाऱ्या या वस्तूंचाही विनिमयासाठी उपयोग केला जात असे.

विविध प्रकारची नाणी – यादव व त्यापूर्वी शिलाहार, राष्ट्रकूट, चालुक्य यांच्या कोरीव लेखात वेगवेगळ्या प्रकारच्या नाण्यांचा उल्लेख आढळतो.

गद्याण – सर्व राजवंशांच्या लेखात 'गद्याण' ह्या नाण्याचा उल्लेख आहे.[५] याचेही विविध प्रकार आहेत. गजमळा गद्याण, बृहत्‌भैरव गद्याण, कस्तुरी गद्याज, पांगे गद्याज, भास्कराचार्यांच्या (सु. इ. स. ११४४-१२२३) 'लीलावती' या ग्रंथात 'गद्याणा'चा उल्लेख आहे. गद्याण हे सुवर्णाचे नाणे होते.

सुवर्ण – हेही सुवर्णाचे/सोन्याचे नाणे असावे. राष्ट्रकूट, शिलाहार यांच्या लेखात याचा उल्लेख आहे.

आसू – यादवराजा सिंघण, सेनापती खोलेश्वर यांच्या लेखात 'आसू' या नाण्याचा उल्लेख आहे. 'होंग', 'होन्न', 'पोन्न', 'दीनार', 'द्रम्म' ही नाणी शिलाहार काळात वापरात होती. ही सोन्याची नाणी आहेत. राष्ट्रकूटांच्या काळात द्रम्म हे नाणे सोन्याचे व चांदीचे दोन्ही धातूंचे होते.

टंक – या नाण्याचे दोन प्रकार होते. पद्मटंक, रौप्यटंक. या पैकी पद्मटंक नाणे सोन्याचे होते. यादवराजा सिंघण, कृष्ण (राज्यकाल १२४७-१२६१) आणि महादेव, रामचंद्र यांच्या काळात ते नाणे प्रचलित होते.

निष्क – हे नाणे शिलाहारकाळात होते.

विसोवा – हे तांब्याचे नाणे होय.

पण – हे नाणे यादवकाळात वापरले जात होते. हे तांब्याचे नाणे होते. कर म्हणून ठराविक रकमेवर सरकारी अधिकाऱ्याला 'पण' द्यावे लागे. कवडर, पोकळी इतर वस्तू व्यापारासाठी वापरल्या जात.

परदेशी व्यापार, आयात निर्यात बंदरे – महाराष्ट्राच्या किनाऱ्यावरून – परदेशांशी व्यापार चाले. अल इद्रती या मुसलमान प्रवाशाच्या इतिवृत्तावरून परकीय व्यापाराची केंद्रे कोणती ते कळते. भडोच म्हणजे भृगुकच्छ हे आजच्या गुजरात प्रांतातील बंदर महत्त्वाचे होते. महाराष्ट्रातील कल्याण, सोपारा, ठाणे, चेमुल्य (चोल), दाभोळ, जयगड, देवगड, मालवण ही महत्त्वाची बंदरे होती. याशिवाय 'पट्टन' नावाच्या वसाहती किनाऱ्यावर अस्तित्वात होत्या. तेथूनही परदेशी व्यापार चाले. उदा. संयानपत्तन,

बलिपत्तन, स्थानकीय पत्तन.

निर्यातीच्या वस्तू - रत्ने, मोती, अत्तरे, रेशमी कापड, सुती कापड, वनस्पतींपासून तयार केलेल्या वस्तू, चामडे, चटया, सुपाऱ्या, नारळ, चंदन, इमारती लाकूड, हिरे या वस्तू भारतातून परदेशात पाठवल्या जात.

आयात होणाऱ्या वस्तू - मार्कोपोलो (इ.स. १२५६-१३२३) याच्या वर्णनाप्रमाणे इ.स.च्या १३ व्या शतकात ठाणे येथे सोने, चांदी, तांबे यांची आयात होत असे. उत्तम घोडेसुद्धा भारतात आयात केले जात.

वाकाटक राजवंशानंतर राष्ट्रकूट, चालुक्य, शिलाहार, यादव या राजवंशकाळात महाराष्ट्रात साहित्य सांस्कृतिक प्रगती होत होती. प्रशासन, समाजव्यवस्था, व्यापार, धर्म असे विविध विषय आपण अभ्यासले आहेत, त्यावरून हे लक्षात येते.

विशेष संदर्भ

१) देवगिरीच्या रामदेवराव याचा पराभव प्रथम अल्लाउद्दीन खिलजी याने केला. (६ फेब्रुवारी १२९४) प्रचंड संपत्ती लुटून तो दिल्लीस परत गेला. रामदेवराव यादव पुढे खंडणी देत असे. त्याच्या मृत्यूनंतर त्याचा पुत्र शंकरदेव याने खंडणी पाठवणे बंद केले. म्हणून अल्लाउद्दीन खिलजीने मलिक काफूरला खंडणी वसूल करण्यासाठी पाठवले. मलिक काफूर व शंकरदेव यादव यांच्यात युद्ध झाले. शंकरदेव मृत्यू पावला. (१३०७) पुढे रामदेव याचा जावई स्वातंत्र्यप्रिय हरपालदेव याने खिल्यांनी लादलेल्या गुलामगिरीविरुद्ध बंड केले. तेव्हा कुतुबुद्दीन मुबारिकखान खिलजी याने स्वारी केली. देवगिरीच्या सैन्याचा पराभव झाला आणि हरपालदेवांची जिवंतपणी कातडी सोलून त्यांना देवगिरीच्या दरवाजावर लटकवत ठेवले.

२) शिलाहार, यादव राजांनी ब्राह्मणांना महाअमात्य, प्रधान, साहणी, महासंधि विग्राहक या अधिकारपदी निवडले होते. त्याची अनेक उदाहरणे आहेत. शिलाहार राजा छित्तराज (इ.स.१०१०-१०३५) याच्या भांडूप ताम्रपटात 'सिंहपैय' या ब्राह्मणाची निवड केल्याचा उल्लेख आहे. शिलाहारकाळात 'क्षमाहती', 'सुमंत' ही खनिजदारांची पदे ब्राह्मण अधिकाऱ्यांकडे होती.

३) महाराष्ट्रात काही ठिकाणी सतीस्मारके आढळली आहेत. वीरगळाबरोबर किंवा स्वतंत्र अशी ही सतीशिळा असते.

४) पंचमहायज्ञ म्हणजे बलि, चरू, वैश्वदेव, अग्निहोत्र, अतिथिपूजन

५) 'गद्याण' या नाण्याचे उल्लेख खालीलप्रमाणे आहेत.

१) यादवराजा सिंघण याचा पुळुंज लेख (जि. सोलापूर)

२) कदंबराजा त्रिभुवनमल्ल (इ.स. १३ व्या शतकाचा पूर्वार्ध) याचा लेख

३) पंढरपूर येथील शके (११९५-११९९) मधील लेख.

□

प्रकरण ३
भाषा व साहित्य : आढावा

३.१ मराठी भाषेचा इतिहास

प्राकृत भाषा आणि मराठीचा उगम :

प्राचीन महाराष्ट्राचा उल्लेख प्राचीन वाङ्मयात अनेक ठिकाणी येतो. 'महाराष्ट्र' या नावाचा सर्वप्रथम ठोस पुरावा मध्य प्रदेशातील एरण येथील एका स्तंभलेखात आढळतो. हा लेख इ.सनाच्या चौथ्या शतकातला आहे. त्यात श्रीधरवर्मा नावाच्या एका शक राजाच्या सत्यनाग नावाच्या सेनापतीने हा स्तंभ युद्धात मरण पावलेल्या नाग सैनिकांच्या स्मरणार्थ उभारल्याचा उल्लेख आहे. सेनापती सत्यनागाने या स्तंभलेखात स्वतःचा उल्लेख 'माहाराष्ट्र' म्हणजे महाराष्ट्राचा रहिवासी असा केलेला आहे. या लेखाच्या आधारे प्राचीन महाराष्ट्रात 'नाग' लोकांची वस्ती होती असे मानले जाते. महाराष्ट्रातील प्राचीन रहिवाशांना 'हट्टि' किंवा 'हाट' असेही म्हटले जात असावे व त्यावरूनच 'मरहट्ट' असा शब्द तयार झाला असावा असेही एक मत आहे. इ.सनाच्या पाचव्या शतकात लिहिल्या गेलेल्या 'महावंश' या ग्रंथात 'थेर महाधम्मरखित' यास धर्मोपदेशनासाठी महारठ्ठ म्हणजेच महाराष्ट्र देशात पाठविल्याचा उल्लेख येतो. 'महारठि' आणि 'महारठिनी' म्हणजे महाराष्ट्राचे रहिवासी स्त्री-पुरुष याअर्थीचे उल्लेख नाणेघाट, कार्ले, भाजे, कान्हेरी येथील शिलालेखांत आढळतात. कोणतीही भाषा ज्या प्रदेशात बोलली जाते त्या प्रदेशावरून त्या भाषेचे नाव निश्चित होते. हा सर्वसाधारण नियम आहे. त्यानुसार महाराष्ट्रात बोलल्या जाणाऱ्या भाषेस 'माहाराष्ट्री' हे नाव मिळणे योग्यच होते. या माहाराष्ट्रीपासनूच प्राचीन मराठी भाषा विकसित झाली असे सर्वसाधारणपणे मानले जाते. ती संस्कृतपासून विकसित झाली असेही एक मत आहे. त्या मतानुसार वैदिक भाषेच्या शाखेच्या रूपात प्रथम माहाराष्ट्री विकसित झाली. माहाराष्ट्रीपासून अपभ्रंश माहाराष्ट्री, आणि अपभ्रंश माहाराष्ट्रीपासून मराठी विकसित झाली. असे सर्वसाधारणपणे मानले जाई. थोडक्यात सांगायचे तर मराठीच्या उगमाविषयी विद्वानांमध्ये एकवाक्यता दिसत नाही. त्यानुसार माहाराष्ट्री ही मूळभाषा की संस्कृतचे प्रादेशिक रूपांतर असे दोन भिन्न मतप्रवाह असले तरीही मराठीचे मूळ माहाराष्ट्री मध्येच आहे याबद्दल मात्र दुमत नाही.

'माहाराष्ट्री' ही एक प्राकृत भाषा होती. म्हणजेच प्राचीन भारतातील सर्वसामान्य लोकांमध्ये प्रचलित असलेल्या अनेक बोलीभाषांपैकी एक होती. बोलीभाषा सहजप्रवाही असतात म्हणजेच त्यांची रचना नैसर्गिक, अर्थात प्रकृतीला धरून असते म्हणून त्यांना प्राकृतभाषा म्हटले जाते. प्राचीन भारतातील 'प्राकृत' म्हणून ओळखल्या गेलेल्या भाषा 'संस्कृत' भाषेप्रमाणेच इंडो-आर्यन किंवा इंडो-युरोपियन भाषागटात मोडणाऱ्या

होत्या. त्यामध्ये शौरसेनी, मागधी, अर्धमागधी, पैशाची, माहाराष्ट्री या भाषांमध्ये ग्रंथरचना झाली होती. ग्रंथरचनेची भाषा म्हणून त्यांना विशेष महत्त्व प्राप्त झाले होते. धर्मोपदेश आणि पिढ्यान्‌पिढ्यांचे ज्ञान सर्वसामान्य लोकांपर्यंत पोचवायचे असेल तर संस्कृतबरोबरच प्राकृत भाषांचा म्हणजेच बोलीभाषांचा वापरही व्हायला हवा, त्याची जाणीव इ.स.पू. सहाव्या शतकापासून निर्माण व्हायला लागली होती. गौतम बुद्ध आणि महावीर या दोघांनीही या उद्देशानेच प्राकृत भाषांमधूनच धर्मोपदेश केला. गौतम बुद्धांनी मागधी भाषेतून तर महावीरांनी अर्धमागधी भाषेतून लोकांना धर्मतत्त्वे समजावून सांगितली. त्यातून पुढे बौद्ध आणि जैन धर्मग्रंथांची निर्मिती झाली. प्राकृत भाषांमध्ये ग्रंथनिर्मितीची सुरू झालेली परंपरा पुढे दृढ होत गेली.

इ.सनाच्या सहाव्या शतकापर्यंत माहाराष्ट्रीला साहित्यिक प्राकृत भाषा म्हणून विशेष महत्त्व प्राप्त झाले होते. ती आता केवळ बोलीभाषा राहिली नव्हती. माहाराष्ट्री एक समृद्ध प्राकृत भाषा होती याची साक्ष तत्कालीन संस्कृत विद्वानांनीही दिलेली आहे. वररुची हा संस्कृत व्याकरणकार होता. त्याचा निश्चित काळ सांगता येत नाही. परंतु संस्कृत व्याकरणातील त्याचे कार्य महत्त्वाचे मानले जाते. वररुचीने प्राकृत व्याकरणावरही 'प्राकृतप्रकाश' हा ग्रंथ लिहिला होता. प्राकृत व्याकरणावरचा हा सर्वात प्राचीन ग्रंथ होय. त्यात वररुचीने माहाराष्ट्री प्राकृताचा उल्लेख स्वतंत्रपणे केलेला नाही कारण माहाराष्ट्री म्हणजेच मूळ प्राकृत असे त्याने गृहीत धरलेले दिसते. माहाराष्ट्रीचे प्राकृत भाषांमधील हे महत्त्वाचे स्थान इसवी सनाच्या सहाव्या-सातव्या शतकात होऊन गेलेल्या 'दंडी' नावाच्या कवीच्या लिखाणातून अधिक स्पष्ट होते. त्याने माहाराष्ट्री प्राकृताची खूप स्तुती केली आहे. माहाराष्ट्री प्राकृताला त्याने प्रकृष्ट प्राकृत म्हणजे अत्यंत विकसित प्राकृत असे म्हटलेले आहे.

माहाराष्ट्री प्राकृतापासून प्राचीन मराठीचा उगम झाला असावा असे सुरुवातीच्या काळात मानले गेले तरी नंतर प्रकाशात आलेल्या माहाराष्ट्री-अपभ्रंशातील अनेक ग्रंथांमुळे माहाराष्ट्री प्राकृत - माहाराष्ट्री अपभ्रंश - मराठी असा हा प्रवास असल्याचे स्पष्ट झाले. या ग्रंथातील भाषेस माहाराष्ट्री अपभ्रंश किंवा जैन अपभ्रंश म्हटले जाते. माहाराष्ट्री प्राकृत, माहाराष्ट्री अपभ्रंश आणि त्यावर काही अंशी संस्कृत भाषेचे झालेले संस्करण यातून मराठी विकसित झाली असे म्हणता येईल.

मराठीचा उगमकाल आणि मराठीतील आद्यग्रंथ

कोणत्याही भाषेचा निश्चित उगमकाळ सांगणे कठीण असते. सर्वाधिक प्राचीन लिखित पुराव्याच्या आधारे ही कालनिश्चिती करायची ठरवले तर ती भाषा लोकव्यवहारात खूप आधीपासून अस्तित्वात होती हे गृहीत धरावे लागते. मराठीतील सर्वाधिक प्राचीन शिलालेख म्हणून कर्नाटकातील श्रवणबेळगोळ (ता. तेन्नरायपटण, जि. हसन) येथील बाहुबली गोमटेश्वराच्या मूर्तीवरील लेखाचा उल्लेख केला जातो. "श्री चावुण्डरायें करवियलें। गंग राजे सुक्ताले करवियले।" असा तो लेख आहे. या

लेखावर कालोल्लेख नाही. श्रवण बेळगोळ हे स्थान हसन जिल्ह्यात चेन्नरायपटण तालुक्यात, हसनच्या पूर्वेस ५० किमी नि म्हैसूरच्या उत्तरेस ८० किमी अंतरावर आहे. तो लेख इ.स. ९८३ किंवा १०२८ मध्ये कोरला असावा असे सर्वसाधारणपणे मानले जाते. (टीप : इ. स. १०१२ चा अक्षी (जि. रायगड) येथील शिलालेख आणि इ.स. १०६० चा दिवेआगर (रायगड) येथील ताम्रपटात मराठी मजकूर आहे.)

असे असले तरी मराठीचा प्राचीनतम उल्लेख उद्योतनसूरी याने आठव्या शतकात लिहिलेल्या 'कुवलयमाला' या ग्रंथात झालेला दिसतो. त्यामध्ये 'मरहट्ट' लोकांचे वर्णन असून ते 'दिण्णले-गहिल्ले' अशी भाषा बोलतात असे म्हटलेले आहे. त्यानंतर इ.सनाच्या बाराव्या शतकाच्या सुरुवातीस चालुक्य राजा सोमेश्वर (राज्यारोहण इ.स.११२६) याने रचलेल्या 'मानसोल्लास' अथवा 'अभिलषितार्थ- चिंतामणी' या ग्रंथात अनेक मराठी शब्द तसेच काही मराठी पद्येही आहेत. त्यातील एक पद्य पुढीलप्रमाणे आहे.

जेणे रसातळ उणु मत्स्यरूपे
वेद आणियले
मनुशिवक वाणियले तो
संसारसायरतारण मोहंता
रावो नारायणु ।।

म्हणजे ''ज्याने मत्स्यरूपाने रसातळातून (टीप : रसातळ - भारतीय पुराणांमध्ये पृथ्वी किंवा भूलोकावर सप्त स्वर्गांची आणि खाली सप्तपातळांची कल्पना केलेली आहे. सप्तपातळांमधील सहावे ते 'रसातळ'.) वेद आणले, मनु-शिवाचे स्तवन केले तो संसारसागरातून तारून नेणारा, मोहाचा (भ्रमाचा) नाश करणारा राजा नारायण.'' सोमेश्वराने मराठी ओवीछंदाचा व स्त्रिया कांडताना ओव्या म्हणतात याचाही उल्लेख केला आहे.

इ.सनाच्या बाराव्या शतकात मराठीतील आद्यग्रंथ रचला गेला. मराठीचा आद्यकवी मुकुंदराज (इ.स.च्या बाराव्या शतकाचा उत्तरार्ध) याने रचलेला 'विवेकसिंधू' हा ग्रंथ होय. विवेकसिंधूमध्येच त्याची रचना शके १११० मध्ये केल्याचा उल्लेख आहे. त्याआधारे विवेकसिंधू इ.स. ११८८ मध्ये रचना गेला असे सामान्यतः मानले जाते. अतिशय सुबद्ध अशा ओवीछंदात तो रचलेला असून मराठी भाषेचे पूर्ण विकसित रूप त्यामध्ये पाहावयास मिळते. ग्रंथाची एकूण १८ प्रकरणे आहेत आणि सृष्टीची उत्पत्ति, आत्मसाक्षात्कार, परमार्थ इ. विषयांवर विवेचन केलेले आहे. आपल्या गुरुपरंपरेविषयी लिहिताना तो म्हणतो :

''आद्य श्रीगुरुनाथु । तेथोनि श्री हरिनाथु ।
तयाचा शिष्य श्रीरघुनाथु । ज्ञानगुणसमुद्र ।।

विवेकसिंधुतील मराठीची सहजता प्रत्येक ओवीत दिसते. संसारसागरात

बुडणाऱ्या जीवांना वाचविण्यासाठी काही करता यावे म्हणून श्रीहरिनाथांना वर मागणाऱ्या भगवान शंकरांनी वर दिला तो असा :

"माझें तेज प्रगटेल। तैं तुझिया वदनीं प्रवेशैल। तें शिष्यदेहीं संक्रमैल। गुरुवाक्यद्वारें।।"

काही अभ्यासकांच्या मते मुकुंदराज अंबाजोगाईचा होता असे असले तरी मुकुंदराजाच्या मूलस्थानाविषयी मतभिन्नता आढळते. मात्र अंबाजोगाईजवळ मुकुंदराजाची समाधी अस्तित्वात असल्याचे मानले जाते. मुकुंदराजाने मराठीत ग्रंथरचना केली त्यामागे ज्यांना संस्कृत भाषा अवगत नाही त्यांना वेद-उपनिषदांतील ज्ञान प्राप्त व्हावे हा हेतू हेता. मुकुंदराजाचा मूळ पिंड हा मात्र संस्कृत पंडिताचाच होता. इ.सनाच्या बाराव्या शतकाच्या उत्तरार्धातील महानुभाव ग्रंथकारांची भूमिका मात्र बदललेली दिसते. मराठीमध्ये ग्रंथरचना करणे हा त्यांचा सहजधर्म असल्याचे दिसते. त्यामुळेच मराठीत ग्रंथरचना का केली याचे मुद्दाम स्पष्टीकरण देण्याची गरज त्यांना भासलेली दिसत नाही.

महानुभावपंथी मराठी ग्रंथरचना

महानुभाव या नावाने ओळखल्या जाणाऱ्या पंथाचे संस्थापक चक्रधर (इ.स.११९४-१२७४) मूळचे गुजरातमधले. त्यांचे मूळ नाव हरपाळदेव असे होते. श्रीरामाचे दर्शन घेण्यासाठी रामटेकच्या यात्रेला निघालेले असताना हरपाळदेवाची बरोबरच्या लोकांशी चुकामूक झाली आणि ते रामटेकऐवजी ऋद्धिपूरला पोचले. तिथे त्यांची श्री गोविंदप्रभू (इ.स. ११८७-१२८७) यांच्याशी भेट झाली. पुढे श्री गोविंदप्रभूंनी हरपाळदेवास दीक्षा देऊन त्याचे 'चक्रधर' नाव ठेवले. त्यानंतर चक्रधर महाराष्ट्रातच एका ठिकाणाहून दुसरीकडे असे हिंडत असताना ते पैठण येथे आले. तेथे त्यांना श्रीदत्तात्रेयाचे दर्शन घडले. शके ११८५ (इ.स.१२६३) च्या सुमारास त्यांनी संन्यास घेतला आणि महानुभाव पंथाची स्थापना केली. चक्रधरस्वामींचा सर्व जीवनवृत्तान्त हा महेंद्र किंवा माहिंभट्ट या चक्रधरस्वामींच्या शिष्याने लिहिलेल्या 'लीळाचरित्र'(रचनाकाळ इ.स. १२८३ चा सुमार) या ग्रंथात समाविष्ट आहे. लीळा म्हणजे चक्रधरस्वामींच्या जीवनात घडलेल्या प्रसंगांच्या कथा. चक्रधरस्वामींच्या शिष्यगणांच्या स्मरणातील लीळा एकत्रित करून माहिंभट्टाने 'लीळाचरित्र' लिहिले. गद्यात लिहिलेला मराठीतील हा पहिला ग्रंथ. लीळाचरित्रात एकूण १५०९ लीळांचे वर्णन असून ग्रंथ पूर्वार्ध आणि उत्तरार्ध अशा दोन भागांत विभागलेला आहे. चक्रधरस्वामी स्वतः मराठीतच उपदेश करत असत त्यामुळे महानुभावपंथातील सर्व ग्रंथरचना मराठीतच व्हावी हे स्वाभाविक होते. इतकेच नव्हे तर मराठी भाषेच्या व्याकरणाचा विचारही महानुभावी ग्रंथकारांनी केला होता. भीष्माचार्य (इ.स. १३ व्या शतकाचा उत्तरार्ध) या महानुभाव ग्रंथकाराने 'पंचवार्तिक'हा भाषाशास्त्र विषयक आणि 'नामाविभक्ती' हा ग्रंथ मराठी व्याकरण विषयक आहे.

महानुभाव पंथाच्या ग्रंथांमध्ये लीळाचरित्राला (रचनाकाळ इ.स.१२८३ सु.)

विशेष महत्त्व आहे हे निश्चित. परंतु त्याहूनही 'सिद्धान्तसूत्रपाठ' या ग्रंथास सर्वाधिक महत्त्व आहे. कारण त्यामध्ये चक्रधरस्वामींनी वेळोवेळी उच्चारलेली/काही निवडक उपदेशपर वाक्ये केशवराजसूरी (केसोबास) (इ.स.चे १३ वे शतक) याने सूत्ररूपाने ग्रथित केलेली आहेत. चक्रधरस्वामींनी स्वतः कोणताच ग्रंथ लिहिलेला नसला तरी त्यांच्या तोंडची उपदेशपर वाक्ये असलेला 'सिद्धान्तसूत्रपाठ' (रचनाकाळ इ.स.१२८४) हा ग्रंथच महानुभाव पंथाची मूळ संहिता बनला. या ग्रंथात एकूण १६०९ सूत्रे आहेत.

इसवी सनाच्या तेराव्या शतकात सुरू झालेली महानुभाव पंथातील ग्रंथरचनेची परंपरा सतराव्या शतकापर्यंत अखंडित राहिली. संख्येच्या दृष्टीने ही ग्रंथनिर्मिती विपुल असली तरी हळूहळू त्यात नावीन्य राहिले नाही. महानुभाव ग्रंथांमध्ये लीळाचरित्र आणि सिद्धान्तसूत्रपाठाखेरीज आणखी सात ग्रंथ महानुभावांचे आद्यग्रंथ म्हणून प्रसिद्ध आहेत. त्यांची नावे पुढीलप्रमाणे आहेत.

ग्रंथाचे नाव	ग्रंथकर्ता
१. शिशुपालवध	भास्कर
२. रुक्मिणीस्वयंवर	नरेन्द्र
३. वच्छहरण	दामोदर पंडित
४. उद्धवगीता	भास्कर
५. ऋद्धिपूरवर्णन	नारो व्यास बहाळिये
६. सैह्याद्रिवर्णन	रवळो व्यास
७. ज्ञानप्रबोध	विश्वनाथ पंडित बाळापूरकर

हे सातही ग्रंथ ओवीबद्ध आहेत. पहिली चार काव्ये कृष्णकथेवर आधारलेली आहेत. पाचवे आणि सहावे वर्णनपर तर सातवे तत्त्वज्ञानपर आहे.

या ग्रंथांमध्ये भास्कराचा (इ.स. १२७३ चा सुमार) 'शिशुपालवध' हा ग्रंथ भाषेतील लालित्याच्या दृष्टीने अधिक रसाळ आहे. कवीला स्वतःलाही त्याची कल्पना असावी. तो म्हणतो :

येथे नाही नवल । वानिता परब्रह्म केवळ ।
कैसे दिसती बोल रसाळ ।
ते आइकावे ।।
मोतियांचे घोसे । राविले कुंकुमाचेनि रसें ।
तऱ्ही न येती करूं सरिसे । प्रबंधेंसीं ।।
पातां प्रमेयांची गोडी । अमृताची उपजें नावडी ।
साखरेची कीजे कुरोंडी । कवितेसी ।।

'शिशुपालवध' पूर्ण झाल्यावर तो आपल्या भावेव्यास नावाच्या गुरुबंधूस भास्कराने वाचून दाखवला तेव्हा भावेव्यासने (बाइदेव बास) ग्रंथाचे कौतुक केले परंतु तो निवृत्तिपर नसून शृंगारप्रधान असल्याची टिपण्णीही केली तेव्हा भास्कराने 'उद्धवगीता'

हा निवृत्तिपर ग्रंथ रचला. माणूस संसाराच्या जाळ्यात कसा अडकत जातो आणि शेवटी दुःखी होतो त्याचे वर्णन 'उद्धवगीते'त आहे. 'एकादशस्कंध टीका' हा भास्कराने रचलेला आणखी एक ग्रंथ प्रसिद्ध आहे. भास्कराच्या रसाळ शैलीमुळे महानुभाव परंपरेत त्याला 'कवीश्वराचार्य' असेही म्हटलेले आहे.

नरेंद्र पंडिताचा (इ.स. १३ वे शतक) 'रुक्मिणी स्वयंवर' (लेखनकाळ १२८८) हा ग्रंथही त्यातील भाषासौंदर्याबरोबरच आणखीही एका गोष्टीसाठी प्रसिद्ध आहे. राजा रामदेवराव याला हा ग्रंथ इतका आवडला की ग्रंथाचा कर्ता म्हणून त्यावर स्वतःचे नाव असावे अशी इच्छा त्याला झाली आणि तो ग्रंथ राजाने नरेंद्राकडून मागून घेतला (इ.स. १२९२ चा सुमार) अशी कथा आहे.

महदंबा तथा महदा इसा ही चक्रधरस्वामींची शिष्या होती. तिने रचलेल्या गीतांना 'धवळे' असे म्हणतात. तिने रचलेल्या या गीतांची संख्या एकूण १४९ इतकी आहे. या गीतांमधून महदंबेने (इ.स. १२४२-१३१२) कृष्णकथा गुंफलेली आहे. स्थानपोथी (रचनाकाळ इ.स. १३५३) ह्या ग्रंथात चक्रधरांनी भेट दिलेल्या स्थळांची नोंद असून ऐतिहासिक आणि भौगोलिकदृष्ट्या तो अत्यंत महत्त्वाचा आहे. मुनिव्यास (इ.स. १४ वे शतक) यांनी रचलेल्या या ग्रंथात नगर, नाशिक, मराठवाडा, विदर्भ या भागातील सुमारे २००-२५० नगरांचा, गावांचा उल्लेख आलेला असून त्यांची रचना कशी होती हे समजू शकते. तत्कालीन समाजजीवनाचा अभ्यास करता येतो.

इतके विविध आणि विपुल साहित्य महानुभाव पंथात निर्माण होऊनही ते विसाव्या शतकापर्यंत अज्ञातच राहिले होते. त्याचे मुख्य कारण म्हणजे महानुभाव पंथाच्या अनुयायांनी त्यांच्या ग्रंथांबद्दल कसोशीने पाळलेली गुप्तता. एकोणिसाव्या शतकाच्या शेवटीशेवटी या पंथाचे ग्रंथ छापले जाऊ लागले परंतु तेही महानुभावपंथीयांच्या उपयोगापुरतेच असत त्यामुळे ते सर्वसामान्य लोकांपर्यंत पोचलेच नाहीत. या ग्रंथांची हस्तलिखिते इ.सनाच्या चौदाव्या शतकापासूनच सांकेतिक लिपीत लिहिण्यास सुरुवात झालेली होती. इतिहासाचार्य वि. का. राजवाडे यांनी महानुभावांची सांकेतिक लिपी उलगडण्याचा प्रथम प्रयत्न केला. परंतु या सांकेतिक लिपीही अनेक आहेत. त्यामध्ये सकळ व सुंदरी या दोन लिपी सर्वप्रथम निर्माण झाल्या. महानुभावांचे बहुसंख्य ग्रंथ हे सकळ लिपीतच लिहिलेले आहेत. महानुभाव वाङ्मयाकडे अभ्यासकांचे लक्ष वेधण्याचे काम महाराष्ट्र सारस्वतकार वि. ल. भावे यांनी मोठ्या प्रमाणावर केले.

ज्ञानेश्वर आणि वारकरी संप्रदाय (१३ वे शतक)

इ. स. १२६३ मध्ये चक्रधरस्वामींनी संन्यास घेतला हे आपण पाहिले. महानुभाव पंथाच्या प्रसारामुळे महाराष्ट्रात एका नवीन साहित्यिक प्रवाहाचा उगम झाला. चक्रधरस्वामींच्या जीवनाशी समकालीन म्हणता येईल असा आणखीही एक तितकाच प्रभावी प्रवाह महाराष्ट्रात निर्माण झाला तो म्हणजे वारकरी संप्रदाय. त्याचा पाया ज्ञानेश्वरांनी रचला. ज्ञानेश्वरांच्या जन्मवर्षाबद्दल दोन मते असल्याचे दिसते- शके ११९३

(इ.स. १२७१) आणि शके ११९७ (इ.स. १२७५). परंतु शके ११९७ (इ.स. १२७५) हे त्यांचे जन्मवर्ष असल्याच्या मतास बहुमान्यता आहे. ज्ञानेश्वर या त्यांच्या नावाबद्दलही मतभेद आहेत. स्वतःचा उल्लेख त्यांनी ज्ञानदेव असा केलेला आहे. त्यामुळे त्यांचे मूळ नाव ज्ञानदेवच असावे. आदरापोटी लोकांनी त्यांना ज्ञानेश्वर ही उपाधी दिलेली असावी.

ज्ञानेश्वरांनी रचलेला ग्रंथ तो ज्ञानेश्वरी अशी बहुमान्यता असली तरी स्वतः ज्ञानेश्वरांनी स्वरचित ग्रंथाच्या नावाचा उल्लेख केलेला नाही. ज्ञानेश्वरीची 'ज्ञानदेवी' आणि 'भावार्थदीपिका' या पर्यायी नावांचा उल्लेखही ज्ञानेश्वरीत आढळत नाही. 'देशीकार लेणे' एवढेच ते आपल्या ग्रंथाबाबत म्हणतात. नामदेवांनी मात्र त्याला 'ज्ञानदेवी', 'ज्ञानेश्वरी' आणि 'भावार्थदीपिका' असे म्हटलेले आहे. शके १२१२ (इ.स. १२९०) हा ज्ञानेश्वरीच्या रचनेचा काळ मानला जातो. त्यानंतर सुमारे तीनशे वर्षांनी एकनाथांनी ज्ञानेश्वरीच्या अनेक प्रती मिळवून, त्यांतील पाठभेद तपासून, प्रक्षिप्त ओव्या तपासून, संपादित प्रत तयार केली. ज्ञानेश्वरी हा महाराष्ट्राच्या सांस्कृतिक परंपरेचा एक अंगभूत आधार आहे. वयाच्या अवघ्या १६ व्या वर्षी ज्ञानेश्वरांनी हा अद्वितीय ग्रंथ रचला आणि वयाच्या २२ व्या वर्षी आपले जीवनकार्य संपले असे म्हणून समाधी घेतली. भगवद्गीतेवरील ही टीका (विवरण) असल्यामुळे मूळ ग्रंथाप्रमाणेच ज्ञानेश्वरीचेही अठरा अध्याय आहेत. मात्र प्रत्येक ओवीचे अतिशय विस्ताराने स्पष्टीकरण देण्याच्या प्रक्रियेत त्यातील ओवीसंख्या मात्र ९००० इतकी वाढली आहे. या ओव्यांमधून अनुभवास येणारे भाषासौंदर्य अत्यंत मोहवणारे आहे. परंतु ग्रंथनिरूपणाचा हेतू आणि पाया अध्यात्म हाच आहे. गीतेतील तत्त्वज्ञानाचा अर्थ सहजसोप्या, मनाला भिडेल अशा पद्धतीने सर्वसामान्यांना समजावून सांगणे या एकमेव उद्दिष्टाने ज्ञानेश्वरांनी हा ग्रंथ रचला. ''माझा मऱ्हाटाचि बोलु कौतुके। परी अमृतातेही पैजा जिंके। ऐसी अक्षरे रसिके। मेळवीन।।'' असे मातृबोलीचे कौतुक करत ते रसिक श्रोत्यांसाठी आपण अमृतालाही मागे सारू अशी शब्दब्रह्माची मेजवानी घेऊन आल्याची ग्वाही देतात. त्याचप्रमाणे आपल्या ग्रंथाचा वर्ण्य विषय काय आहे हेही सहजगत्या सांगतात. ते म्हणतात, ''मी बोलैन। बोलीं अरूपाचे रूप दावीन। अतींद्रिय परी भोगवीन। इंद्रियांकरवी।।''. त्यांच्यापुढे असलेले श्रोते अज्ञानी नाहीत तर रसिक आहेत, मर्मज्ञ आहेत या भूमिकेतूनच ते त्यांच्याशी अत्यंत विनम्र होऊन संवाद साधतात. 'विवेकसिंधु' रचणाऱ्या मुकुंदराजाच्या भूमिकेहून ही भूमिका कितीतरी भिन्न आहे. ग्रंथांची पूर्तता झाल्यानंतर 'पसायदान' मागताना विश्वात्मक देवांकडे त्यांनी सार्वकालिक, सार्वसुखाचे दान मागितले.

गीतेवर भाष्य करत असताना आपली रचना ही पूर्वसूरींच्या रचनांवर आधारित असल्याचेही त्यांनी सांगितलेले आहे. ''तैसा व्यासाचा मागोवा धेतु। भाष्यकारांते वाट पुसतु।'' ही आपली निरूपणाची पद्धत त्यांनी स्पष्ट केली आहे. त्यांच्यापूर्वीचे

गीतेचे भाष्यकार म्हणजे शंकराचार्य आणि रामानुजाचार्य. त्यामध्ये ज्ञानेश्वरांचा शांकरभाष्यावर अधिक भर असावा असे अभ्यासकांचे मत आहे. परंतु शांकरभाष्याचा त्यांनी निव्वळ अनुवाद केला असे मात्र नव्हे. शंकराचार्यांच्या अद्वैतवादाप्रमाणेच नाथपरंपरेच्या तत्त्वज्ञानाचा प्रभाव ज्ञानेश्वरांच्या निरूपणावर असणे स्वाभाविक होते कारण ज्ञानेश्वरांचे आध्यात्मिक गुरु आणि वडील बंधू निवृत्तिनाथ हे गहिनीनाथांचे शिष्य होते. उत्तरेकडच्या नाथपरंपरेचा परिचय महाराष्ट्राला निवृत्तिनाथ, ज्ञानेश्वर, सोपान आणि मुक्ताबाई या भावंडांनी करून दिला आणि ती परंपरा महाराष्ट्रात रुजवली. आदिनाथ शिव– मच्छिंद्रनाथ– गोरक्षनाथ– गहिनीनाथ– निवृत्तिनाथ– ज्ञानेश्वर, सोपान, मुक्ताबाई अशी ही गुरुशिष्यपरंपरा आहे. नाथपंथाच्या अनुषंगाने ज्ञानेश्वरांनी योगमार्गाचा परिचयही महाराष्ट्राला करून दिला आणि या सर्वांची सांगड भक्तिमार्गाशी अत्यंत सहजसुंदरतेने घातली. ज्ञानेश्वरांनी समाधी घेण्याआधी त्यांचे ज्येष्ठ बंधू आणि गुरू निवृत्तिनाथांसह इतर अनेक संतांना बरोबर घेऊन तीर्थयात्रा केली. महाराष्ट्रात अनेक ठिकाणी ते हिंडले. नामदेवांनी या तीर्थयात्रेचे वर्णन केलेले आहे. ज्ञानेश्वरांच्या इतर ग्रंथांमध्ये अमृतानुभव आणि चांगदेवपासष्टी हे विशेष प्रसिद्ध आहेत. तसेच त्यांचे अनेक अभंगही वारकरी संप्रदायाच्या परंपरेने टिकवून ठेवलेले आहेत. विद्वान अभ्यासकांनी ज्ञानेश्वरीचे कर्ते ज्ञानेश्वर अभंग रचणाऱ्या ज्ञानेश्वरांहून वेगळे आहेत का याचा उहापोह केलेला असला तरी महाराष्ट्राच्या लोकधारेमध्ये मात्र हे दोन नसून एकच असल्याची धारणा रुजलेली आहे. तसेच भाषाशैली, उपमा आणि तत्त्वज्ञानाच्या दृष्टीतूनही ज्ञानेश्वरीचे कर्ते आणि अभंग रचणारे ज्ञानेश्वर एकच आहेत हे बहुतेक विद्वानांनाही मान्य आहे.

ज्ञानेश्वरांचे वडीलबंधू आणि गुरू निवृत्तिनाथ यांनी 'निवृत्तिसार', 'निवृत्तिदेवी' आणि 'उत्तरगीताटीका' हे ग्रंथ रचले होते असे परंपरा सांगत असली तरी ते ग्रंथ आज उपलब्ध नाहीत. मात्र त्यांनी रचलेले अनेक अभंग परंपरेत टिकून आहेत. सोपानदेवांच्या नावावरही 'सोपानदेवी', 'पंचीकरण' आणि 'प्राकृतगीता' असे तीन ग्रंथ आहेत. तसेच त्यांनी रचलेले थोडे अभंगही आहेत. मुक्ताबाईंच्या अभंगात ताटीचे अभंग तसेच तिने चांगदेवाला उपदेश करतानाचे अभंग विशेष प्रसिद्ध आहेत. या सर्वांच्याच रचनांमध्ये आत्मानुभवाचा अत्यंत गाढ प्रत्यय येतो.

ज्ञानेश्वरांनी त्यांच्या रचनांमधून मांडला तो भागवतधर्म. भक्तीवर आधारलेला हा धर्म समाजाच्या सर्व थरांमधील, सर्व जातींमधील भक्तांसाठी खुला होता. आजचा वारकरीसंप्रदाय याच समतेच्या तत्त्वावर दृढ उभा आहे. ज्ञानेश्वरांनी घालून दिलेल्या पायावर आपापल्या भक्तिभावनेची, ज्ञानमय जाणिवांची आणि त्या व्यक्त करणाऱ्या अभंगरचनांची एकेक वीट चढवत अनेक संतकवींनी वारकरी संप्रदायाची इमारत उभी केली.

नामदेव, जनाबाई आणि इतर संतकवी (१३ वे शतक)

नामदेव (इ.स. १२७० ते १३५०) हे ज्ञानेश्वरांचे समकालीन होते. त्यांना ज्ञानेश्वरांचा प्रत्यक्ष सहवास लाभलेला होता. ज्ञानेश्वरांबरोबर त्यांच्या तीर्थयात्रेत नामदेव, विसोबा खेचर, परिसा भागवत, चोखामेळा, सावतामाळी, गोरा कुंभार हेही सामील झालेले होते. नामदेवांचा जन्म शके ११९२ (इ.स.१२७०) मध्ये झाला. त्यांचा जन्म नरसी बामणी नावाच्या गावी झाला होता असे एक मत आहे. परंतु सर्वसामान्यत: जन्मापासून ते समाधीपर्यंतचे त्यांचे आयुष्य पंढरपुरातच गेले असे दिसते. त्याला अपवाद फक्त त्यांच्या उत्तरेकडच्या प्रवासकाळाचा. सर्वसामान्य माणसास सहजसाध्य असा नाममाहात्म्याचा, भक्तीचा मार्ग त्यांनी जोपासला. ज्ञानेश्वरांनी सांगितलेल्या तत्त्वांवर भागवत धर्माचा, वारकरी संप्रदायाचा पाया दृढ आहे परंतु भागवत धर्माचा खरा प्रसार नामदेवांनी केला. नामदेवांनी त्यासाठी खूप प्रवासही केला. ते पंजाबपर्यंत पोचले होते व पंजाबात त्यांचे दीर्घकाळ वास्तव्य होते. पंजाबमध्येही त्यांनी भागवत धर्माचा, भक्तिमार्गाचा प्रसार केला. तिथे अनेकजण त्यांचे शिष्य झाले. त्यांच्या पंजाबमधील शिष्यांमध्ये विष्णुस्वामी, बहोरदास, जालो, लध्धा आणि केसो कलाधारी हे पाच प्रमुख शिष्य मानले जातात. नामदेवांनी रचलेली ६१कवने शिखांच्या 'ग्रंथसाहेब' मध्ये समाविष्ट केलेली आहेत. ह्याखेरीज नामदेवरचित आणखीही हिंदी पदे प्रकाशात आलेली आहेत. १५व्या शतकात होऊन गेलेल्या हिंदी कवींच्या रचनेतही नामदेवांचा उल्लेख आढळतो.

नामदेवांची मराठी अभंगरचना विपुल आहे. स्वत: नामदेवांनीच त्यांच्या एका अंभगात शतकोटी अभंग रचण्याचा संकल्प व्यक्त केलेला आहे. नामदेवांच्या एकूण चार छापील गाथांमध्ये सुमारे २५०० अभंग आहेत. त्यांतील सर्व संत नामदेवांचेच आहेत की त्याच नावाच्या कोण्या इतर कवीचे आहेत याबद्दल बरीच चर्चा झालेली आहे. त्यांच्या नावावरील चार गाथांमधून असणाऱ्या अभंगांतील फार तर ५००-६०० अभंगच नामदेवरचित असतील असे मानले जाते. इतर अभंग स्वत:च्या नावाच्या आधी विष्णुदास अशी उपाधी लावणाऱ्या विष्णुदास नामा याने रचलेले असण्याची शक्यता आहे. हा विष्णुदास नामा सोळाव्या शतकात होऊन गेला.(इ.स. १५८० ते १६३३) संत नामदेवांची रचना उत्कट भक्तिभावाने भरलेली आणि ज्ञानेश्वरांच्या कल्पनासृष्टीशी अत्यंत जवळीक दर्शविणारी आहे. विठ्ठलाची अनिवार ओढ आणि त्यातून निर्माण झालेली अर्तता हे नामदेवांच्या अभंगांचे वैशिष्ट्य आहे. "युगा ऐसे पळ तुजविण जाय। पाहतोसी काय अंत माझा।।" अशा उत्कटतेने ते विठ्ठलाला साद घालतात. विठ्ठलाशी त्यांचे जवळिकीचे, आईशी मुलांचे असावे असे नाते आहे आणि म्हणूनच "रुसलासे नामा देवासी न बोले।" असेही प्रसंग त्यांच्या अभंगांतून दिसतात. त्याउलट विष्णुदास नामा हा चमत्कृतिजन्य, कूट कल्पनांमध्ये रममाण झालेला दिसतो. विष्णुदास नामाखेरीज आणखीही दोन नामदेवांच्या रचना संत नामदेवांच्या गाथांमध्ये

समाविष्ट झालेल्या दिसतात. परंतु त्यांच्या काव्यशैलीतील फरक ओळखू येतात.

नामदेवांचे संपूर्ण कुटुंबच विठ्ठलाच्या भक्तीत आणि नामसंकीर्तनात रंगलेले होते. नामदेवांच्या माता-पिता, पत्नीने, मुलांने एवढेच नव्हे तर स्वत:ला नामयाची दासी म्हणवणाऱ्या जनाबाईंचे अभंग उपलब्ध आहेत. जनाबाईंचे अभंग त्यांतल्या अवीट गोडीमुळे आणि अपार भक्तीमुळे लोकमानसात रुजलेले आहेत. विठ्ठलाला विठाबाई म्हणत, माझे पंढरीचे आई अशी साद घालत ती ''माझा रंग तुझिया गुणी।'' अशी विठ्ठलाशी झालेली एकतानता व्यक्त करते. एवढेच नव्हे तर ती विठ्ठलही भक्तांचा कैवारी आहे हेही ती दाखवून देते. विठ्ठल तिच्या सदैव सन्निध असल्याची, तिची सदैव पाठराखण करत असल्याची ग्वाही तिच्या अभंगांतून मिळते. ती म्हणते,

''झाडलोट करी जनी। केर भरी चक्रपाणी।।
साळी सडायास काढी। पुढे जाऊन उखळ झाडी ।
सांडुनियां थोरपण। करी दळण कांडण ।।
राना जाये शेणीसाठीं। वेचूं लागे विठोबा पाठी ।
जनी जाईं पाणियासी। मागे धावे हृषीकेशी ।।

विठ्ठलाशी एकरूप झाल्याची अनुभूती, मानवी नात्यांच्या कल्पना विठ्ठलाच्या ठायी मानून त्या नात्यांमधील विविध छटांचे चित्रण हे नामदेव-जनाबाईंच्या अभंगांमध्ये प्रकर्षाने दिसते. त्यांच्या रचनांचा तो आत्मीभूत भाव आहे. हाच भाव पुढे इतर संतकवींच्या रचनांमध्येही अपरिहार्यपणे उमटतो. आत्मज्ञानाची गूढ प्रमेये मांडण्यापेक्षा सहजभावाने विठ्ठलाच्या नामसंकीर्तनात रंगून जाणे हा भक्तिमार्गाचा गाभा नामदेव आणि इतर संतकवींनी जोपासला. सहज मुखोद्गत झालेल्या त्यांच्या रचना हा वारकरी संप्रदायाचा मार्गदर्शक, तत्त्वविवेचक ठेवा बनला.

नामदेवांना विसोबा खेचरांकडून (इ.स.चे १३ वे शतक) गुरूपदेश लाभला होता. त्यांच्याकडूनच नामदेवांना सहा अक्षरी अभंगरचनेचे तंत्र अवगत झाले असावे. नामदेव म्हणतात,

''अभंगाची कळा। कांहीं मी नेणत।
त्वरा केली प्रीत। केशीराजे।
सहा साडेतीन। चरण जाणावें।
अक्षरे मोजावें। चौक चारी।।
पहिल्यापासूनी। तिसऱ्यापर्यंत।
अठरा गणीत। मेज आली।।
चौक चारी आदी। बोलिलों मातृका।
बाविसांची संख्या शेवटील।।
दीड चरणाची। दीर्घ ती अक्षरे।
मुमुक्ष विचारें। बोध केले।।

नामा म्हणे एक। शून्य दिले हरी।
प्रीतीनें खेचरीं। आज्ञा केली।।

नामदेवांचे गुरू विसोबा खेचर पेशाने व्यापारी होते. त्यावेळी महाराष्ट्रातील व्यापारीवर्गात नंद नावाची भाषा वापरात होती. त्या भाषेतच विसोबा खेचरांनी अभंगरचना केलेली आहे. सोपानदेव (इ.स. १२७४-१२९६) हे विसोबा खेचरांचे गुरू होते. त्यांनी रचलेली

''जय जय आरती। जय सोपानदेवा।
ओवाळीं खेचरू विसा। जिवींचिया जीवा।।

ही आरती प्रसिद्ध आहे.

नामदेवांचे समकालीन संतकवी विविध जातींचे आणि विविध पेशांचे होते. परंतु जात किंवा पेशा त्यांच्या विठ्ठलभक्तीच्या मार्गात आड आला नाही. किंबहुना त्यांचा पेशा हा त्यांच्या विठ्ठलभक्तीचीच एक अभिव्यक्ती बनली. ''देव भावाचा भुकेला। यातिकुळ नाही त्याला। आहे भक्तांचा बांधला। अवतार घेतो त्यांसाठी।।'' ही ज्ञानेश्वरांचीच शिकवण होती. परिसा भागवत आणि गोरा कुंभार (इ.स. १२६७-१३१७) यांचा नामदेवांशी विशेष स्नेह होता. हे त्यांच्या अभंगांमधून दिसते. उदाहरणार्थ

१. बिंब उमटलें अंबरी
गरुड झळके टकयावरी।।
पैल टका रे कोणाचा।
नामा येतो केशवाचा।।
नामा येतो लोटांगणी।
परसा लागतो चरणी।।

२. म्हणे गोरा कुंभार अनुभवाचा ठेवा।
प्रत्यक्ष नामदेवा भेटलासी।।

इतर संतकवींमध्ये सावतामाळी, नरहरी सोनार, जोगा परमानंद, चोखामेळा, सेना न्हावी इत्यादी अनेकांच्या आणि त्यातील काहींच्या कुटुंबीयांच्याही अभंगरचना प्रसिद्ध आहेत. सर्वांच्याच अभंगरचना त्यांतल्या भक्तिभावामुळे आणि सहजशैलीमुळे रसाळ बनलेल्या आहेत. विशेष म्हणजे त्यात विसोबा खेचर, नरहरी सोनार(समाधी इ. स. १३१४) यांच्यासारखे संतकवी मुळातले शैव असले तरी 'शिव' आणि 'विष्णू' हे एकरूप असल्याची भावना भागवत धर्माच्या अनुसरणामुळे त्यांच्यात निर्माण झाली. ''शिव आणि विष्णु। एकचि प्रतिमा। ऐसा ज्याचा प्रेमा। सदोदित।। धन्य ते संसारी। नर आणि नारी। वाचे हर आणि हरी उच्चारिती।। नाही पै तो भेद अवघाचि अभेद। द्वेषाद्वेषसंबंध उरी नुरे।। सोनार नरहरी न देखे पैं द्वैत। अवघा मूर्तिमंत एकरूप।।'' या नरहरी सोनारांच्या शब्दांमध्ये संपूर्ण महाराष्ट्राचीच मनोधारणा व्यक्त होते. शैव आणि वैष्णव पंथांमधला इतरत्र दिसणारा कडवा विरोध महाराष्ट्रात मूळ धरू शकला नाही

याचे श्रेय भागवत संप्रदायास (ज्याला आज आपण वारकरी संप्रदाय म्हणून ओळखतो) आणि महाराष्ट्राच्या संतकवींना जाते. केवळ जातींमधला नव्हे तर पंथांमधला भेदसुद्धा संतकवींच्या परंपरेमुळे पुसटसा होऊ लागला. ''बहुत हिंडलो। देशदेशांतर। परी मन नाही स्थिर। झाले कोठे।।'' असे उद्वेगाने म्हणणारे मंगळवेढ्याचे संत चोखामेळा (निधन १३३८) पंढरीला रमले. ''पंढरी भूवैकुंठ। मनाचे हे कष्ट। दूर झाले।।'' असे निश्चिंतपणे म्हणतात. चोखोबांची पत्नी सोयराबाईसुद्धा ''नाम निजनौका। विठ्ठल हे तारू। भवाचा सागरू। उतरील।।'' असे आत्मविश्वासाने सांगते. चोखोबा ''खटनट यावें। शुद्ध होवोनिया जावें।।'' असे म्हणतात तेव्हा पंढरीला सगळेच भेदाभेद दूर होण्याची ग्वाही देतात. संत सेनान्हावी (इ.स. १३ वे शतक) यांच्या उदाहरणावरून तर असेही दिसते की संतकवींनी भाषेच्या सीमारेषाही पार केल्या होत्या. मातृभाषा हिंदी असणाऱ्या संत सेनान्हावी यांची सर्व रचना मराठीत आहे. एवढेच नव्हे तर संत सावतामाळी यांनी तसे ''कांदामुळाभाजी। अवघी विठाबाई माझी।।'' म्हणत भक्तीचा मळा फुलवला तसेच सेनान्हावी यांच्या पदांमधूनही त्यांनी त्यांच्या व्यवसायाची परिभाषा वापरून, ''आम्ही वारिक वारिक। करू हजामत बारीक।।'' अशी निर्वेध भक्तीची वाट दाखवली.

इसवी सनाच्या तेराव्या शतकात भागवत धर्माच्या प्रसाराबरोबर आणि ज्ञानेश्वरांच्या परंपरेत संतकवींची परंपरा महाराष्ट्रात सुरू झाली. महानुभावी लेखक-कवींच्या धार्मिक श्रद्धा आणि त्यांच्या साहित्य निर्मितीचा आधार भिन्न होता असे वरकरणी वाटले तरी 'भक्ती' हे प्रधानतत्त्व संतकवींचे रचना आणि महानुभावी साहित्य यात समानच होते. मात्र संतसाहित्य हे लोकाभिमुख होते तर महानुभावी साहित्य गुप्तता जपण्याच्या प्रयत्नांमुळे सर्वसामान्य जनांपासून दूर राहिले होते.

संतकवींची परंपरा

इसवी सनाच्या चौदाव्या शतकात महाराष्ट्राच्या संस्कृतीत काही दूरगामी बदल घडवून आणणाऱ्या घटना घडल्या. त्यातील अत्यंत महत्त्वाची घटना म्हणजे महाराष्ट्रातील देवगिरीच्या यादवांच्या साम्राज्यावर झालेला आघात आणि बहामनी साम्राज्याचा उदय. इ.स.१३४७ मध्ये बहामनी राजसत्ता प्रस्थापित झाली आणि इस्लामी संस्कृतीची ठळक छाप महाराष्ट्राच्या संस्कृतीवर दिसू लागली. याच काळात महाराष्ट्र एका भयंकर दुष्काळाच्या छायेत सापडला होता. सतत बारा वर्षे (इ.स. १३९६ ते इ.स.१४०७) पडलेला हा दुष्काळ दुर्गादेवीचा दुष्काळ या नावाने ओळखला जातो. या दुष्काळात अन्नान्नदशा होऊन लाखो लोक मृत्यू पडले. हजारो लोक जीव वाचवण्यासाठी बाहेर पडले. दीर्घकाळ परप्रांतात राहिले. या घटनांचा परिणाम महाराष्ट्राच्या संस्कृतीवर, पर्यायाने भाषेवरही होणे अपरिहार्य होते. या सर्व उलथापालथीतही महाराष्ट्रातील साहित्यनिर्मितीची परंपरा पूर्णतः खंडित झाली नाही. किंबहुना पंचतंत्र या गोष्टीरूप संस्कृत ग्रंथाची या काळात झालेली मराठी रूपांतरे मराठी साहित्याचे क्षेत्र अधिक विस्तारित झाल्याचेच दाखवितात. यात निर्मळ पाठक

(इ.स. १४०० चा सुमार) नावाच्या कवीचे ओवीबद्ध पंचतंत्र उपलब्ध आहे.

यादवांचे राज्य संपुष्टात आल्यानंतर महाराष्ट्रातून काही लोकांनी दक्षिणेकडे विजयनगरच्या राज्यात स्थलांतर केले असावे. त्यामुळे इतर पंथीयांची उदा. जैन, जंगम, लिंगायत, नाथपंथी इ. ग्रंथरचनाही मराठीत होण्यास सुरुवात झाली. अशा रचना करणारे विविध पंथांचे लोक जुन्या कथांना त्यांच्या त्यांच्या पंथीय तत्त्वज्ञानास अनुरूप असे वळण देताना दिसतात. विविध प्रकारच्या या रचनांमध्ये विशेष उल्लेखनीय गोष्ट म्हणजे बहुतेक सर्व ग्रंथकारांनी ओवीछंदाचा वापर केलेला दिसतो. त्यामध्येही औट म्हणजे साडेतीन चरणी, तसेच चार चरणी ओव्या सर्वाधिक लोकप्रिय झालेल्या दिसतात.

संतकवींची परंपरा : एकनाथ ते तुकाराम

चौदाव्या शतकातील अस्मानी आणि सुलतानी संकटांनी ढवळून निघालेला महाराष्ट्र पंधराव्या शतकात काहीसा स्थिरावला. १६ व्या या शतकाच्या उत्तरार्धात आणि पुढील शतकात महाराष्ट्र संस्कृतीत आणखीही एक प्रवाह प्रकर्षाने आपला ठसा उमटवताना दिसतो तो म्हणजे दत्त संप्रदायाचा. दत्त-संप्रदायाच्या अध्वर्यूंमध्ये नृसिंह-सरस्वती (इ.स. १३७८-१४५८) आणि जनार्दन स्वामी (इ.स.१५०४ ते १५७५) या दोघांचे महत्त्व विशेष मानले जाते. नृसिंह सरस्वतींची ग्रंथरचना उपलब्ध नसली तरी त्यांचा शिष्य सरस्वती गंगाधर (इ.स.१४५८ चा सुमार) याने लिहिलेला 'गुरुचरित्र' हा ग्रंथ दत्तसंप्रदायाचा प्रमुख ग्रंथ मानला जातो. या ग्रंथाचा काळ इ.स.१५५८ मानला जातो. या ग्रंथाला इतके महत्त्व प्राप्त झाले की त्याचे संस्कृतमध्ये भाषांतर झालेले आहे. जनार्दन स्वामीही नृसिंह सरस्वतींचेच शिष्य असावेत परंतु प्रत्यक्ष दत्तात्रेयांनीच त्यांना अनुग्रह दिला होता अशीही काहींची श्रद्धा आहे. जनार्दन स्वामी देवगिरीच्या किल्ल्यावर कारभारी म्हणून काम करत. त्यांचे काही अभंग आणि पदे उपलब्ध असली तरी त्यांचे नाव लोकस्मृतीत पक्के रुजलेले आहे ते एकनाथांचे गुरू म्हणून.

एकनाथांचे जन्म वर्ष श्री. वि. ल. भावे यांच्या मते शके १४७० (इ.स.१५४८) तर काहींच्या मते इ. स. १५३३; श्री. ल. रा. पांगारकर यांच्या मते १५२८ हे होय. सूर्यनारायण आणि रुक्मिणी या दांपत्याच्या पोटी पैठण (जि. औरंगाबाद) येथे त्यांचा जन्म झाला. परंतु त्यांच्या जन्मतिथीबद्दल निश्चिती नाही. एकनाथांच्या कुळात भक्तिपरंपरा त्यांच्या पणजोबांपासूनच चालत आलेली होती. विजयनगरचा सम्राट कृष्णदेवराय (इ.स.१४८८-१५२९) याने पंढरपूरच्या विठ्ठलाची मूर्ती आपल्या राजधानीत नेली होती. एकनाथांचे पणजोबा भानुदास (इ.स.१४४८-१५१३) यांनी ती मूर्ती आपल्या भक्तीच्या जोरावर पुन्हा पंढरपूरला आणली अशी कथा आहे. भानुदासांनी त्यांच्या अभंगातून "भानुदास म्हणे। पुरवी माझे लळे। विठ्ठले सांवळे। माऊलीये।।" अशी लडिवाळ साद विठ्ठलाला घातलेली दिसते. एकनाथांचे मनही लहानपणापासूनच भक्तिमार्गाकडे वळलेले होते. वयाच्या दहाव्या वर्षीच देवगिरीवर

जाऊन एकनाथांनी जनार्दनस्वामींचा अनुग्रह घेतला. त्यांच्याजवळ 'ज्ञानेश्वरी' आणि 'अमृतानुभव' या ग्रंथांचे अध्ययन केले. गुरूच्या आज्ञेवरून चतुःश्लोकी भागवतावर टीका लिहून पूर्ण केली. हा ग्रंथ इतका सरस उतरला की जनार्दनस्वामींनी त्यांना भागवताच्या अकराव्या स्कंधावर टीका लिहिण्याची अनुज्ञा केली. या ग्रंथाचे ३१ अध्याय असून त्यात सुमारे वीस हजार ओव्या आहेत. श्रीकृष्ण आणि उद्धव यांचा संवाद यात आहे. हाच ग्रंथ 'एकनाथी भागवत' म्हणून प्रसिद्ध आहे. स्वतः या ग्रंथरचनेबद्दल बोलताना एकनाथ म्हणतात, ''श्रीभागवत मराठें। हें बोलणें नवल वाटें। पूर्वीं नाही ऐकिलें कोठें। अभिनव मोठें धिटावा केला।।'' त्यानंतर त्यांनी रचलेला महत्त्वाचा ग्रंथ म्हणजे 'रुक्मिणीस्वयंवर'. पौराणिक कथांवर आधारलेले 'प्रल्हाद-चरित्र' आणि 'शुकाष्टक' यांसारखे इतरही ग्रंथ त्यांनी रचले. एकनाथांनी केलेली रचना विविध प्रकारची आहे. भागवतासारख्या अध्यात्मावरील ग्रंथाबरोबरच, सहज समजतील, भावतील अशा पौराणिक कथा, जोहार, भारुडे, जोगवा, पांगूळ अशा लोकसाहित्याशी नाते सांगणाऱ्या अनेक रचनाही त्यांनी केल्या. एकनाथांनी त्यांच्या सहजसोप्या शैलीत रामकथाही सांगितली. त्यांचे हे रामायण 'भावार्थ रामायण' या नावाने प्रसिद्ध आहे. परंतु हे पूर्ण होण्याआधीच एकनाथ इहलोक सोडून गेले. त्यांनी जलसमाधी घेतली अशी आख्यायिका आहे. (इ.स.१५९९)भावार्थ रामायणाचा उर्वरित भाग पूर्ण करण्याची जबाबदारी एकनाथांनी आपल्या गावबा नावाच्या शिष्यावर सोपवली व त्याने ती उत्तमरीत्या पूर्ण केली.

एकनाथांची ओवीबद्ध काव्यरचना संख्येच्या दृष्टीनेही खूप मोठी म्हणजे जवळजवळ पाऊण लाखाच्या घरात जाणारी आहे. या सर्वांपेक्षाही त्यांचे अत्यंत महत्त्वाचे कार्य म्हणजे त्यांनी ज्ञानेश्वरीच्या अनेक प्रती मिळवून त्यांतल्या पाठभेदांचा अभ्यास करून ज्ञानेश्वरीची शुद्ध प्रत तयार केली. ज्ञानेश्वरांच्या समाधीमध्ये घुसलेली अजानवृक्षाची मुळी काढून त्यांनी ज्ञानेश्वरांच्या समाधीचा जीर्णोद्धार केला तसाच ज्ञानेश्वरीचाही जीर्णोद्धार केला असे म्हणता येईल. ज्ञानेश्वरीच्या त्यांनी तयार केलेल्या प्रतीत त्यांनी म्हटले आहे,

''शके पंधराशते। सावोत्तरी। वारणनाम संवत्सरी।
येकाजनार्दनें अत्यादरीं। गीता ज्ञानेश्वरी प्रतिशुद्ध केली।।
ग्रंथ पूर्वीच अतिशुद्ध। परी पाठांतरें शुद्धाबद्ध।
ते शोधूनि एवंविध। प्रतिशुद्ध सिद्ध ज्ञानेश्वरी।।''

एकनाथांच्या गुरुपरंपरेच्या संदर्भात चांद बोधले (इ.स.१६ वे शतक) हे नाव महत्त्वाचे आहे. एकनाथांनी स्वतः त्यांचा उल्लेख केला नसला तरी वा. सी.बेंद्रे, रा.चिं.ढेरे यांसारख्या संशोधकांच्या मते ते जनार्दनस्वामींचे गुरू होते म्हणजेच एकनाथांच्या गुरूंचे गुरू होते. ते सूफी पंथाच्या चार उपपंथांपैकी कादरी उपपंथाच्या गुरुशिष्यपरंपरेतील एक होते. शेख महंमद हे मुसलमान संतकवी चांद बोधले हेच होते. असे एक मत आहे

पण प्रख्यात संशोधन डॉ. रा. चिं. ढेरे आदींच्या मते ते शेख महंमदांचे गुरू होत. शेख महंमद (इ.स.१६ वे १७ वे शतक) यांचा 'योगसंग्राम' हा ग्रंथ प्रसिद्ध आहे. चांद बोधले किंवा चंद्रशेखर वा चंद्रभट यांना त्यांच्या चरित्रकारांनी दत्तात्रेयाचा अवतारही मानलेले दिसते. अशा रीतीने पंधराव्या-सोळाव्या शतकात भागवतधर्म, दत्तसंप्रदाय, सूफी पंथ हे भक्तितत्त्वाच्या समान सूत्राच्या आधाराने एकमेकांशी नाते बांधताना दिसतात. शेख महंमदांचा एक अभंग प्रसिद्ध आहे. तो पुढीलप्रमाणे :

ऐसे केले या गोपाळें। नाहीं सोवळें ओवळें।।
फणसा अंगी करड कांटे। आंत साखरेचे गोटे।।
मधमाशांची घोंगाणी। आत अमृताची खाणी।।
शेख महंमद विलासी। जाला हरिभक्तीचा रहिवासी।।

शेख महंमदाप्रमाणे हुसेन अंबर या कवीने लिहिलेली ओवीबद्ध गीताटीका 'अंबर हुसेनी' या नावाने प्रसिद्ध आहे. (रचनाकाळ शके १५०५ म्हणजे इ. स. १६५३)

एकनाथांसह एकनाथ-पंचक म्हणून ओळखल्या जाणाऱ्या विठा रेणुकानंदन, जनीजनार्दन, रामा जनार्दन आणि दासोपंत यांमध्ये दासोपंत हे त्यांच्या विपुल ग्रंथरचनेमुळे विशेष प्रसिद्ध आहेत.

दासोपंत (इ.स.१५५१-१६१५) मराठवाड्यामधल्या अंबाजोगाईचे राहणारे होते. भगवद्गीतेवर त्यांनी पाच-सहा टीका लिहिल्या परंतु त्यातील 'गीतार्णव' ही टीका विशेष प्रसिद्ध आहे. अत्यंत विस्तृत असा हा ग्रंथ आहे. याची ओवीसंख्या सव्वा लाख इतकी आहे. ज्ञानेश्वरीप्रमाणे उपमा, उत्प्रेक्षा या अलंकारांची विपुलता या ग्रंथात नसली तरी हा ग्रंथ मनोवेधक होण्यासाठी दासोपंतांनी मनोरंजक कथा, सोगें इत्यादींचा उपयोग करून घेतलेला आहे. आपण हा ग्रंथ लिहिताना काहीशी वेगळी वाट चोखाळतो आहोत हे सांगताना दासोपंत अत्यंत परखडपणे म्हणतात,

''स्वानुभवचि येथिंचे प्रमाण। स्वानुभव हेचि साधन।
अन्यत्र शास्त्रश्रवण। तैसें हे नव्हे।।
प्राकृत म्हणूनी दूषिती। तेचि यया ज्ञाना वंचती।
भाषाचि केवळ भजती। ते मूर्ख कीं गा।।
संस्कृतें बोलिलें सेवणें। तेचि सांडावें प्राकृत वचनें।
ऐसियां मूर्खां मुंडणें। किती आता।।

संस्कृत भाषेच्या तुलनेत प्राकृत (मराठी) यत्किंचितही उणी नाही हे सांगण्यासाठी ते 'घट' या संस्कृत संज्ञेचे उदाहरण देतात. भाषा रोजच्या बोलण्यातील नसते तेव्हा साहजिकच तिच्यातील लवचिकता नष्ट होत जाते. त्यामुळेच भांड्याच्या आकारमानाप्रमाणे, उपयोगाप्रमाणे प्राकृत बोलीतील अनेक शब्दांचे पर्याय संस्कृतमध्ये नाहीत. दासोपंत म्हणतात

''संस्कृतें 'घटु' म्हणती। आता तया घटांचे भेद किती।

कवण्या घटाची प्राप्ती। पावावी तेणें।।
हारा, डेरा, रांजणु। मुढा, पगडा, आनु।
सुगड, तौली, सुजाणु। कैसी बोलेल?।।
घडी, घागरी, घडौली। आळंदे, वाचिकें, बौळी।
चिटकी, मोरवा, पातली। सांजवणें ते।।
पसें प्रतिभावे वेगळाले। घट असती नामायिलें।
ऐकें संस्कृतें सर्व कळे। ऐसें कैसेन?।।

अशाचप्रमाणे विविध प्रकारच्या जमिनी, कापड-कपडे, विविध वस्तू, इतकेच काय दगडांचे भेदही समर्पकपणे सांगू शकतील अशा संज्ञा संस्कृतात नाहीत पण प्राकृतात आहेत हे ते दाखवून देतात. त्यांच्या इतर ग्रंथांत 'अवधूतराज', 'ग्रंथराज' असे वेदान्तपर ग्रंथही दासोपंतांनी लिहिले. 'पासोडी' नावाने ओळखला जाणारा 'पंचीकरण' हा त्यांचा ग्रंथ वैशिष्ट्यपूर्ण आहे. यामध्ये एकूण १६०० ओव्या असून त्या ४ फूट रुंद आणि ४० फूट लांब अशा पासोडीवर (कापडावर) लिहिलेल्या आहेत. विषयाच्या स्पष्टीकरणासाठी त्यावर चित्रेही काढलेली आहेत.

इसवी सनाच्या सोळाव्या शतकात भारतात ख्रिश्चन मिशनरीही येऊन स्थिरावू लागले होते. महाराष्ट्रातील जनतेवर भक्तिधर्माचा प्रभाव त्यांनाही जाणवल्याशिवाय राहिला नाही. सर्वसामान्य जनतेला आपल्याकडे वळवून घ्यायचे असेल तर लोकभाषा आणि लोकांच्या श्रद्धा ही दोन माध्यमे त्यांना महत्त्वाची वाटली असल्यास नवल नाही. फादर स्टीफन्स हे त्यांपैकी होत. कोकणी आणि मराठी भाषांवर त्यांनी प्रभुत्व मिळवले. त्या भाषांवर प्रेम केले. मराठी भाषेचे वर्णन करताना त्यांनी म्हटले,

"जैसी हरळांमाजी रत्नकिळा। की रत्नांमाजी हिरा निळा।
तैसी भासांमाजी चोखळा। भासा मराठी।।
जैसी पुष्पांमाजी पुष्प मोगरी। कीं परिमळामाजीं कस्तुरी।
तैसी भासांमाजी साजिरी। मराठीया।।

त्यांनी ओवीबद्ध क्रिस्तपुराण (पहिली आवृत्ती इ.स.१६१६) लिहिले. केवळ मराठी पुराणांच्या धर्तीवर त्यांनी हा ग्रंथ लिहिला असे नव्हे तर काही पूर्णतः भारतीय पुराणातील संकल्पनांचाही त्यांनी उपयोग केला. उदाहरणार्थ क्रिस्ताला ग्रंथाच्या प्रारंभी पौराणिक वंदनशैलीत वंदन करणे. तसे करत असताना त्यांनी क्रिस्ताला, "तू रिद्धिसिद्धिचा दातार। कृपानिधी करुणाकरू। तू सर्व सुखाचा सागरू। आदि अंतु नातोडे।।" असे म्हणून आळवले आहे. ज्ञानेश्वरांची भाषा ही नादमधुर आणि काव्यमय असली तरी काव्यरचना हा त्यांचा प्रमुख उद्देश नव्हता. परंतु एकनाथांचा नातू मुक्तेश्वर (इ.स.१५९९ ते १६४९) हा मराठीतला पहिला कवी की ज्याने केवळ तात्त्विक किंवा धार्मिक विवेचनासाठी पद्याची रचना न करता त्यातल्या रसास्वादालाही महत्त्व दिले. शृंगाररसाला प्राधान्य दिले. मुक्तेश्वराने रामायण, हरिश्चंद्राख्यान, शुकरंभासंवाद,

गरुडगर्वपरिहार इ. अनेक आख्याने लिहिली. काही अभंगही लिहिले परंतु त्याच्या ग्रंथांमध्ये अधिक प्रसिद्ध आहे ते त्याचे महाभारत. महानुभावी ग्रंथांखेरीज मराठी महाभारतात सर्वात जुने महाभारत मुक्तेश्वराचेच आहे. आदी, सभा, वन, विराट आणि सौप्तिक अशी मुक्तेश्वराच्या महाभारताची पाचच पर्वे उपलब्ध आहेत.

भागवतधर्म, भक्तिमार्ग यांच्या अनुषंगाने महाराष्ट्रात जी प्रचंड वाङ्‌मयनिर्मिती झाली त्याचा आढावा घेताना मंदिराचे रूपक सांगणारा अभंग अत्यंत समर्पक आहे.

''संतकृपा झाली । इमारत फळा आली ।।
ज्ञानदेवें रचिला पाया । बांधियेलें देवालया ।।
नामा तयाचा किंकर । तेणें केला हा विस्तार ।।
जनार्दनी एकनाथ । स्तंभ दिला भागवत ।।
भजन करा सावकाश । तुका झालासे कळस ।।
बहेणी फडकती ध्वजा । निरूपण केले वीजा ।। (संत बहिणाबाई)

याप्रमाणे ज्ञानदेव–नामदेव–एकनाथ– तुकाराम ही संतकवींची अखंड परंपरा आजतागायत वारकऱ्यांच्या तोंडी असलेल्या ''निवृत्ति ज्ञानदेव सोपान मुक्ताबाई, एकनाथ नामदेव तुकाराम'' या नामावलीनेही पुष्टी मिळते.

तुकारामांच्या (इ.स.१६०८ ते १६४९) अभंगात कुठेही पांडित्याचा आविर्भाव नाही. तरीही भक्तीच्या परमोच्च भावनेतून, भगवंताला पूर्ण शरण जाण्यामुळे प्राप्त झालेल्या स्वानुभवाच्या बळावर ''वेदांचा तो अर्थ आम्हासाचि ठावा ।'' असे तुकाराम आत्मविश्वासाने सांगतात. त्यांचे भगवंताला शरण जाणे कसे आहे हेही ते सांगतात.

''गाईन तुझें नाम । ध्याईन तुझें नाम । आणीक न करी काम । जिव्हा मुखें ।।
पाहेन तुझे पाये । ठेवीन तेथें डोये । पृथक ते काये । न करी याणीं ।।
तुझेचि गुणवाद । आइकेन कानीं । आणिकांची वाणी । पुरे आतां ।।
करीन सवा करीं । चालेन पाई । आणिक नवजे ठाईं तुजविण ।।
तुका म्हणे जीव । ठेविला तुझ्या पाई । आणिक तो काई देऊ कवणा ।।''

तुकारामांचे साधे बोलणेही अभंगाचे रूप घेऊन प्रकट व्हावे इतके त्यांचे कवित्व सहज होते. भगवंताच्या प्राप्तीसाठी नामसंकीर्तनाहून सोपा उपाय नाही हे त्यांच्या कथनाचे सार होते. त्यांनी सांगितले,

''नामसंकीर्तन साधन पैं सोपें । जळतील पापें जन्मांतरीची ।।
न लगती सायास जावें वनांतरा । सुखें येतो घरा नारायण ।।
ठायीच बैसोनी करा एकचित्त । आवडी अनंत आळवावा ।।
'रामकृष्ण हरी' विठ्ठल केशवा । मंत्र हा सोपा जपा सर्वकाळ ।।''

नामाचे सामर्थ्य एवढे की भक्ताच्या हाती सहज सापडणारा देव ज्ञानी पंडितांना आयुष्यभर कष्टूनही मिळणार नाही. ''सापडे हा देव भाविकांचे हातीं । शहाणे मरती तरी नाही ।।'' भक्ताची माऊली बनून भक्ताला सामोरा जाणारा पांडुरंग भक्ताचे सर्व

लाडकोड पुरवेल याची खात्री तुकाराम देतात.

“विठ्ठल माऊली। प्रेमपान्हा पान्हाइली।।
कुरवाळुनी लावी स्तनीं। न जे दुरी जवळुनी।।
प्रेमळाचे अवघे लाड। पुरवितो कोड पांडुरंग।।”

तुकारामांचे सुमारे साडेचार हजार अभंग उपलब्ध आहेत. जातीच्या उच्चनीचतेच्या उतरंडीवर आधारलेल्या समाजातील दुष्ट प्रवृत्तींवर त्यांनी प्रहारही केले. त्यांनी निश्चयाने सांगितले की,

“भुंकती ती द्यावी भुंको। आपण त्यांचे नये शिको।।
भाविकांनी दुर्जनांचें। मानू नये काही साचें।।
होईल तैसें बळ। फजीत करावें ते खळ।।
तुका म्हणे त्यांचे। पाप नाहीं ताडणाचें।।

तुकारामांनी एवढी प्रचंड अभंगरचना केली त्यामागे त्यांना लागलेला भगवंतप्राप्तीचा ध्यास हे एक कारण तर होतेच परंतु त्यांनीच सांगितल्याप्रमाणे नामदेवांचा अपूर्ण राहिलेला शतकोटी अभंगांचा संकल्प पुरा करण्याची ऊर्मीही होती. तुकारामांच्या शिष्यांनी केलेल्याही काही अभंगरचना आहेत. त्यांच्या शिष्यांपैकी गंगाराम मवाळ आणि संताजी जगनाडे यांनी तुकोबांच्या तोंडून स्फुरलेले अभंग लिहून ठेवण्याची महत्त्वाची कामगिरी पार पाडली. तुकारामांना सुरुवातीला प्रखर विरोध करणारे रामेश्वर भट हे नंतर त्यांचे केवळ शिष्यच नव्हेत तर भक्त झाले. त्यांच्या नावावर फक्त पाच अभंग आहेत. तुकारामांचा उल्लेख त्यांनी ‘विश्वसखा’ असा केलेला आहे. तुकारामांच्या प्रमुख शिष्यांपैकी असणारे त्यांचे धाकटे बंधू कान्होबा यांचे अभंग, ललित, गौळणी इ. विशेष प्रसिद्ध आहेत. बहिणाबाई (इ.स.१६२९-१७००) या तुकारामांच्या शिष्येनेही अभंग लिहिले. त्या सुरुवातीला रामदासांच्या शिष्या होत्या. आधी उल्लेख केलेला “...तुका झालासे कळस।” हा अभंग बहिणाबाईंनीच रचलेला आहे. बहिणाबाईंच्या आत्मचरित्रात त्यांनी पंढरपुराचे वर्णन केले आहे. त्या म्हणतात,

“उदंड देखिले उदंड ऐकिले। उदंड वर्णिले क्षेत्रमहिमे।।
पंढरीसारिखे स्थळ नाहीं कोठें। जरी तें वैकुंठ दाखविलें।।
ऐसी चंद्रभागा ऐसा भीमातीर। ऐसा विटेवर देव कोठे
ऐसे हरिदास ऐसा प्रेमरस। ऐसा नामघोष आहे कोठे।।
बहेणी म्हणे आम्हा अनाथाकारणें। पंढरी निर्माण केली देवा।।”

तुकारामांना त्रास देणारा आणखी एक गृहस्थ म्हणजे मंबाजी. या मंबाजीची प्रत्यक्ष डोळ्याने पाहिलेली हकिकतही बहिणाबाईने आपल्या आत्मचरित्रात दिलेली आहे. तुकारामांनी जनांच्या निंदेला बळी न पडता स्त्रीशूद्रादिकांना अध्यात्माचा मार्ग मोकळा करून दिला.

रामदास (इ.स.१६०८-१६८२) हे तुकारामांचे समकालीन होते. महाराष्ट्रात

भागवतधर्माच्या प्रसारामुळे विठ्ठलभक्तीची परंपरा सर्वत्र होती तरी संतकवींनी रामकथेलाही प्राधान्य दिले होते. आधीच्या कवींनी रामायण किंवा त्यातील कथांवर काव्यरचना केल्या होत्या परंतु दुष्काळ, परसत्ता यामध्ये क्षीण होत चाललेल्या महाराष्ट्र संस्कृतीला कदाचित भक्तीबरोबर बळाचीही जरूरी होती. त्यामुळे रामदासांनी धनुर्धारी राम आणि हनुमान या दैवतांची निवड केली. पारमार्थिक तळमळीबरोबरच सामान्य जनांनी लौकिक जीवनाकडेही लक्ष पुरवावे, नीतिमान जीवन जगावे यावर त्यांनी भर दिला. "प्रपंच करावा नेटका। मग घ्यावे परमार्थविवेका।।" हा त्यांचा स्पष्ट संदेश होता. त्यांच्या शिष्यांमध्ये जयरामस्वामी, रंगनाथस्वामी, आनंदमूर्ती आणि केशवस्वामी हे प्रमुख होते. या सर्वांनीच काव्यरचना केली. रामदासांच्या ग्रंथरचनेत दासबोध, मनाचे श्लोक, करुणाष्टके ही विशेष लोकप्रिय असून महाराष्ट्र संस्कृतीचा अविभाज्य भाग आहेत. रोखठोक व्यवहार आणि परमार्थ यांची सांगड घालणारे रामदास सर्वच संतकवीत काहीसे वेगळे वाटतात.

पंडिती काव्य

संतवाङ्मयानंतरचा काळ म्हणजे पंडिती कवींचा होय. ह्यामध्ये वामन पंडित आणि मोरोपंत हे अग्रस्थानी होते. संस्कृत महाकाव्याचे आदर्श पुढे ठेवून मराठीत रचना करणाऱ्यांमध्ये वामन पंडित होय. इ.स. १६२६ ते १६९५ असा त्यांचा कालावधी मानला जातो. वामन पंडितांनी शास्त्रीय विषयावर ग्रंथरचना केली आहे. 'निगमसार' 'कर्मतत्त्व' 'समरश्लोकी गीता' आणि 'यथार्थदीपिका' इ. याचे तात्त्विक ग्रंथ होत. त्यामधील वामनपंडितांचा प्रसिद्ध ग्रंथ म्हणजे यथार्थदीपिका. ती गीतेवरील टीका (विवरण) आहे. ज्ञानापेक्षा भक्ती श्रेष्ठ असे ज्ञानेश्वरांनी सांगितले आहे. ते वामनाला मान्य नाही म्हणून त्यावर आणि इतरही ज्ञानेश्वरांच्या मतांवर त्याने त्या दीपिकेत टीका केली आहे. भगवंताचा आशय मीच ययार्थपणे सांगू शकतो. अशा अभिनिवेशाने तो ग्रंथलेखनाला प्रवृत्त झाला आहे. त्याचा यथार्थदीपिका हा ग्रंथ २२००० ओव्यांचा आहे. या ग्रंथामध्ये त्याची स्वतंत्र प्रज्ञा, निःस्पृहता, पांडित्य व भाषाप्रभुत्व हे गुण प्रकर्षाने दिसून येतात. त्यामधील काही ओव्या पुढीलप्रमाणे :-

या द्विविधा ज्ञानिया योगियात। एक सेविती सगुण भगवंत।
एका निर्गुणोपासक ते अत्यंत। क्लेशे देवकृत विघ्ने परिहरिती।।
'क्लेशोऽधिकतरस्तेषा' म्हणोणि। द्वारशाध्यायांत या भावे करूनी।
श्रीकृष्ण बोलले त्या वचनी। समजावा हा अर्थ।।
जे ज्ञानी होऊनि सगुणाची। कांस न सोडिती त्यांची।
देवकृत विघ्ने हरूनी योगाची। सिद्धी मनायासे ईश्वर देतसे।।
तेषामहं समुद्धर्ता म्हणोनि। द्वादशाध्यायात या भावे करूनी।
श्रीकृष्ण बोलले की सकल विघ्ने हरूनी। मी उद्धरणार भक्तानें।।
हाचि अर्थ भागवती। पुनः पुनः स्कंधस्कंधाप्रती।

निरूपिला ती प्रमाणे किती। वाखाणावी ये स्थळी।।
ग्रंथ वाढेल फार। म्हणूनी दाविजे अनुकार।
एवं देवकृत विघ्ने परिहार। मनायासे भगवद्भक्ता ज्ञानियाच।।

प्रामुख्याने श्रीकृष्णाच्या गोकुळातल्या क्रीडा हा त्याचा विषय आहे. 'वनमुधा', 'वेणुसुधा', 'राधाविलास', 'कात्यायनी व्रत', 'उखलीबंधन', 'राधाभुजंग' ही त्याची प्रकरणे आहेत. ही त्याची रचना मनोहर आहे. कृष्णाबरोबर गाई चरायला गेलेल्या गोपबाळाचे वर्णन करताना वामन पंडित लिहितात,

वनी खेळती बाल ते बल्लवांचे। तुरे खोविती मस्तकी पल्लवांचे। फुलांचे गळा घालिती दिव्य हार। स्वनाथासवे ते करिती विहार।।

स्वकौशल्य ज्या गुंजमाळात नाना।
गळा घालिती ते करीती तनाना।
शिरी बांधिती मोरपत्रे विचित्रे।
शरीरावरी रेखिती दिव्य चित्रे।।

रामायणातील 'भरतभाव'आणि 'सीतास्वयंवर' ही प्रकरणे उत्तम आहेत. अतिशय कमी काव्यरचना करून मराठी साहित्यात अमरपद मिळविणारा कवी म्हणजे रघुनाथपंडित होय. (१७ वे शतक) दमयंतीस्वयंवर हे आख्यान रसिकप्रिय ठरले आहे. अनेक वृत्तांमध्ये श्लेष, उपमा, रूपक इ. अलंकारांचा आश्रय करून त्यांनी आपले काव्य सजवले आहे. त्यातील काही श्लेाख पुढलीप्रमाणे :-

पुण्यश्लोक नृपावळीत पहिला होवोनि जो राहिला।
तो राजा असता समस्त महिला विश्रांति शेषहिला।।
ग्यासोक्ते अवगाहिला बुध-जनी नाना गुणी गायिला।
जो नामे नल नाकधौघ लिहिला तो पाहिजे पाहिला ।।१ ।।
इंद्रादिक वर असता, कशी नल-सतीच होय दमंयती।
सुंदर सकल वधूंते कशी न लसतीच होय दमयंती।।२ ।।
कथा बोलू हे मधुर सुधा-धारा।
होय शृंगारा करुण रसा थारा।
निषध राजा नल नामधेय होता।
वीरसेनाचा तनय महा होता ।।३ ।।
चौगुणीही जरि पूर्ण शीत मानु।
नला ऐसा तरि कला-निधी वानू।
प्रतापाचा जो न मालवे भानू।
तयासमान कोण दुजा मानू।।४ ।।
चंद्रासि लागति कळा उपराग येतो।
गंगेसि भंग बहु पाणउतार होतो।

जे होय पूर्ण तरि मौक्तिक ते कशाला।
नाही समान नळराज - महायशाला।।५।।

सामरायाचे (इ.स. १७ वे शतक) रूक्मिणीहरणही याप्रमाणेच लोकप्रिय आहेत संत एकनाथांप्रमाणेच वामन (इ.स. १६३६-१६९५) हा विषयाला अध्यात्मरंग देतो. कृष्णदयार्णव (इ.स.१६७४-१७४०) हा भागवताच्या दशम स्कंधावर टीका लिहिणारा कवी ह्याच शतकातला. या टीकेचे नाव हरिवरदा असे आहे. हा ग्रंथ ४२००० ओव्यांचा आहे. त्याची शैली गंभीर पण प्रसादपूर्ण आहे.

कृष्णदयार्णवाबद्दल डॉ. रा. चिं.ढेरे लिहितात की तत्त्वज्ञानाच्या सर्व प्रणालींशी कवीचा परिचय आहे. संपूर्ण भारतवर्ष त्यांनी पाहिलेला आहे. अनेक व्यथावेदना व अनुभव गाठीशी बांधलेले आहेत. या ग्रंथात ग्रंथकाराच्या साधनेच्या सखोल अध्ययनाचे आणि व्यापक अनुभवाचे दर्शन घडते.

कृष्णदयार्णवापेक्षा त्याचा समकालीन श्रीधरस्वामी नाझरेकर किंवा श्रीधर (इ.स.१६५८-१७२९) हा अधिक लोकप्रिय ग्रंथकार होय. त्यांच्याविषयी शेणोलीकर लिहितात -

लहानापासून मोठ्यांपर्यत अठरापगड जातींमध्ये सर्व स्त्रीपुरुषांचा आवडता झालेला असा श्रीधराखेरीज दुसरा ग्रंथकार मिळणार नाही. मुक्तेश्वरांची पौराणिक धाटणी डोळ्यापुढे ठेवून रामायण, महाभारत व इतर पुराणे वगैरे ग्रंथातील कथांचे संक्षिप्त सुबोध रसाळ असे ओवीबद्ध अनुवाद कथाप्रिय अशा वाचकांपुढे श्रीधरांनी ठेवले. श्रीधरांनी हरिविजय, रामविजय, वेदान्तसूर्य, पांडवप्रताप, पंढरिमाहात्म्य, व्यंकटेशमाहात्म्य, मल्हारिविजय, ज्ञानेश्वरचरित्र इत्यादी ग्रंथ लिहिले. श्रीधरांच्या हरिविजयमधील काही ओवी पुढीलप्रमाणे :-

अंगणी असोन श्रीहरी। परी न दिसे तिच्या नेगी।
जन भुलले त्याचपरी। नाना साधने भजती हो।।
जवळी असोन जगज्जीवन। का सेविती घोर विपिन।
निराहार पंचाग्निसाधन। नाना यज्ञ करिती एक।।

ज्यांनी आर्यावृत्तावर आपली छटा उमटवली. ते मोरोपंत १७ व्या शतकातच होऊन गेले. (इ.स.१७२९-१७९४) त्यांनी केलेली काव्यरचना ही मनाला थक्क करून सोडणारी आहे. महाभारत, भागवत आणि रामायण यांचे आर्याबद्ध अनुवाद, भागवताच्या दशम स्कंधावर कृष्णविजय आणि शिवचरित्रावर ब्रह्मोत्तरखंड इ.विस्तृत काव्ये, १०८ रामायणे, केकावली, स्तोत्रे ही सर्व मिळून मोरोपंतांची ग्रंथरचना साठ हजाराच्यावर आहे. आख्यानकवींमध्ये मोरोपंत सर्वात विख्यात होते. पंतांना त्यांच्या हयातीतच अमाप प्रसिद्धी मिळाली. रस, वर्णनशैली, अलंकार, स्वभावचित्रे, भाषाप्रमुख इ. सर्व गुणांनी मोरोपंतांची कविता सजलेली असे. त्यांच्या आर्यांचा कीर्तनकारांना फार उपयोग होत असे. सर्व भारतभर मराठ्यांच्या ठाण्यांतून उत्सव समारंभांत कीर्तने

होत असल्यामुळे पंतांची कविता सर्वत्र पसरली. या आख्यानकवींनी मराठीला व महाराष्ट्राला ऋणी करून ठेवले आहे. याविषयी दुमत नाही. पण ऐतिहासिक दृष्टीने त्यांचे मूल्यमापन करून त्यांचे स्थान ठरविणे आवश्यक आहे. मोरोपंताच्या रचनेत आर्याभारत हा ग्रंथ अतिशय आवश्यक आहे. त्यांच्या कवित्वशक्तीचे सर्व चांगले गुण आर्याभारताच्या रचनेमध्ये एकवटले आहे. ते रसिकांना आश्वासन करतात.

त्या श्री व्यासप्रभुला वंदुनि मी भारतेतिहासरस।
पाजीन तुम्हा श्रोत्यां अमृतसाहून फार हा सरस ।।

आर्याभारतात विविध रसांच्या सरिता वाहत होत्या.

मोरोपंत हे श्रेष्ठ दर्जाचे नीतिशिक्षक असण्याचा प्रत्यय आर्याभारत या ग्रंथावरून येतो. मोरोपंतांची केकावली हे उत्तम प्रकारचे ध्वनिकाव्य असून ती परिणतप्रज्ञाची वाणी आहे. श्री पांगारकर म्हणतात त्या काव्यातील दोन केका अशा

कृतान्त - कटकामल -ध्वज-जरा दिसो लागली।
पुरःसर गदांसवे झगडता तनू भागली।
सहाय दुसरा नसे तुजविणे बळे आगळा।
न हो जरि उताविळा, स्वरिपु कापितो हा गळा।।
अगा प्रणतवत्सला, म्हणति त्या जनां पावला।
म्हणोनि तुमच्याच मी स्मरतसे सदा पावला।
करू वरि कृपा हरू व्यसन दीन हा तापला।
असे मनि धरा खरा भरवसा मला आपला ।।

नाभाजी, उद्धनचिद्‌घान, दासो दिगंबर असे काही चरित्रकार याच काळात होऊन गेले. पण महिपतींशी तुलना करता त्यांची कामगिरी गौण ठरते. महिपतींनी (इ.स.१७१५-१७९०) भक्तिविजय, संतलीलामृत, भक्तलीलामृत व संतविजय असे चार ग्रंथ लिहिलां. त्याच्या भक्तलीलामृतातील लेखनशैलीचा नमुना खालीलप्रमाणे

ऐका श्रोते भाविक प्रेमळ। कृपेने विलोकिता दीन-दयाल।
मुके होऊनि वाचाळ। वदतसे सकल शास्त्रार्थ।।
श्रीहरिचेनि कृपाबळे। महापर्वत उलघी पांगुळे।
बरड गोटे जे केवळ। प स तत्काळ ते होती।।
खैर बाभुळीचा तरू। तोही होईल कल्पतरू।
जरी कृपा करिता जगद्गुरू। होईल संसार सुखाचा।।

शाहिरी वाङ्मय - यानंतरचा काळ म्हणजे पोवाडा आणि लावणी यांचा.

□

प्रकरण ४
सामाजिक जीवन

जातिव्यवस्था

जातिव्यवस्था हा भारतीय समाजरचनेतील एक मूलभूत असा घटक आहे. त्यामुळे भारताच्या तसेच भारतातील कुठल्याही प्राथमिक विभागाच्या संस्कृतीबद्दल लिहीत असताना आपणास त्या ठिकाणच्या जातिव्यवस्थेचा आढावा घ्यावाच लागतो. भारतीय इतिहासाच्या आकलनासाठी जातिव्यवस्थेचा अभ्यास वगळून आपणास पुढे जाता येत नाही.

जातिव्यवस्थेचे मूळ आपणास वैदिक कालखंडापर्यंत नेता येते. पुरुषसूक्तामध्ये सर्वप्रथम 'जाति' या शब्दाचा उल्लेख येतो. भारतात विभिन्न कारणांनी जाती निर्माण होत गेल्या. काही ठिकाणी जमातींचे जातींमध्ये रूपांतर झाले तर काही ठिकाणी व्यवसायांमुळे जातींची निर्मिती झाली. परंतु वर्णाचे विभाजन जातींमध्ये झालेले नाही. वर्ण हे आधीपासूनच अस्तित्वात होते. नंतर अस्तित्वात आलेल्या जातींना वर्णाच्या दर्जात बसवले गेले. कुठलाही समाज जातिबद्ध असण्यासाठी पुढील पूर्वघटक त्यासाठी आवश्यक असतात.

१) अशा समाजात सामाजिक विषमता असणे आवश्यक आहे.
२) उच्च-नीच वर्णांच्या संकल्पनेने अशा विषमतेला सैद्धान्तिक अपरिवर्तनीयता लाभलेली असली पाहिजे.
३) अशा उच्च-नीच वर्णांच्या संकल्पनेला उदात्त व आधिभौतिक अशा दैवी व्यक्तीचा आधार असावा. जेणेकरून ज्या वर्णाला ही संकल्पना मान्य नाही त्यांच्यावर ती लादता येईल.

जातिव्यवस्थेचा येथपर्यंत ऐतिहासिक आढावा घेतल्यावर आपण शिवकालातील तसेच शिवोत्तर काळातील जातिव्यवस्थेच्या स्वरूपाचा विचार करू.

महाराष्ट्रातील जातिव्यवस्था :

शिवकाल तसेच पेशवेकालातसुद्धा ब्राह्मणांना समाजात उच्च स्थान होते. शिवकालात ब्राह्मणांचे राजकारणावर वर्चस्व नव्हते तर पेशवेकालात ब्राह्मणवर्गाचे राजकीय वर्चस्व प्रभावी होते एवढाच फरक होता. खुद्द शिवाजीमहाराजांनी ब्राह्मणांना त्यांच्या धार्मिक दर्जामुळे विशेष सवलती दिल्याची उदाहरणे नाहीत. जिवाजीपंत नावाच्या ब्राह्मण सुभेदाराने कामात दिरंगाई केल्याबद्दल त्याला लिहिलेल्या पत्रात शिवाजी महाराज म्हणतात,

''पद्मदुर्ग हबशी फौजा चौफेर जेर करत असतील आणि तुम्ही ऐवज न पाठवून

आरमार खोळंबून पाडाल, इतकी हरामखोरी तुम्ही कराल, त्यावरी साहेब रिझतील की काय? न कळे की हबशियांनी काही देऊन तुम्हास आपले चाकर केले असेल. तर ऐशा चाकरास ठीकेठाक केले पाहिजे. ब्राह्मण म्हणून कोण मुलाहिजा करू पाहतो? याउपरी तुम्ही त्याला ऐवज व गला राजश्री मोरोपंते देविला असे तो खजाना रसद पालियाहुन अधिक जाणोन तेणेप्रमाणे अदा करणे....''

पेशवेकालात ब्राह्मण वर्णाकडे राजकीय सत्ता आल्यामुळे त्यांच्या दर्जात चांगलीच सुधारणा झाली. यामुळे ब्राह्मण व अब्राह्मण असे काही वाद निर्माण झाले. या वादांचे स्वरूप निव्वळ राजकीय असून केवळ बड्या राजघराण्यांपुरते मर्यादित होते. नाना फडणीस व महादजी शिंदे यांच्यातील वाद हे याचे उदाहरण आहे.

ब्राह्मण जातिअंतर्गत देखील मोठेपणासाठी संघर्ष होत असे. कोकणस्थ-देशस्थ वाद त्याकाळी भरात होता. पेशवे स्वतः कोकणस्थ ब्राह्मण असल्याने प्रशासनातील अनेक महत्त्वाच्या जागा त्या वर्गाने बळकावल्या होत्या. गादीच्या स्पर्धेसाठी नानासाहेबानंतर देशस्थांच्या पक्षाने राघोबाला तर कोकणस्थांच्या पक्षाने माधवरावाला पाठिंबा दिला होता. अशा राजकीय वादाशिवाय ब्राह्मण उपजातींमध्ये श्रेष्ठत्वासाठी वाद होत असत. चित्पावन-कऱ्हाडे तसेच क्रमवंत -चित्पावन असे हे वाद असत. चित्पावनांनी क्रमवंत हे किरवंत असल्याचा दावा केला होता. क्रमवंतांकडे अष्टागरातील अनेक वतने एकवटल्याचा हा परिणाम होता. परिणामी क्रमवंत हे किरवंत नव्हेत हे सिद्ध करण्यासाठी खुद्द पेशव्यांना क्रमवंतांबरोबर पंगतीत भोजन करावे लागले होते. यावरून तत्कालीन ग्रामण्याचे तीव्र स्वरूप स्पष्ट होण्यासारखे आहे.

ब्राह्मणांच्या खालोखाल समाजात मराठा वर्णाचे क्षत्रिय म्हणून स्थान होते. शहाण्णव कुळीचे मराठे स्वतःस क्षत्रिय म्हणून घेत असत. शिवरायांच्या काळात मराठा समाजाचा दर्जा वठला. मराठ्यांमध्येसुद्धा मराठा व कुणबी असे प्रमुख भेद असून दोन्ही वर्गांच्या दर्जात फार मोठी तफावत होती. मराठा वर्गाकडे बहुतेक वतनांचे केंद्रीकरण झाले असल्याने त्यांचा सामाजिक दर्जा उच्च होता. कुणब्यांची आर्थिक परिस्थिती फारशी समाधानकारक नव्हती. कुणब्यांतही देशस्थ व कोकणस्थ असे भेद होतेच.

इतर जाती

उपरोक्त प्रमुख जातींशिवाय शिवकालात व पेशवेकालात इतर जातींचेही अस्तित्व होते. इतर जातींमध्ये कुंभार, सोनार, सुतार, शिंपी, धनगर, तेली इ. जाती प्रमुख असून पैकी काही बलुतेदार असल्याने त्यांना गावकीच्या संदर्भात काही विशेष हक्क होते. प्रत्येक जातीत अनेक पोटजाती असत. कुंभारांमध्ये मराठे कुंभार, गुजराती कुंभार, लिंगायत कुंभार इ. पोटजाती असून त्यांच्यात विभिन्न कारणांवरून तणाव उत्पन्न होत असत. न्हाव्यांमधे वाजंत्री व मशालजी असे दोन प्रमुख भेद होते. तेल्यांमध्ये एकबैले व दोनबैले तसेच इतरही पोटजाती होत्या. शिंप्यांमध्ये नामदेव, भावसार, आहिर

इ. अनेक उपजाती होत्या. धनगरांमध्ये मेंढके व खुटकर आदी अनेक उपजाती होत्या.

वरील जातींशिवाय लोहार, कोळी, तांबोळी, गोसावी, कोष्टी इ. चा दर्जा शूद्रांचा होता, तसेच कैकाडी, पारधी, बुरूड इ. भटक्या जमातींचाही गावगाड्यात समावेश होत असे.

अस्पृश्य जाती

अस्पृश्य जातींमध्ये महार, मांग, चांभार या प्रमुख जाती होत्या. यांपैकी महार हा गावाचा वतनदार सेवक होता. गावकीची दवंडी पिटण्यापासून ते शेतसारा वसूल करण्यापर्यंत सर्व कामे महार करत असे. जमिनीच्या सर्व तंट्यांमध्ये महाराच्या साक्षीला अत्यंत महत्त्व असे.

गावकीची जी कामे महार करत नसे ती करण्याचे काम मांगाचे असे. ते जी कामे करत त्यावरून त्यांच्या पोटजाती तयार होत असत. काही वेळा गुन्हेगारांचा माग काढण्याचे काम मांगाला करावे लागे.

चांभाराचे काम कातडी वस्तू बनवणे हे होते. कातडी कमावण्याचे काम ढोरांचे असे. याशिवाय चांभारांमध्ये मोची व टिनगर असे अनेक उपभेद होते.

उपरोक्त सर्व भेद व उपभेदांशिवाय प्रत्येक जातिअंतर्गत कडू व गोड असे भेद होते. त्यांच्यामध्ये बेटी व्यवहार होत नसे. संघर्ष उत्पन्न झाल्यास तो गावसभेमार्फत सोडवला जात असे. गोतसभेचा निर्णय राजसत्तेने मान्य करणे आवश्यक असे. जातिअंतर्गत संघर्ष नाही अशी एकही जात नव्हती.

गोतसभा

जातिअंतर्गत समस्या सोडवणारी महत्त्वाची संस्था म्हणजे गोतसभा. गोतसभेत उपजातीतील प्रमुख व्यक्तींचा समावेश असे. गोतसभेच्या निर्णयाचा राजसत्ता सन्मान करत असे. कधीकधी शासनही तसा प्रसंग असल्यास गोतसभा आमंत्रित करत असे.

तत्कालीन जातिव्यवस्थेचे मूल्यमापन

या प्रकरणाच्या प्रस्तावनेतच म्हटल्याप्रमाणे जातिव्यवस्था हे भारतीय समाजाचे मूलभूत व अपरिवर्तनीय वैशिष्ट्य होते. अगदी खुद्द शिवाजीमहाराजांच्या बाबतीतसुद्धा त्यांचे विरोधक त्यांच्या क्षत्रियत्वाच्या अस्सलपणाबाबत संशय घेत असत. असले संशय दूर करण्यासाठीच महाराजांना स्वतःला राज्याभिषेक करून घ्यावा लागला.

शिवकालात तसेच शिवपूर्वकालात हिंदू धर्मावरच संकट आले असल्याने जातीविषयक नियमांच्या कर्मठतेत भरच पडली होती. प्रचलित जातिसंस्थेवर धर्मांतरांमुळे आघात झालेला होता. यामुळे सर्व एतद्देशीय संतांनी जातिसंस्थेला पाठिंबा दिलेला दिसतो. विजयनगरच्या शासकांनीसुद्धा वर्णाश्रमधर्माचे समर्थनच केलेले होते. शिवकालात सरंजामदारी प्रभावी नव्हती. सरंजामदारीचा धोका ओळखलेल्या शिवाजी-महाराजांनी वतनदारांवर कडक नियंत्रण ठेवले होते. असे नियंत्रण उल्लंघणाऱ्यांना त्यांनी

बेधडक कडक शिक्षा ठोठावल्या. या कारणांमुळे शिवकाल व पेशवेकाल या काळातील चालीरीतींमध्ये भिन्नता जाणवते. पेशवेकालीन मराठी राज्य हे पूर्णपणे सरंजामशाहीप्रधान (feudal) राज्य होते. पेशवेकालात उत्तरोत्तर राज्याचा विस्तार होत गेल्याने मराठा सरंजामदारांना प्रादेशिक विस्तारास मोठा आवाका उपलब्ध झाला होता. प्रादेशिक विस्तारासाठी विभिन्न जाती-जमातींमध्ये मोठी स्पर्धा होती. त्यामुळेच पेशवेकालात धर्मांतरांचा अभाव तसेच अन्नोदकसंसर्ग, पंक्तिभेद, अपृश्य समस्या इत्यादी मोठ्या प्रमाणात वाढल्या होत्या. कारण प्रत्येक ज्ञाती प्रतिस्पर्धी ज्ञातीस येनकेनप्रकारे निष्प्रभ करण्याचा प्रयत्न करत असे. आपली जात सर्वश्रेष्ठ असल्याची प्रत्येकाची ठाम समजूत असल्याने तडजोडीची शक्यताही जवळजवळ नसेच.

शिवकालात मराठा जातीचे समाजात वर्चस्व निर्माण झाले. कारण त्या समाजाकडे राजकीय व आर्थिक सत्ता होती. पेशवाईत ब्राह्मणांकडे बऱ्याच सामाजिक व आर्थिक संसाधनांचे नियंत्रण एकवटल्यामुळे त्यांच्या सामाजिक प्रतिष्ठेत वाढ झाली. उत्तर पेशवाईत ब्राह्मण वतनदारांच्या संख्येत लक्षणीय वाढ झालेली दिसते. ब्राह्मणांना मिळणाऱ्या दानदक्षिणेत चांगलीच वृद्धी झाली. पुढे दानदक्षिणेच्या कार्यासाठी पेशव्यांनी खास रमणा बांधून घेतला. शिवकालात शिवाजीमहाराजांनी अनेक प्रकरणांत शुद्धीकरण करून अशा व्यक्तींना परत ज्ञातीत घेतल्याचे दाखले मिळतात. बजाजी निंबाळकर तसेच नेताजी पालकर यांची उदाहरणे सर्वज्ञात आहेतच. पेशवे कालखंडातसुद्धा होळकर, शिंदे यांनी शुद्धीकरण करून अशा व्यक्तींना परत ज्ञातीत घेतल्याची उदाहरणे आहेत.

एकंदरीत शिवकाल तसेच पेशवेकालात जातिव्यवस्थेत फारसा बदल झाला नाही. पेशवेकालात उलट आचारविषयक कर्मठतेत वाढच झाली. तत्कालीन समाज अनंत जातींमध्ये विभागलेला असल्याने अशा समाजात ऐक्य प्रस्थापित होणे ही गोष्ट तशी अवघडच होती. पेशव्यांनी इतर जातींमधील संघर्षास खतपाणी घालून स्वतःचे स्थान बळकट करण्याचे प्रयत्न केले. परिणामी मराठा राज्यसंघ वरवर एक वाटत असला तरी प्रत्यक्षात त्याचा पाया अत्यंत कमकुवत होता. महाराष्ट्रातील त्या परिस्थितीचाच फायदा पुढे इंग्रजांना येथे आपले स्थान बळकट करण्यासाठी झाला.

शिवकालीन गावगाडा

स्वराज्याची स्थापना हे महाराष्ट्राच्या सांस्कृतिक जीवनातील एक मोठे स्थित्यंतर होते असे म्हटल्यास वावगे ठरू नये. शिवाजीमहाराजांच्या आधीपासूनच मराठ्यांचा राजकीय प्रभाव सातत्याने वृद्धिंगत होत होता. निजामशाहीत शहाजीराजांनी अल्पकाळाकरता का होईना पण वजीरपदापर्यंत मारलेली मजल या प्रक्रियेचेच दिग्दर्शन करत होती. सतराव्या शतकात महाराष्ट्रात घडलेल्या या बदलांनी महाराष्ट्राचा पुढचा प्रवास निर्धारित केला. या राजकीय बदलाचे परिणाम अपरिहार्यपणे सामाजिक व आर्थिक संस्थांवर झालेले दिसतात. या बदलांचे अध्ययन करण्याच्या दृष्टीने शिवपूर्वकालीन व

शिवकालीन ग्रामीण जीवन, ज्यालाच 'गावगाडा' असा शब्द आहे त्याचा अभ्यास करणे अत्यावश्यक आहे.

साधने

शिवकालीन गावगाड्याचा अभ्यास करण्यासाठी समकालीन सरकारी व बिनसरकारी पत्रव्यवहार, बखरी, घराण्यांची कागदपत्रे, खाजगी पत्रे यांचा उपयोग होऊ शकतो. इतिहासाचार्य वि. का. राजवाडे यांनी प्रसिद्ध केलेल्या २६ खंडात्मक "मराठ्यांच्या इतिहासाची साधने" या बहुमूल्य संकलनाचा येथे आवर्जून उल्लेख करावा लागेल. या कागदपत्रांमधून जमिनीविषयक कागदपत्रे, कज्जांची निकालपत्रे, गोतसभांची निकालपत्रे, विविध जाबते, महसुली हिशेबपत्रे इ. प्रकारची पत्रे आढळतात. ह्या पत्रांच्या साह्याने शिवकालीन गावगाड्याचे एक सुसंगत चित्र उभारणे शक्य आहे.

गाव किंवा गाडे

शिवकालात तसेच शिवपूर्वकालातसुद्धा बहुतांश लोक उपजीविकेसाठी शेतीवर अवलंबून असल्याने सामाजिक व आर्थिक व्यवहारांचा केंद्रबिंदू नगर व शहर नसून खेडे हा होता. नागरी ठिकाणी असलेली लोकसंख्या खेड्यात असलेल्या लोकसंख्येपेक्षा कमी होती.

शिवकालात शिवाजीमहाराजांनी खेड्यांची व्यवस्था लावण्यात महत्त्वपूर्ण भूमिका बजावली. राजकीय अस्थिरता तसेच युद्धजन्य परिस्थितीमुळे विस्कळित झालेल्या 'खेडे' या संस्थेस त्यांनी आधार दिला. पुणे येथे त्यांच्याच हस्ते सोन्याचा नांगर फिरवल्याची कथा तर सर्वविदित आहेच. यावरून अशा प्रकारे उद्ध्वस्त खेड्यांच्या पुनर्वसाहतीकरणास सरकारी स्तरावरून साह्य होत असावे असे दिसते.

खेड्याचे नियंत्रण ज्या भूपृष्ठावर आहे त्या भूपृष्ठाचे 'काळी' व 'पांढरी' असे दोन विभाग पडत असत. ज्या ठिकाणी प्रत्यक्ष वसाहत केली जात असे म्हणजे ज्या भागावर त्या गावात राहणाऱ्या लोकांची घरे एकवटलेली असत त्या भागाला 'पांढरी' अशी संज्ञा होती. तर खेड्यातील लोकांच्या कसण्यायोग्य जमिनींचा समावेश ज्यातून उत्पन्न काढले जात असे अशा 'काळी' या सदरात होत असे. या दोन महत्त्वाच्या विभागांखेरीज गावच्या जमिनीचे काही उपविभाग पडत असत. या उपविभागांना मजरा, पाडी, वाडी, खारी अशा संज्ञा असत. या संज्ञांचे स्वरूप स्थलपरत्वे बदलत असे. कोकणात अशा उपविभागाला वाडी म्हणत असत. नागाव (जि. अलिबाग, ता. रायगड) येथील लेखाप्रमाणे नागावच्या कोतलवाडी, चोरलेवाडी ह्या वाड्या असल्याचा उल्लेख आहे. जी गावे समुद्रकिनाऱ्यालगत असत त्यांच्या उपविभागांना 'खारी' असे म्हणत असत.

'कसबा' म्हणजे कसबी किंवा विशेष कौशल्य असणारे लोक जिथे राहतात अशा लोकांचे गाव. कसब्याच्या आसपासच्या गावातील लोक दैनंदिन उपयोगाच्या वस्तूंची खरेदी करण्यासाठी कसब्याच्या ठिकाणी येत असत. येथे बाजारपेठ असल्याने

कारागीर लोक आपल्या वस्तुंची विक्री करण्यासाठी कसब्याच्या ठिकाणाला येत असत. ज्या ठिकाणी हे खरेदी-विक्रीचे व्यवहार होत असत अशा ठिकाणाला 'पेठ' म्हणत असत.

गावाचे नागरिक किंवा रहिवासी

गाव हा एक सुव्यवस्थित घटक होता. जमीन हे उपजीविकेचे मुख्य साधन होते. गावाच्या प्रमुख रहिवाशांमध्ये त्यामुळे ज्यांच्याकडे मालकी हक्काची जमीन आहे अशांचा समावेश होत असे. गावाच्या रहिवाशांमध्ये गावाचे परंपरागत अधिकारी, जमिनीचे मालक व सेवा-पुरवठादार वर्गाचा प्रामुख्याने समावेश होतो. उपरोक्त वर्गांखेरीज मोलमजुरी करणाऱ्यांचा एक वर्ग गावात असे परंतु त्याचा दर्जा कनिष्ठ मानला जात असे. गावकीमध्ये त्यांचा सहभाग नसे.

गावावर एकंदरीत चार स्तरांचे नियंत्रण असे. पहिला स्तर म्हणजे दिवाणसत्ता. दिवाणसत्तेमार्फत राजसत्तेचे नियंत्रण संबंधित खेड्यावर ठेवले जात असे. दुसरा अत्यंत महत्त्वाचा स्तर म्हणजे गोतसत्तेचा स्तर. या स्तरामध्ये गावाचे वतनदार अधिकारी, रयत व बलुतेदारांचा समावेश होत असे. तिसरा स्तर धर्मसत्तेचा वा ज्ञातिसत्तेचा असे. तर चौथा स्तर व्यापारी सत्तेचा होता. उपरोक्त चारही स्तरांपैकी गोतसत्तेचा स्तर सामाजिकदृष्ट्या अत्यंत महत्त्वाचा होता.

ज्यांना गावात वंशपरंपरेने चालत आलेले अधिकार मिळत असत, गावापासून ज्यांना काही विशिष्ट हक्क मिळत असत, जे गावाचे कायमचे रहिवासी असत, अशा लोकांना 'देशक' अशी संज्ञा आहे. त्यांच्याकडे सोपवलेल्या कामगिरीच्या बदल्यात त्यांना वतनी जमीन मिळत असे. देशकांमध्ये आपणास पाटील, कुलकर्णी, शेटे, महाजन, महार, देशमुख किंवा देसाई तसेच देशपांडे अथवा देशकुलकर्णी यांचा समावेश करता येईल. उपरोक्त अधिकाऱ्यांची पदे वंशपरंपरागत होती. राजसत्तेचे अधिकारी मात्र बदलीस पात्र असत.

गावाची कामे करणाऱ्या व त्यासाठी सारामुक्त जमीन असणाऱ्या लोकांना 'वतनदार' अशा नावाने संबोधले जात असे. वतन या अरबी शब्दाचा अर्थ वंशपरंपरागत व सारामुक्त जमीन असा आहे. पाटील व कुलकर्णी हे गावाचे महत्त्वाचे वतनदार अधिकारी होते. सामान्य जनता व राजसत्ता यांना जोडणारा महत्त्वाचा दुवा पाटील होता.

वतनदारांनंतर गावात महत्त्वाचा वर्ग मिरासदारांचा असे. गावातील जमिनीवर ह्या वर्गाच्या मालकीचे प्रमाण जास्त होते. हा वर्ग नियमानुसार आकारलेला सारा भरत असे.

मिरासदारांनंतरचे गावाचे मानकरी म्हणजे बलुतेदार. हा गावाला विविध प्रकारच्या सेवा पुरवणारा वर्ग होता. बलुतेदारांमध्ये लोहार, कुंभार, सुतार अशा लोकांचा

समावेश होत असे. ह्या वर्गाने पुरवलेल्या सेवेच्या बदल्यात गावाच्या उत्पादनातील ठराविक हिस्सा त्याला देण्यात येत असे. ग्रामपंचायत तसेच गोतसत्तेच्या कामकाजात भाग घेण्याचा बलुतेदारांना हक्क होता.

उपरोक्त तीन वर्गांखेरीज गावात मोलमजुरीने काम करणारा एक वर्ग होता, ज्याला 'उपरी' अशा संज्ञेने संबोधले जात असे. उपरोक्त तीन वर्गांना असणारा दर्जा ह्या वर्गाला नव्हता. परंतु गावातील उत्पादनप्रक्रियेत सहभाग असल्याने गावातील त्यांचे स्थान महत्त्वपूर्ण होते.

एकंदरीत शिवकालीन गावगाड्याचे वतनदार, मिरासदार, बलुतेदार व उपरी हे महत्त्वाचे भाग होते असे आपणास म्हणता येईल.

१) वतनदार

गावाच्या एखाद्या अधिकाऱ्याला राजसत्तेकडून मिळालेले जमिनीचे दान म्हणजे वतन. ह्या अरबी शब्दाचा वापर महाराष्ट्रात मुसलमानी शासनकाळात सुरू झाला. वतनदारांच्या उदरनिर्वाहाची जबाबदारी संपूर्ण गावाची असे. गावकऱ्यांकडून जेव्हा ह्याला रोख रक्कम मिळत असे तेव्हा त्याला 'नख्त' असे संबोधले जात असे तर जेव्हा गावकऱ्यांकडून त्याला वस्तुरूपात प्राप्ती होत असे तेव्हा अशा प्राप्तीला 'गला' असे संबोधले जात असे. या हक्कांचा वतनदाराच्या सनदेत समावेश असल्याने ते त्याचे कायदेशीर अधिकार असावेत असे मान्य करण्यास हरकत नाही. वतनदाराच्या या मोबदल्यास 'हकलाजिमा' असे संबोधले जात असे.

तत्कालीन सामाजिक व्यवस्थेत वतनाला अत्यंत महत्त्वाचे स्थान होते. राजकीय सत्तेपर्यंत पोहोचण्याचा तो एक प्रभावी मार्ग होता. वतनाला सामाजिक व आर्थिक प्रतिष्ठा लाभलेली असल्याने सामाजिक अशांततेचे मूळ वतनदार या स्तरामध्ये घडल्याचे दिसून येते. वतनावरील अधिकार प्राप्त करण्यासाठी दावेकऱ्यांमध्ये दंगेधोपे, कापाकापी होत असे. या वतनापायी कुटुंबेच्या कुटुंबे कापून काढल्याची उदाहरणे तत्कालीन साधनांमधून मिळतात. मुळामध्ये वतनसंस्थेमागचा हेतू प्रशासकीय विकेंद्रीकरणाचा असल्याने ती अत्यंत आवश्यक अशी संस्था होती हे निर्विवाद सत्य होय.

i) पाटील

पाटलाला गावाचा राजा असे म्हटले जात असे. राजव्यवहारकोशात पाटलाचा उल्लेख 'ग्रामगोपक' असा केला आहे. लावणी (लागवडीचे व पेरणीचे काम) संचणी (जमिनीचा धारा ठरविणे) व उगवणी (वसूल करणे) ही पाटलाची प्रमुख कामे होती. लागवडीखालील जमीन वाढवणे ही जबाबदारीपण पाटलाचीच होती. याखेरीज तो गोतसत्तेचा प्रमुख असे. राजसत्तेच्या अधिकाऱ्यांना पाटलाशी चर्चा केल्याशिवाय शेतसाऱ्याबद्दल अंतिम निर्णय घेता येत नसे. गावाचा सारा वसूल करण्याची जबाबदारी पाटलाची असे. गावात शांतता व सुव्यवस्था राखण्याची जबाबदारी पाटलाकडेच असे.

गावाचा पाटील सामान्यतः मराठा समाजातील तर क्वचित प्रसंगी इतर जातीचाही असे. पाटीलकी वतन विकता येत नसे. राजसत्तेस एखाद्या व्यक्तीला पाटीलकी वतन नव्याने देण्याचा अधिकार होता. गोतसत्तेसदेखील पाटील निवडण्याचा अधिकार असे.

हकलाजिमा

पाटीलकीच्या सनदेतच त्याच्या हकलाजिम्यांची नोंद केलेली असे. हक्क म्हणजे ज्या वस्तु/सेवा पाटलास देणे कायद्याने बंधनकारक आहे त्या तर 'लाजिमा' म्हणजे ऐच्छिक भेट. हक्क कोणते व लाजिमा कोणता हे परंपरेच्या आधारावर निश्चित केले जात असे. हकलाजिम्याचे स्वरूप स्थलकालपरत्वे बदलत असे. पाटलाचे काही महत्त्वाचे हकलाजिमे पुढे दिलेले आहेत.

मानपान

गावातील सणाच्या वेळी पाटलाला अग्रमान मिळत असे. सणाच्या दिवशी त्याला गावकरी अनेक गोष्टी देत. उदा. होळीची पोळी, संक्रातीतील तिळगूळ इ.

खुर्दा किंवा रोकड

गावापासून राजसत्तेला मिळणाऱ्या उत्पन्नातील पाटलाचा हिस्सा म्हणजे खुर्दा. ह्या हिश्याचे प्रमाण राजसत्ता ठरवीत असे.

गला किंवा ऐनजिनसी

प्रत्येक जमीनधारकाकडून पाटलाला काही उत्पन्न मिळत असे. 'घुगरी' म्हणजे शेतात पिकणाऱ्या धान्याचा भाग, फसकी म्हणजे कोणतेही पसाभर धान्य इ. गावाचा कारागीर तसेच व्यापाऱ्याकडून पाटलाला काही वस्तु प्रत्येक वर्षी मिळत असत. चांभार त्याला 'पायपोसी' म्हणजे पादत्राणे, विणकर त्याला 'चोळखण' म्हणजे कापड. व्यापारी त्याला नारळ, सुपारी, तूप इ. माल विनामूल्य पुरवत असत.

वेठबिगार

महार, वाजंत्री व कारागीर यांना पाटलासाठी विनामूल्य काम करावे लागत असे. एक राबता महार पाटलाच्या तैनातीला असे.

कर

गावावर लावलेल्या सरकारी करांचा काही हिस्सा पाटलाला मिळत असे.

ii) कुलकर्णी

कुलकर्णी हा पाटलाचा मदतनीस होता. साधारणतः त्याच्या कामाचे स्वरूप कारकुनी होते. प्रत्येक मिरासदाराकडची जमीन, तीपासून येणारे उत्पन्न, वसूल सारा इ. गोष्टींची नोंद त्याच्या दप्तरात असे. प्रत्येक गावात पाटील असे पण प्रत्येक गावात कुलकर्णी असेच असे काही नव्हते. त्याची कारणे शिक्षित लोकांचा तुटवडा तसेच गावांचे लहान स्वरूप ही असावीत. अनेक वेळा एकच कुलकर्णी अनेक खेड्यांचे काम पाहात असे. अशावेळी कुलकर्णी एखादा मदतनीसही ठेवत असे.

हकलाजिमा

कुलकर्ण्यांचे व पाटलाचे हकलाजिमे याच्या स्वरूपात फरक नव्हता तर त्यापासून होणाऱ्या प्राप्तीत फरक होता. दप्तरखर्चासाठी कुलकर्ण्याला सादिलवारपट्टी म्हणून काही रोख रक्कम गाव व राजसत्ता देत असे. गावकऱ्यांकडून त्याला अनेक वस्तू व सेवा मिळत. मात्र प्रत्येक गावच्या रूढीप्रमाणे यात फरक पडत असे.

iii) चौगुला

चौगुला हा पाटलाला गावकीच्या कामात मदतनीस म्हणून काम करत असे. सारावसुली ही त्याची मुख्य कामगिरी असून त्या कामी तो पाटलाला भरपूर मदत करत असे. परागंदा झालेल्या रयतेला गावात परत आणण्याची जबाबदारी चौगुल्याची असे. गावाचा वसूल सारा मुख्य तिजोरीत नेऊन भरण्याची जबाबदारी चौगुल्यास पार पाडावी लागत असे. गावात कोठारे, गोदामे यांची व्यवस्था बघण्याचे काम त्याच्याकडे असे.

iv) शेटे-महाजन

शेटे-महाजन गावातील पेठेचे वंशपरंपरागत अधिकारी होते. पेठेची जबाबदारी शेट्याची तर हिशेबाची जबाबदारी महाजनाची असे. पेठ वसवण्याची जबाबदारी शेटे-महाजन यांची असून यासाठी राजसत्ता त्यांना प्रोत्साहन देत असे. गोतसत्तेच्या कामकाजात सहभागी होण्याचा त्यांना अधिकार असे. गावात सावकारीचे व्यवहार हा वर्ग करत असे.

v) देशमुख व देशपांडे

पाटील व कुलकर्णी हे जसे गावाचे वतनदार अधिकारी होते तसे देशमुख व देशपांडे हे परगण्याच्या स्तरावरचे वतनदार होते. परगण्यातील सर्व पाटलांच्या कामावर नियंत्रण ठेवण्याची जबाबदारी देशमुखाची होती. साऱ्याचा दर कमी-जास्त करणे, गावाची पडीक जमीन गरजूंना देणे ही कामे देशमुखाला करावी लागत. आपल्या परगण्यात दौरे काढून तो परगण्याची परिस्थिती जाणून घेत असे. एखादी जमीन नव्यानेच लागवडीखाली आल्यास अशा जमिनीचा सारा कुठल्या दराने आकारावा हे ठरवण्याचा त्याला अधिकार होता.

देशमुख ही संस्था म्हणजे मुसलमानी काळाची देणगी नसून तिचे मूळ त्याहून जुने आहे. हर्षाच्या कालावधीत अशा स्वरूपाची कामे करणाऱ्या अधिकाऱ्याला 'विषयपती' असे संबोधले जात असे. या संस्थेला देशमुख अशी संज्ञा मुसलमानी शासनकाळात मिळाली असावी. देशमुखांना कोकणात 'देसाई' अशी उपाधी होती. आज्ञापत्रामध्ये वतनदारांचे महत्त्व स्पष्ट करताना रामचंद्रपंतांनी त्यांना 'देशनायक' असे संबोधले आहे व त्यांच्याविषयी राजाने धोरण कसे ठेवावे हे सांगताना 'त्यांस स्नेह व दंड यामध्ये निक्षून ठेवावे लागतात' असा शब्दप्रयोग केला आहे. यावरून देशमुखाची परगण्यावरची पकड किती घट्ट होती याचा अंदाज बांधता येतो.

देशमुख हे राजसत्ता व प्रजा ह्यांना जोडणारे माध्यम होते. युद्धाच्या वेळेला संबंधित प्रजेच्या संरक्षणाची जबाबदारी देशमुखाची असे. एका देशमुखाला शिवाजी महाराजांनी लिहिलेल्या पुढील पत्रातून ही गोष्ट जाणवते.

''मोगल प्रस्तुत तुमच्या तापियात धावणीस येताती म्हणौन जासुदांनी समाचार आणला आहे, तरी तुमचा रोखा अहडताच तुम्ही गावचा गाव ताकिदी करोन माणसे, लेकरबाळे समेत तमाम रयते लोकांस घाटाखाले बाका जागा असेल तेथे पाठवणे. ये कामात हैगै न करणे''......

हकलाजिमे

देशमुख हा परगण्याचा अधिकारी असल्याने त्याचे हकलाजिमे पाटलापेक्षा विस्तृत होते. त्याला अनेक वस्तू विनामूल्य मिळत तसेच रोख रक्कम व दौऱ्याच्या वेळी शिधादेखील मिळत असे. बाजारातील व्यापाऱ्यांकडून त्याला अनेक गोष्टी मिळत. सरकारी जकातीच्या दोन टक्के उत्पन्न देशमुखाचे असे. गावावर जे सरकारी कर आकारले जात त्यातून काही हिस्सा देशमुखाला मिळत असे. त्याच्या तैनातीला एक राबता महार असे.

vi) देशपांडे

जे काम देशमुख पाटलांच्या संदर्भात करत असे तेच काम देशपांडे कुलकर्ण्यांच्या संदर्भात करत असे. कदाचित म्हणूनच कागदपत्रांमधून त्याचा उल्लेख 'देशकुलकर्णी' असा येतो. या कामाबद्दल त्याला वतनी जमीन मिळे. ही जमीन वंशपरंपरागत व सारामुक्त असे. परगण्याचे हिशेब ठेवणे व तपासणे ही त्याची मुख्य जबाबदारी होती.

हकलाजिमे

देशमुखाचे हकलाजिमे व देशपांड्यांचे हकलाजिमे यांच्या स्वरूपात फरक नसून त्यापासून होणाऱ्या प्राप्तीत फरक आहे. देशपांड्यांची प्राप्ती देशमुखापेक्षा नक्कीच कमी होती.

२) मिरासदार

वतनदारांनंतरचा महत्त्वाचा वर्ग म्हणजे मिरासदार. उत्तर भारतात या वर्णाला 'खुद-काश्त' या नावाने संबोधलेले आहे. गावाच्या जवळजवळ ४/५ जमिनीवर मिरासदारांची मालकी असे. सरकारला ते ठरलेला शेतसारा भरत असत. गोतसत्तेच्या कामकाजात भाग घेण्याचा त्यांना अधिकार होता. मिरासदार हा तत्कालीन खेड्यातील बहुसंख्य व प्रभावी वर्ग होता. तत्कालीन समाजव्यवस्थेत त्याचे स्थान अत्यंत महत्त्वाचे होते यात शंका नाही.

३) बलुतेदार

वतनदार, मिरासदार यांच्यानंतरचा गावातील महत्त्वाचा वर्ग म्हणजे बलुतेदार. 'बलुता' म्हणजे जो वर्ग गावात विविध प्रकारच्या सेवा पुरवत असे त्या वर्गाच्या

उदरनिर्वाहाकरता गावाने दिलेला मोबदला. बलुतेदारीबद्दल बलुतेदारांना सारामुक्त जमीन असे. बलुतेदारांची विभागणी पुढीलप्रमाणे करता येईल.

i) **व्यावसायिक व कारागीर** – ज्या प्रकारच्या सेवा अत्यावश्यक या स्वरूपात मोडत त्यांचा समावेश ह्या प्रकारात करता येईल. सुतार, लोहार, कुंभार, धोबी इ. लोक ज्या सेवा पुरवत त्या अत्यावश्यक स्वरूपाच्या असत.

ii) **सेवक वर्ग** – या वर्गात महार, मांग, तराळ, रामोशी यांचा समावेश होतो. गावाची अनेक कामे या वर्णाला करावी लागत. महार हा गावाचा वतनदार सेवक होता. पाडेवार व राबता महार यातील फरक म्हणजे पाडेवार हा गावाचा महार होता तर राबता महार हा पाटील, कुलकर्णी वगैरे वतनदारांच्या तैनातीला असणारा राबता महार होता. तराळ म्हणजे सरकारी निरोप्या होता. मांग व रामोशी यांच्याकडे गुन्हेगारांचा माग काढण्याचे काम असे.

iii) **धार्मिक सेवा** – या सेवा अत्यावश्यक या सदरात न मोडणाऱ्या होत्या. यात मुलाणी, जंगम, जोशी, गुरव यांचा समावेश होत असे. मुहूर्त काढणे, गावाच्या मंदिरात पूजा करणे ही कामे हा वर्ग करत असे. मुलाण्याकडे कसाईपणाचे व गावात मशीद असल्यास तिच्या देखभालीचे काम असे. मुलाण्याला बारा बलुतेदारांमध्ये मिळालेले स्थान ही मुसलमान समाज येथील मुख्य समाजप्रवाहामध्ये संमिश्रित झाल्याची साक्ष आहे.

उपरोक्त तीन प्रकारच्या सेवांखेरीज दुय्यम प्रकारच्या सेवा पुरवणाऱ्या लोकांचा एक वर्ग गावात होता. ह्या वर्गाला अलुतेदार असे संबोधले जात असे. यांच्या सेवा दुय्यम स्वरूपाच्या असल्याने समाजव्यवस्थेत त्यांना महत्त्वाचे स्थान नव्हते. सोनार, शिंपी, पखाल्या, तेली, तांबोळी इ. सेवा पुरवठादारांचा उल्लेख अलुतेदार म्हणून करता येईल.

बलुतेदार हा गावातील महत्त्वपूर्ण वर्ग होता. म्हणूनच गोतसत्तेच्या कामकाजात भाग घेण्याचा त्यांना अधिकार दिलेला दिसतो. गावाच्या महजरावर त्यांचा निशाणीसकट उल्लेख असे. मजहर म्हणजे मदतपत्र, हुकूमनामा, करारपत्र, निकाल, निवाडापत्र.

४) उपरी

गावातील शेवटचा वर्ग म्हणजे उपरी. नावाप्रमाणेच हे गावाबाहेरचे म्हणजेच 'उपरे' लोक होते. उत्तर भारतात अशा लोकांना 'पाही कश्तकार' अशा संज्ञेने संबोधले जात असे. हे लोक मोलमजुरी करून जगत असत. हे बाहेरचे लोक असल्याने त्यांना गावाच्या नागरिकत्वाचे अधिकार नव्हते. परंतु उपरींना काही कारणाने जमिनीचा मालकी हक्क मिळाल्यास त्यांना मिरासदाराचा दर्जा मिळत असे.

उपरोक्त विवेचनावरून शिवकालीन गावगाड्यात वतनदार, मिरासदार, बलुतेदार व उपरी या चार घटकांचा समावेश होत असे असे दिसून येईल. या गावगाड्यात

शिवाजीमहाराजांनी काही बदल केला नाही तर त्यांनी या संस्थेचा स्वराज्याकरता उपयोग करून घेतला. मराठी सत्ता प्रस्थापित करत असताना शिवाजीमहाराजांनी प्रशासकीय स्तरावर अनेक बदल केले असले तरी तत्कालीन ग्रामीण जीवनाची व्यवस्थाच त्यांनी बदलली असे विधान करणे वस्तुस्थितीला धरून नाही. त्यांनी वतनदारीमधल्या अनिष्ट गोष्टी काढण्याचा प्रयत्न केला. शिवाजीमहाराजांनी नवी वतने शक्यतो दिली नाहीत. परंतु अस्तित्वात असलेल्या वतनदारांनी वतने काढूनही घेतली नाहीत. महाराजांना राजकीय बदल घडवणे अपेक्षित होते, सामाजिक नव्हे. तत्कालीन व्यवस्था चालू ठेवताना महाराजांनी या व्यवस्थेत समाजहितानुकूल असे बदल केले. ही व्यवस्था जनताभिमुख करण्याचा प्रयत्न केला. केंद्रसत्तेस न जुमानणाऱ्या वतनदारांना कडक शिक्षा ठोठावल्या. प्रसंगी अशा वतनदारांची वतने त्यांनी अनामत केली. बंडखोरी करणाऱ्या वतनदारांना ठार करण्यास महाराज कचरले नाहीत. कारण असे बंडखोर हा राज्याच्या स्थैर्याला मोठा धोकाच होते. वतनदारांच्या स्वतंत्र वृत्तीची बांधिलकी केंद्रसत्तेशी घालण्याचा त्यांनी प्रयत्न केला व बव्हंशी ते त्यात यशस्वी झाले. अशा प्रकारे तत्कालीन समाजातील वतनदारीचा महाराजांनी राज्य-उभारणीच्या कार्यात उपयोग करून घेतला.

स्त्रीचे स्थान

उत्तर वैदिक कालातच खरे तर स्त्रीचा दर्जा पुरुषांपेक्षा कनिष्ठ मानला गेला होता. कौटुंबिक पद्धती पुरुषसत्ताक बनल्याचा हा परिणाम होता. दामोदर धर्मानंद कोसंबी ह्यांच्या मते मानवाने पशुपालनाच्या अवस्थेतून कृषिआधारित समाजव्यवस्थेत पदार्पण केल्यावर उपरोक्त बदल झाला. कारण जमिनीची मशागत करण्यासाठी अधिक श्रमांची गरज होती. स्त्रीबाबत सर्वात कठोर बंधने लादण्याचा पुरस्कार मनुस्मृतीने केला. सर्वाधिक प्रतिगामी असणाऱ्या या स्मृतीने स्त्रियांना वेदाध्ययन तसेच मालमत्तेच्या अधिकारापासूनही वंचित केले. वैदिक धर्मशास्त्रांच्या स्त्रीबाबतच्या या दृष्टिकोनाच्या पार्श्वभूमीवर आपणास शिवकाल तसेच पेशवेकालातील स्त्रीच्या दर्जाचा अभ्यास करावा लागेल.

प्राचीन कालखंडातील अनेक प्रथा या काळात चालू असलेल्या दिसतात. उदा. सतीची प्रथा. भारतात पहिला सतीचा शिलालेख मध्य प्रदेशात एरण येथे मिळतो व त्याचा काल इ.स. सहावे शतक हा आहे. शिवकालातही पुतळाबाई तर पेशवेकालात रमाबाई या राजघराण्यातील स्त्रिया सती गेल्याचे उल्लेख आपणाकडे आहेत. प्राचीन काळातील प्रथांचा चिकित्सक विचार न करता केवळ त्यांचे अंधानुकरण चालू होते.

शिक्षण

शिवकालात व पेशवेकालात स्त्रीच्या शिक्षणाची परिस्थिती अत्यंत निराशाजनक होती. राजकुटुंब तसेच उच्च वर्गातील मोजक्या स्त्रियांना शिक्षणाची संधी मिळत असे.

जिजाबाई, अहल्याबाई, आनंदीबाई, गोपिकाबाई अशा काही स्त्रियांची नावे आपणास समजू शकतात. या वर्गाचा अपवाद वगळता इतर वर्गांमध्ये स्त्रीला शिकवण्याचे प्रमाण जवळजवळ शून्यच होते. घरातील कामे करणे व आपल्या कुळाची संतती वाढवणे एवढेच काम स्त्रीला या काळात करता येण्यासारखे होते.

वैवाहिक जीवन

शिवकाल व पेशवेकालात पति-पत्नीचे वैवाहिक जीवन म्हणजे कायमस्वरूपी तडजोडच असे. बालवयात लग्न करण्याची प्रथा असल्याने अपरिपक्व वयातील समागमामुळे होणाऱ्या मृत्यूचे प्रमाण या कालखंडात फार मोठे होते. आपल्या अल्पवयीन पत्नीशी जबरदस्तीने संबंध ठेवणाऱ्या दुसऱ्या बाजीराव पेशव्यास आनंदीबाईने चाबकाने सडकल्याचा कागदपत्रांमध्ये उल्लेख आहे. यावरून ह्या प्रश्नाची भीषणता जाणवण्यासारखी आहे.

या बालविवाहाच्या प्रथेमुळे बहुसंख्य स्त्रियांना वैधव्याचे अत्यंत अपमानास्पद जिणे कंठावे लागत असे. नारायणराव पेशव्याची पत्नी निर्वतली तेव्हा तिचे वय अवघे सतरा वर्षाचे होते. परंतु असे भाग्य प्रत्येकीच्या वाट्यास येत नसे व त्यांना उर्वरित जिणे अत्यंत अपमानास्पद व दारुण अवस्थेत कंठावे लागे. बालविवाहाप्रमाणे विषमविवाह हेसुद्धा समाजातील वैधव्याचे प्रमाण मोठे असल्याचे कारण होते. आपल्या मृत्यूच्या दोन महिने आधी नानासाहेब पेशव्यांनी वाखारे नावाच्या ब्राह्मणाच्या मुलीशी लग्न केले होते असा संदर्भ कागदपत्रांमधून मिळतो. अशा दुर्दैवी मुलींना पुढचा काळ वैधव्यावस्थेत कंठावा लागे. कारण लग्नाच्या वेळी त्यांचे वय जेमतेम नऊ ते दहा वर्षांचे असे. अशा विधवा स्त्रीस दोनच पर्याय उपलब्ध असत. एक म्हणजे उत्तम प्रकारे वैधव्यपालन करणे व दुसरा मार्ग म्हणजे सहगमन करणे. वैधव्यपालन करणे हे अत्यंत अवघड व्रत होते. स्त्रीने चांगले दिसूच नये अशा प्रकारची बंधने तिच्यावर घातली जात असत. स्त्रीचे लग्न होऊन तिला पुत्रप्राप्ती झाल्यास तिच्या सुखाचे सर्वजण वाटेकरी असत. मात्र त्याच स्त्रीला दुर्दैवाने वैधव्य आल्यास तिच्या दुःखात मात्र कोणीच भागीदार नसे. भारतात साधारणतः दहाव्या शतकानंतर केशवपनाच्या चालीचा प्रसार झाला. हरिभाऊ आपट्यांनी 'पण लक्षात कोण घेतो' या कादंबरीत वर्णिलेल्या परिस्थितीपेक्षा यत्किंचितही वेगळी परिस्थिती स्त्रीची शिवकाल व पेशवेकालात नव्हती. पतीच्या मृत देहाबरोबर पत्नीचे केस जाळले जात असत.

वैधव्य ही त्याकाळी स्त्रीसाठी मोठीच आपत्ती होती. स्त्रीच्या मागील जन्माच्या पापांचे वैधव्य हे फळ असल्याची समजूत होती. काही स्त्रिया अशी बंधने झुगारून देत असत. मात्र अशा स्त्रियांचे प्रमाण नगण्य होते. बहुतेक स्त्रियांना आयुष्यभर जवळजवळ वाळीत टाकलेले जीवन जगावे लागत असे.

स्त्रियांचे हक्क

स्त्रियांचे हक्क मिताक्षरा टीकेनुसार (इ.स.११ वे १२ वे शतक) शिवकालात व पेशवेकालात निश्चित केले गेले होते.

या काळात एकत्र कुटुंबपद्धती असल्याने वारसाहक्काच्या बाबतीत स्त्रीचे अधिकार फारसे प्रभावी नव्हते. संपत्ती कायम पुत्र, पौत्र, प्रपौत्र या क्रमाने वंशपरंपरागत अखंड राहात असे. वडिलार्जित मालमत्तेवर केवळ मुलाचा अधिकार असे. मुलीला वडिलार्जित मालमत्तेवर हक्क सांगता येत नसे. हिंदू स्त्रीची अवस्था या काळात मुस्लिम स्त्रीपेक्षा भयंकर होती. मुसलमान स्त्रीला पित्याच्या धनातसुद्धा काही प्रमाणात वारसा हक्क असे.

स्त्रीधनावर स्त्रीचा बराच मोठा अधिकार होता. राजघराण्यांमध्ये राजस्त्रियांच्या साडी-चोळीच्या खर्चासाठी त्यांना काही गावे इनाम दिली जात असत. अहल्याबाईस मल्हारराव होळकराने ती विधवा झाल्यानंतर साडी-चोळीच्या खर्चासाठी एका जिल्ह्याचे उत्पन्न लावून दिल्याचा संदर्भ कागदपत्रांमधून मिळतो.

लग्नामध्ये जे दागिने स्त्रीला मिळत त्यावर मात्र तिचाच अधिकार असे. परंतु अडचणीच्या प्रसंगी तिचा पती हे धन तिच्यापासून काढून घेऊ शकत असे. यासाठी धर्मशास्त्रांनी अनेक पळवाटा निर्माण करून ठेवल्या होत्या. त्यामुळे स्त्रीधनाच्या हक्काचा स्त्रीला मोठा आधार होता, अशातील काही परिस्थिती नव्हती.

दत्तकविधान या परंपरेमुळे स्त्रीच्या हालातच भर पडत असावी. कारण संपत्तीचा सर्व अधिकार दत्तक पुत्राला मिळत असे. अशा दत्तक पुत्राच्या मर्जीवर पुढे विधवा स्त्रियांना आपले आयुष्य कंठावे लागे. महादजी शिंद्यांच्या मृत्यूनंतर त्यांच्या बायकांचे दत्तकपुत्र दौलतरावाने अनन्वित हाल केल्याची नोंद इतिहासाने करून ठेवलेली आहे. अखेर शिंद्यांच्या बायकांनी याविरोधात जे बंड केले ते शिंदे बायांचे बंड या नावाने प्रसिद्ध आहे. लक्ष्मीबाईने तर दौलतरावाचा भर रणांगणावर पराभव करून त्याला आपल्या अटी मान्य करण्यास भाग पाडले.

उपरोक्त विवेचनावरून सतराव्या व अठराव्या शतकात स्त्रीचे वारसाहक्क तसेच मालमत्ताविषयक अधिकार अगदीच तुटपुंजे होते असे म्हणावे लागेल. पती कितीही दुराचारी असला तरी विभक्त राहण्याचा तिला अधिकार नव्हता. तिला पुत्र नसल्यास पुढे दत्तकपुत्राच्या वा दिराच्या किंवा जो कोणी कायदेशीर वारस असेल त्याच्या इच्छेवर परावलंबी जिणे त्यांना जगावे लागत असे.

राजकारण आणि स्त्रिया

सतराव्या व अठराव्या शतकात जेव्हा जेव्हा स्त्रीला राजकारणाची संधी मिळाली तेव्हा तेव्हा तिथे स्त्रीने आपले कर्तृत्व सिद्ध करून दाखविले. जिजाबाई, महाराणी येसूबाई, महाराणी ताराबाई, राधाबाई, गोपिकाबाई अशा अनेक स्त्रियांची नावे आपणास

या संदर्भात घेता येतील. ताराबाई, अहल्याबाई यांनी तर कित्येक वर्षे अत्यंत कार्यक्षमतेने राज्यकारभारदेखील चालवलेला दिसतो.

महाराष्ट्राचा विचार केला तर राजकारणात स्वतःचे स्वतंत्र अस्तित्व दाखवणाऱ्या जिजाबाईंचे (सु. १५९८-१६७४) उदाहरण सर्वात अग्रस्थानाचे ठरते. स्वतःचा पुत्र अल्पवयीन व पती दूर दक्षिणेत असताना जिजाबाईंनी जवळजवळ पंधरा वर्षे पुणे जहागिरीचा कारभार मोठ्या कार्यक्षमतेने पाहिला. त्यानंतरही शिवाजीराजे जेव्हा दूरच्या मोहिमांवर असत तेव्हाही स्वराज्याच्या प्रशासनाची संपूर्ण जबाबदारी जिजाबाई सांभाळत असत.

जिजाबाईंनंतर राजकारणात स्वतःचे ठळक स्थान निर्माण करणारी दुसरी स्त्री म्हणजे ताराबाई. (सन १६७५-१७६१) राजारामाच्या मृत्यूनंतर आपल्या अल्पवयीन मुलाच्या नावाने राज्यकारभार करत असताना ताराबाईंनी जी तडफ व राजकीय समज दाखवली ती अपूर्व अशीच होती. ताराबाईंच्या कामगिरीमुळेच मोगलांविरुद्धच्या स्वातंत्र्यलढ्यात मराठे यशस्वी होऊ शकले. तिच्या कुशल नेतृत्वाची प्रशंसा प्रख्यात तवारीख खाफीखानाने आपल्या 'मुन्तखब-उल-लुबाब' या ग्रंथात केली आहे. ताराबाईंच्याच कारकीर्दीत मराठा लष्कराने प्रथम नर्मदा ओलांडून पुढचा प्रदेश पादाक्रांत केला.

पेशव्यांच्या घराण्यातही अनेक कर्तबगार स्त्रिया निपजल्या. पहिल्या बाजीरावाची आई राधाबाई (मृत्यू १७५३)हिने गोविंद हरी पटवर्धनाला प्रायश्चित्त देण्याचा निर्णय ब्राह्मणांस मान्य करण्यास भाग पाडले होते. यावरून तिचे राजकारणातील वजन लक्षात येण्यासारखे आहे.

बाळाजी विश्वनाथ याची मुलगी अनुबाई घोरपडे (मृत्यू १७८३) हिने मोठ्या हिकमतीने इचलकरंजी या छोट्या जिल्ह्याचे रूपांतर स्वतंत्र संस्थानात करण्यात यश मिळवले. उपलब्ध ऐतिहासिक पत्रांमध्ये अनुबाईंचा पत्रव्यवहार मोठा असून त्यावरून तिच्या भाषाप्रभुत्वाचीही जाण होते. पेशव्यांच्या प्रत्येक मोहिमेत अनुबाई आपल्या लष्करासह उपस्थित असे.

तळेगावच्या दाभाड्यांची पत्नी उमाबाई दाभाडे (मृत्यू १७५३) हिने रणांगण व राजकारण अशा दोन्ही क्षेत्रांत कर्तृत्व गाजवून दाखवले. अनेक युद्धांमध्ये उमाबाईने जातीने सहभाग घेतल्याचे दाखले आहेत. १७३४ मध्ये उमाबाईने स्वतः अहमदाबादवर स्वारी करून जोरावरखानाच्या पठाण फौजेचा पराभव केल्याची नोंद इतिहासाने केलेली आहे.

मल्हारराव होळकराच्या मृत्यूनंतर अहल्याबाईने (सन १७२५-१७९५) इंदोरचा कारभार अत्यंत कार्यक्षमतेने चालवला. इंग्रजांविरुद्ध सर्व मराठ्यांना एकत्र करण्याची

निकड तिने पेशव्यांना लिहिलेल्या एका पत्रात दाखवून दिली आहे. यावरून तिच्या राजकीय प्रगल्भतेचा अंदाज बांधता येणे शक्य आहे.

असेच उदाहरण लक्ष्मीबाई आंग्रे (मृत्यू १७३९)या कान्होजी आंग्र्यांच्या पत्नीचे आहे. थोरले बाजीराव व लक्ष्मीबाईचा पत्रव्यवहार होता. या पत्रव्यवहारातून लक्ष्मीबाईला आरमारी हालचालींचे सखोल ज्ञान होते असे दिसते.

राजकारणात पारंगत अशा स्त्रियांची अशी अनेक उदाहरणे उपलब्ध आहेत. परंतु त्या सर्वांचा परामर्श घेणे विस्तारभयास्तव शक्य नाही. आपल्याला एवढेच म्हणता येईल की राजकारणात रस असलेल्या व ती क्षमता अंगी असलेल्या स्त्रियांचे प्रमाण काही कमी नव्हते. संधी मिळाल्यावर अशा स्त्रियांनी त्यांचे कर्तृत्व गाजवलेले दिसते. यात त्या कुठेही पुरुषांपेक्षा कमी पडल्या, असे विधान कुठल्याही परिस्थितीत करता येणार नाही.

मूल्यमापन

सतराव्या व अठराव्या शतकातील स्त्रीच्या स्थानाबद्दल लिहिताना आपल्याला असे म्हणावे लागेल की, या काळात स्त्रीवर जी धार्मिक व रूढीची बंधने होती त्यांचे स्वरूप नैतिक तर नव्हतेच तर माणुसकीचे साधे सिद्धान्तही पाळणारे नव्हते. अल्पवयीन संभोग तर जनावरांत देखील होत नसतो, परंतु आपल्याकडे अल्पवयीन संभोगाचे मोठे प्रमाण होते व बहुसंख्य स्त्रियांना आपले आयुष्यच यापायी गमवावे लागत होते. इतिहासाने फारच थोड्या स्त्रियांचा आवाज आपणापर्यंत पोहोचवला आहे.

सतराव्या व अठराव्या शतकातील स्त्रीच्या उपरोक्त दुर्दशेचे कारण होते बालविवाह, विषमविवाह, सतीची पद्धत, केशवपनाची पद्धत इ. अमानुष रूढी व स्त्री ही सर्व पातकांचे मूळ असल्याची धर्मशास्त्रांनी रूढ केलेली कल्पना. सतीची पद्धत तर महाराष्ट्रात अगदी विसाव्या शतकातही चालू होती. १८२९ साली सतीबंदीचा कायदा झाल्यावरही पुण्यात सती गेल्याची उदाहरणे आहेत. अमृतेश्वराच्या देवळात शके १८२९ मध्ये कोणी स्त्री सती गेल्याचा शिलालेख आहे.

सतराव्या व अठराव्या शतकातील स्त्रीजीवन म्हणजे केवळ वेदनेचा इतिहास आहे. राजघराण्यातील स्त्रियांइतकी भाग्यवान सामान्य स्त्री नव्हती. तिच्या नशिबी सततचे अपमान, अपरंपार कष्ट हेच लिहिलेले होते. साधा माणूस म्हणून जगण्याचा अधिकारदेखील स्त्रीस नव्हता, ह्या विधानावरून ह्या कालखंडातील स्त्रीचे स्थान आपणास समजण्यासारखे आहे.

□

प्रकरण ५
आर्थिक जीवन

कृषिआधारित समाजव्यवस्था हे भारताचे आगळेवेगळे असे वैशिष्ट्य कायमच राहिले आहे. महाराष्ट्रदेखील याला अपवाद नाही. कुठल्याही प्रदेशाचा इतिहास हा तेथील भूगोल व निसर्गावर अपरिहार्यपणे अवलंबून असतो. त्याच दृष्टीने महाराष्ट्राच्या भुमीवर पसरलेल्या सह्याद्री पर्वतरांगामुळे निर्माण झालेली हवामानविषयक वैशिष्ट्ये तत्कालीन कृषिजीवनाचा अभ्यास करताना महत्त्वपूर्ण ठरतात. एखाद्या प्रदेशाच्या आर्थिक जीवनाचा अभ्यास करताना तेथील कृषी उत्पादन, सिंचनाच्या सुविधा इ. घटकांचा अभ्यास अभ्यासकाला अनिवार्यपणे करावा लागतो.

१) महाराष्ट्राचे हवामान –

महाराष्ट्राचे हवामान हे वैविध्यपूर्ण आहे. पश्चिम घाटाचा प्रदेश व कोकण हा भाग अतिपावसाचा तर मध्य महाराष्ट्राचा भाग अवर्षणप्रधान अशी टोकाची वैशिष्ट्ये आपणास पाहवयास मिळतात. भारताप्रमाणेच महाराष्ट्रातही पर्जन्यवृष्टी ही प्रामुख्याने मोसमी वाऱ्यापासून होत असल्याने महाराष्ट्रातील शेतीदेखील भारतातील शेतीप्रमाणे निसर्गाधारित अशीच आहे.

महाराष्ट्राच्या या हवामानातील विविधतेचा परिणाम आपणास कृषिउत्पन्नातील विविधतेत दिसतो. कोकणात तांदुळाचे उत्पादन जास्त असून देशावर सर्वत्र बाजरी वा ज्वारीचे प्राबल्य आहे. या सर्व वैशिष्ट्यांचा परिणाम इतिहासावरसुद्धा झालेला आहे. विशिष्ट पीक विशिष्ट भागातच होत असल्याने कररचना, विशिष्ट परंपरा या बाबतीत प्रांता-प्रांतामध्ये भिन्नता आढळते.

२) महाराष्ट्रातील तत्कालीन कृषिजीवन –

शिवकाल व पेशवेकालीन महाराष्ट्रात कृषिजीवन फारसे काही वेगळे नव्हते. गावाच्या जमिनीचे दोन भाग केले जाते. वसाहतीच्या जमिनीला 'पांढरी' तर कसावयाच्या जमिनीला 'काळी' असे संबोधले जात असे. लागवडीखालील जमीन पुन्हा प्रत्यक्ष लागवडीखालील व पडीक अशी विभागली जात असे.

तत्वत: राजा हा सर्व जमिनींचा मालक असे. प्रत्यक्षात मात्र असे नव्हते. आपल्या ताब्यातील जमीन तो कसण्यासाठी मालकी हक्काने गावकऱ्यांना देत असे. जमीन कसणाऱ्याचा हक्क हा केवळ जमीन कसण्यासाठी असे. जमिनीवर मालकी हक्क अंतिमत: सरकारचाच होता. जमीन कसणाऱ्याने महसूल बुडवल्यास सरकार त्याच्याकडून जमीन काढून घेऊन दुसऱ्यास देऊ शकत असे. या प्रथेचे स्पष्ट पुरावे कोकणातील जमिनीच्या संदर्भात मिळतात. शां.वि.आवळसकर यांनी केलेल्या

नागावच्या ता. अलिबाग, जि. रायगड आर्थिक अभ्यासातून सरकार जमिनीचे अंतिम मालक होते हीच गोष्ट झाली आहे. परंतु कोकणातील परिस्थिती देशावरदेखील तशीच असेल असा तर्क काढणे जरा धाडसाचे ठरेल

धार्मिक इनामे :–

अनेक वेळी राजसत्ता धार्मिक संस्था वा मठांना उत्पन्न देणाऱ्या जमिनी इनाम देत असे. शिवरायांच्या काळात त्यांनी चिंचवड, चाफळ, सासवड, पारगाव येथील संस्थांना उत्पन्न देणाऱ्या जमिनी दान केल्याचे उल्लेख कागदपत्रांमधून येतात.

धार्मिक इनामांखेरीज इनामांचे सर्वसाधारणपणे दोन प्रकार रूढ होते.

इनाम

सनदी
दिवाण निसबत

गाव निसबत

सनदी अथवा निसबत हे इनाम राजसत्तेने फर्मान काढून निर्माण केलेले असे. अशा इनामाला बऱ्याच वेळा नैमित्तिक करांमधून सुट मिळत असे. इनामधारकाला शेतकऱ्याचा काही भाग राजसत्तेला देणे बंधनकारक असल्यास उत्पन्नाचा जेवढा भाग देणे बंधनकारक आहे त्यावरून संबंधित इनामाला इनाम निमाई, इनाम तिजाई, इनाम चौथाई अशा नावांनी संबोधले जात असे. युद्धामध्ये एखादा सैनिक धारातीर्थी पडल्यास त्याच्यामागे त्याच्या विधवा पत्नीस इनामी जमीन देण्यात येत असे. अशा जमिनीस 'चोळीखण इनाम' अशा नावाने संबोधले जात असे. विशेष कामगिरी बजावलेल्या सैनिकांना क्वचित इनामी जमीन दिली जात असे. पुण्याजवळ कोंढवा येथे बंधारा बांधण्याचे काम कुशलतेने पूर्ण करणाऱ्या येसाजी कामथे पाटलाला महाराजांनी उत्पन्न देणारी इनामी जमीन दिली होती. ही सर्व सनदी अथवा दिवाण निसबतची उदाहरणे होत.

राजसत्तेत बदल झाला म्हणजे इनामदार आपल्या सनदेचे नव्या सत्तेकडून नूतनीकरण करून होत असत. अदिलशहाकडून जावळीचा भाग कबजात आल्यावर शिवाजीमहाराजांनी तेथे कृष्णाजी बाबाजी यांस सुभेदार नेमले. कृष्णाजी बाबाजीने परिसरातील प्रतिष्ठित व्यक्तीकडून सर्व जुने हक्कदार व इनामे यांची माहिती मिळवली व ती सर्व व्यवस्था तशीच पुढे चालू ठेवली.

तत्कालीन कृषिजीवनाच्या गरज –

शिवपूर्व काळात राजकीय अस्थिरतेमुळे कृषिजीवन उद्ध्वस्त झाले होते. अशा परिस्थितीत जमीन सोन्याच्या नांगराने नांगरण्यासारख्या कृतीचा प्रतीकात्मक अर्थ फार

मोठा होता. राजसत्तेने शेतकऱ्यांना अभय दिले असा याचा अर्थ होता. मावळाच्या प्रदेशात विस्कटलेल्या शेती व्यवसायाची घडी बसवण्याचा जो प्रयत्न दादोजी कोंडदेव व शिवाजीमहाराजांनी केला, त्याचाच एक भाग म्हणून स्वराज्यस्थापनेच्या प्रयत्नात मावळच्या प्रदेशाने शिवाजीमहाराजांना सर्वात उल्लेखनीय साथ दिली.

सतराव्या शतकात शेती हा अर्थकारणाचा पाया होता. कोकणात व्यापाराचा पर्याय उपलब्ध असला तरी देशावर अशी परिस्थिती नव्हती. त्यामुळे सुरुवातीच्या काळात शिवाजीमहाराजांचे धोरण शेतकऱ्याला कमाल साह्य करण्याचे होते. कारण स्वराज्याचा पाया ज्या प्रदेशात होता. त्या देशावर शेती हाच अर्थकारणाचा कणा होता. परंतु तत्कालीन कृषीजीवनापुढे अनेक समस्या होता. सर्वात मोठी समस्या म्हणजे हवामान. बहुतेक शेती कोरडवाहू असल्याने खात्रीशीर उत्पन्न नव्हते. बियाणे व खते याचा वेळेवर पुरवठा होणे ही एक समस्या होती. योग्य दराने भांडवलपुरवठा होणे ही एक अत्यावश्यक गोष्ट होती. युद्धजन्य परिस्थितीत तर ती अत्यावश्यकच गोष्ट होती. युद्धजन्य परिस्थिती सततच असल्याने वरील सर्व गोष्टी जुळून आल्या. तरी पीक हातात पडेलच याची खात्री नव्हती.

उपरोक्त सर्व परिस्थितीचा विचार करून शिवाजी महाराजांनी आपले कृषी धोरण निर्धारित केले होते. बियाणे व खते याचा पुरवठा सरकारी अंबारातून (धान्यगार, कोठार) करण्याची व्यवस्था त्यांनी केली होती. शेतीस आवश्यक दुसरी गोष्ट त्यांनी केली होती. शेतीस आवश्यक दुसरी गोष्ट म्हणजे जनावरे. युद्धजन्य परिस्थितीत अनेकवेळा गुरे पळवली जात. अशा शेतकऱ्यांना बैल अथवा इतर गुरे देण्यासाठी अर्थसाह्य करण्याची शिवाजीमहाराजांची भूमिका होती. अशा कर्जाची वसुली सुलभ व शेतकऱ्यास न्यायकारक अशी असावी, ह्यादृष्टीने आपल्या अधिकाऱ्यांना दिलेली अनेक आदेशपत्रके आपल्याकडे उपलब्ध आहेत. सैन्याने रयतेच्या पिकाला अजिबात तोशीस देऊ नये अशी त्यांची सख्त आज्ञा होती. या संदर्भात 'मौजे दळवटणे' येथील अधिकाऱ्याला महाराजांनी लिहिलेले पुढील पत्र उल्लेखनीय आहे.

''तुम्ही मनास (माने) ऐसा दाणा, रातीब, गवत मागाल, असेल तोवरी धुंदी करून चाराल, नाहीसे जाले म्हणजे काही पडत्या पावसात मिळणार नाही. उपास पडतील. घोडी मरायला लागतील. म्हणजे घोडी तुम्हीच मारिली ऐसे होईल, व विलातीस तसवीस देऊ लागाल. ऐशास लोक जातील. कोण्ही कुणब्याचे येथील दाणे आणतील. कोण्ही भाकर, कोण्ही गवत, कोण्ही फाटे, कोण्ही, कोण्ही पाले. ऐसे करूं लागलेत म्हणजे जे कुणबी घर धरून जीव मात्र घेऊन राहिले आहेत तेहि जाऊ लागतील. म्हणजे त्याला ऐसे होईल की मोगल मुलकात आले, त्याहूनहि अधिक तुम्ही ! ऐसा तळतळाट होईल ! तेव्हा रयतेची व घोडियांची सारी बदनामी तुम्हावर येईल. हे तुम्ही बरे जाणोन, सिपाही हो अगर पावखलक हो, बहुत यादी धरोन वर्तणुक करणे. रयतेस

काडीचा आजार द्यावया गरज नाही. आपल्या राहिला जागेवरून बाहीर पाय घालाला गरज नाही... त्याला जे पाहिजे, दाणा हो अगर गुरेढोरे वागवीत असाल त्यास गवत हो, अगर फाटे, भाजीपाले व वरकड विकावया येईल ते रास घ्यावे, बाजारास जावे, रास विकत आणावे. कोण्हावरी जुलूम अगर ज्याजती अगर कोण्हानी कलागती करावयाची गरज नाही. पागेस सामा केला आहे तो पावसाळा पुरला पाहिजे.''

सततच्या लष्करी स्वाऱ्यांना वैतागलेल्या जनतेस ह्या प्रशासकीय स्थैर्याची गरज होती. ती महाराजांनी दिली. याखेरीच अर्थबाह्य, पतपुरवठा याबाबतीतही त्यांच्या परीने त्यांनी पुरेपूर प्रयत्न केले.

पेशवेकालीन कृषिव्यवसाय –

मागेच नमूद केल्याप्रमाणे शिवकालीन व पेशवेकालीन कृषिव्यवसायात उल्लेखनीय असा फरक नव्हताच. सैन्यावरचे कडक नियंत्रण जे शिवकालात होते, ते पेशवेकालात राहिले नव्हते. परिणामी स्वाऱ्यांपायी बऱ्याचशा पिकांची नासाडी होई. परंतु शेतीस पाणी द्यायच्या बाबतीत सरकारी प्रोत्साहन जरूर मिळत असे. बागायत शेतीला पाणीपुरवठा कटाक्षाने केला जाई. कारण त्यातून मिळणारे उत्पन्न अधिक असे. बनेश्वर येथील धरणास सरकारने ४०० रु.ची मदत केली. तुंगभद्रेच्या कालव्याची दुरूस्ती करण्याकरता २००० होनांची तरतूद करण्यात आली.

पेशवेकालात जमीन लागवडीखाली आणण्याला प्रोत्साहन दिले जात होते. गुहागराच्या परचुऱ्यांना खडकाळ जमिनीची सुधारणा व ओढे, नाले भरण्याच्या मोबदल्यात निम्या जमिनीची मालकी देण्यात आली. नागावमध्ये खानपूर, मेठेखार अशी अनेक खाजणांची खारजमीन तयार करण्यास प्रोत्साहन देण्यात आले. अशी नोंद ग्रंथाचे लेखक शां.वि.आवळसकर यांनी केली आहे. पेशवेकालात जमिनी लागवडीखाली आणण्याचे प्रमाण मोठे होते. यामुळेच नंतर इंग्रजी अमदानातील महाराष्ट्राचा मुलूख पाहण्यास आलेल्या ड्युक ऑफ वेलिंग्टनने The Country is Highly Cultivated असे उद्‌गार काढले होते. त्यावरून आपल्याला पेशवेकालातील सदर घडामोडीचे ज्ञान होऊ शकते.

शिवकाल तसेच पेशवेकालातील कृषिव्यवसायाचा वरील कर –

सतराव्या शतकात व त्यानंतरच्याही कालाखंडात राज्याचे उत्पन्न विविध करांची आकारणी करून मिळवले. जात असे. 'महाराष्ट्रेतिहासाची साधने' या ग्रंथात डॉ. वा.सी.बेंद्रे यांनी अनेक मेस्तकांचा उल्लेख केला आहे. मेस्तक म्हणजे आर्थिक व्यवहाराचे हिशोब कसे ठेवावेत याचे मार्गदर्शन करणारी पुस्तिका. मेस्तकात राज्याच्या उत्पन्नाच्या बाबी पुढीलप्रमाणे सांगितल्या होत्या.

१) जकात – मालाची वाहतूक व उत्पादनावरील कर

२) जिराईत – जिरायत जमिनीवरील शेतसारा

३) बागाईत – बागाईत जमिनीपासून मिळणारे उत्पन्न

४) बारनगजग – आंब्याच्या बागेपासून मिळणारे उत्पन्न

५) बारगुजानत – वेलींपासून होणारे उत्पन्न

६) बादस्ती – झाडापासून मिळणारे अन्न

७) कटुबाग – पडजमिनीपासून येणारे उत्पन्न

उपरोक्त उल्लेखित पद्धतीनेच करआकारणी होत असे असे नाही. परंतु साधारणतः कृषी उत्पादनावर कसा कर आकारला जात असावा याची एक सर्वसाधारण कल्पना आपल्याला यावरून येऊ शकते. देश व कोकणातील पिकांमध्ये फरक असल्याने तेथील कररचनेत फरक असलेला आढळतो. तत्कालीन कोकणच्या मुलकी कागदपत्रांमधून प्रत्येकाच्या नारळ व सुपारीच्या एकूण झाडांची व्यवस्थित मोजदाद केलेली आढळते.

एकंदरीत शिवकाल तसेच पेशवेकालात शेती हाच तत्कालीन समाजातील प्रमुख व्यवसाय होता. अर्थकारणाचा तो आधार होता परंतु बहुसंख्य शेती निसर्गाधारित असल्याने शेतकरी वर्गाची स्थिती तशी खडतरच असावी. सिंचनाची सोय सरकार करून देत असे हे आपण मागे पाहिलेच आहे. परंतु प्रत्येक ठिकाणी अशी सोय होणे शक्य नव्हते. तत्कालीन कररचना अशी होती की करांचा बोजा प्रशासकीय वर्गापेक्षा शेतकरी वर्गावरच जास्त पडत होता. ही सर्व व्यवस्था परंपरागत असल्याने तीत क्रांतिकारक बदल होणेही शक्य नव्हते. अडचणीच्या काळात सरकार शेतकऱ्यांना मदत करत असे परंतु अपुरे मनुष्यबळ, जनावरांची टंचाई, युद्धजन्य परिस्थिती इ. घटक शेतकऱ्यांचे जीवन दुष्कर बनवत होत्या.

३) आर्थिक जीवन – उद्योगधंदे

सतराव्या शतकात उद्योगधंद्यांचे केंद्रीकरण शहरांऐवजी खेड्यांमध्ये झाले होते. बंगालमध्ये एकही खेडे असे नव्हते की जेथे कापडाशी संबंधित एखादा छोटा उद्योग नव्हता. महाराष्ट्राची परिस्थिती मध्ययुगीन भारतापेक्षा काही वेगळी नव्हती. परंतु महाराष्ट्राचे हवामान, येथील भूपरिस्थिती इ. भौतिक घटकांचा फरक महाराष्ट्रातील उद्योगधंद्यांच्या स्थितीवर पडलेला दिसून येतो.

खेड्यातील व्यवसाय

खेड्यामध्ये अनेक प्रकारचे व्यवसाय चालत असत. त्यामागचा मुख्य उद्देश खेडे स्वयंपूर्ण करण्याचा असे. कारागीर वर्गामध्ये बलुतेदारांचा समावेश होता. त्यांच्या योगक्षेमाची जबाबदारी संपूर्ण गावाची होती. या खेड्याच्या पातळीवरून चालणाऱ्या व्यवसायातून जे उत्पादन होत असे त्याचा उद्देश स्थानिक गरजेची पूर्ती करणे (Fulfilment of local demand) हा होता. या व्यवसायांमधून अतिरिक्त उत्पादन होण्याचे प्रमाण कमी होते.

'कसबा' हे ग्रामीण भागातील व्यावसायिकांचे मुख्य केंद्र होते. कसबी कारागीर आपल्या वस्तू विकण्याकरता कसब्याच्या बाजारात आणत असत. व्यवसाय हे जातीवर आधारित असल्याने प्रत्येक व्यवसायाला व तदनुषंगिक जातीला समाजात निश्चित स्थान व काही प्रमाणात आर्थिक संरक्षण मिळत असे.

बाजारपेठा

कसब्याच्या ठिकाणी पेठ असे. पेठेच्या वसाहतीची व विकासाची जबाबदारी 'शेटे-महाजन' या अधिकाऱ्याकडे असे. शेटे-महाजन हे पेठेचे वंशपरंपरागत अधिकारी असत. त्यांच्या या वृत्तीबद्दल त्यांना वतनी जमीन असे. अशा जमिनीवरील सारा काही वेळेला माफ असे. ज्या गावात पेठ असे त्या गावाच्या संबंधित शेटे हा सभासद असे. गावाच्या महाजनावर त्याचे नाव त्याच्या निशाणीसकट नोंदवलेले असे. पेठेचा आकार मोठा असेल तर कधी कधी शेट्याच्या मदतीकरता बिडवई नावाचा अधिकारी असे. त्याची नेमणूक काही वर्षांच्या करारावर केली जात असे. आजच्या भाषेत बिडवई हा पेठेचा विपणन अधिकारी (Marketing Officer) होता. व्यापाऱ्यांना पेठेकडे आकर्षित करणे ही त्याची जबाबदारी असे.

पेठेच्या विकासाची जबाबदारी पूर्णतः शेटे-महाजनांची होती. महाजन हा प्रामुख्याने पेठेच्या व्यवहारांचे हिशोब ठेवण्याचे काम करत असे. याबद्दल शेटे-महाजनांना हकलाजिम्याचे अधिकार असत. शेटे-महाजनांची व्यावसायिक निशाणी 'तराजु' असे. महजरावर शेटे-महाजनांचा या निशाणीसकट उल्लेख असे.

सरकार पेठेच्या संरक्षणाची जबाबदारी घेत असे. पेठेच्या ठिकाणी एक हत्यारबंद सैनिकांची तुकडी असे. काही वेळेला सरकार पेठ वसवण्याची जबाबदारीही घेत असे. शिवाजीमहाराजांनी आपले थोरले बंधू संभाजीराजे यांच्या स्मरणार्थ नीरेच्या तीरावरील मांडकी या गावी पेठ घालून दिली होती. तसेच दादोजी कोंडदेवांनीही पाषाण येथे जिजापूर नावाने पेठ वसवली होती.

४) दळणवळण

कुठलाही उद्योग वाढीस लागण्याकरता दळणवळणाचे मार्ग सुनियोजित असावे लागतात. कारण त्यामुळे मग कच्चा माल उत्पादनाच्या ठिकाणी आणणे तसेच उत्पादित माल विक्रीयोग्य ठिकाणी नेणे या गोष्टी सुलभ होतात. सतराव्या शतकात महाराष्ट्रात उद्योगधंद्यांची असणारी अल्प वाढ, व्यापाराचे कमी प्रमाण तसेच महाराष्ट्राची भौगोलिक स्थिती इ. कारणांमुळे दळणवळणाच्या मार्गांचा विकास विशेष झालेला दिसून येत नाही. बऱ्हाणपुर ते गोवळकोंडा ह्या हमरस्त्याचा भाग महाराष्ट्रातून जात

होता. महाराष्ट्राची भूमी खडकाळ असल्याने पायवाटा व गाडीवाटांचाच वापर अधिक होता. कोकणात जलमार्गांचा वापर मोठ्या प्रमाणात होत होता. बाणकोट, देवगड, दाभोळ, राजापूर, मालवण इ. ठिकाणी मोठ्या प्रमाणात जलवाहतूक होत असे. याखेरीज देशावर गोदावरी, कृष्णा, नीरा, भीमा इ. नद्यांचा मर्यादित प्रमाणात जलवाहतुकीकरता उपयोग होत असे.

दळणवळणातील अजून महत्त्वाचा घटक म्हणजे टपालव्यवस्था. सरकारी पत्रवाटपाच्या कामासाठी हरकाऱ्यांची नेमणूक असे. महत्त्वाची पत्रे सांडणीस्वाराबरोबर पाठवली जात असत. रायगड ते मुंबई हे अंतर काटण्यास हरकाऱ्याला (दूत, निरोप्या, जासूद) पाच दिवस लागले होते असा एका पत्रात उल्लेख आहे.

महाराष्ट्रातील व्यापाराची प्रमुख केंद्रे

महाराष्ट्रातील व्यापाराची प्रमुख केंद्रे कोकणात होती. कारण तेथून सागरी व्यापार चालत असे.

चौल – चौल (अलिबाग जवळ, जि. रायगड) हे त्याकाळचे मोठे व्यापारी बंदर होते. १६७० नंतर मराठ्यांचा अंमल चौलवर बसला. येथे रेशीम तसेच घोड्यांचा वापर मोठ्या प्रमाणावर होत असे. नीळ, अफू, रेशीम यांची निर्यात चौलमधून होत असे.

दाभोळ – १६६१ साली दाभोळवर मराठ्यांचे वर्चस्व निर्माण झाले. दाभोळ हे मराठी आरमारी जहाजांचे मुख्यालय होते. मलबार व खंभात येथील जहाजे दाभोळला भेटत असत व देवाणघेवाण करत असत.दाभोळ रत्नागिरीच्या दापोली तालुक्यात आहे.

कल्याण – कल्याण हेदेखील त्या काळातील महत्त्वाचे बंदर होते. कल्याण व भिवंडीकरता मुगल व मराठ्यांमध्ये वारंवार संघर्ष होत असे.

भिवंडी – भिवंडीला हातमागाचा व्यवसाय मोठ्या प्रमाणात होता. तसेच येथे टिंबरचे लाकूड मोठ्या प्रमाणात उपलब्ध असल्याने जहाजबांधणीचा उद्योगही येथे मोठ्या प्रमाणात होता. यामुळेच या परिसरात शिवाजीमहाराजांनी मराठी आरमारासाठी जहाजे बांधण्याचा उद्योग उत्तर काळात सुरू केला होता.

राजापूर – हे एक संपन्न व्यापारी शहर होते. (जि. रत्नागिरी) येथून सर्व परदेशी जहाजांशी व्यापार होत असे. इंग्रजांची एक वखार राजापूरला होती. परंतु त्यांच्या राजकीय हालचालींमुळे शिवाजीमहाराजांनी त्यांना राजापूरातून काढून लावले.

उपरोक्त ठिकाणांशिवाय महाड, आष्टी, कोल्हापूर, चिपळूण इ. ठिकाणी बऱ्यापैकी बाजारपेठा होत्या.

मीठ – त्या कालखंडात ज्या वस्तूंचा व्यापार होत असे त्यात मीठ ही अतिमहत्त्वाच्या गोष्टींमध्ये समाविष्ट होणारी बाब होती. मीठ बनवणे हा कोकणातील

एक प्रमुख उद्योग होता. इथे तयार होणारे मीठ देशावर विकले जात असे. परकीय व्यापाऱ्यांनी जेव्हा स्वराज्यात स्वस्त दराने मीठ आणून एका प्रकारे आपले मीठ Dump करण्याचा प्रयत्न केला. म्हणजे परदेशात नेऊन आपला माल खूप कमी किंमतीला विकणे. तेव्हा मीठ उत्पादकांना धोका निर्माण झाला परंतु महाराजांनी परदेशी व्यापाऱ्यांच्या मिठावर नवा कर लादून स्थानिक मीठ उत्पादकांना संरक्षर दिले. हे एक प्रकारचे संरक्षक जकात धोरणच होते. तत्कालीन महाराष्ट्रात विविध प्रकारची धान्ये, मसाल्याचे जिन्नस, कापड, भाजीपाला या गोष्टी प्रमुख होत्या. तेलंगण, विदर्भ, मलबार येथून भारी कापडाची आयात होत असे.

सरकारी उद्योगधंदे –

कागदपत्रांमध्ये १८ कारखाने व बारा महाल असल्याचा उल्लेख येतो. शिवकालात कारखाना याचा अर्थ उत्पादन करण्याची जागा नसून संग्रह करण्याची जागा असा आहे. शिवकालात सरकारी उद्योगधंद्यांचे प्रमाण कमी होते. जहाजबांधणी हा उद्योग सरकारी असून त्याचे मुख्य केंद्र कल्याण–भिवंडीच्या भागात होते हे आपण मागे पाहिलेच आहे. कदाचित शिवाजी महाराजांची काही व्यापारी जहाजे असावीत व ती दूर पल्ल्याच्या व्यापारात गुंतलेली असावीत. शिवाजीमहाराजांची जहाजे इराण, बसरा येथे गेल्याची नोंद सुरतेच्या ब्रिटिश फॅक्टरी रेकॉर्डमध्ये आहे. यासंदर्भातील आकडेवारी उपलब्ध नसल्याने याबाबत निश्चित विधान करणे योग्य होणार नाही, केवळ तर्काच्या पातळीवरच आपणास थांबावे लागेल.

तत्कालीन उद्योगधंद्यांचा विचार केला तर सर्वात महत्त्वाची जाणवणारी गोष्ट म्हणजे उद्योगधंद्यांचे मध्ययुगीन स्वरूप तसेच उत्पादनाच्या पारंपरिक पद्धती या कारणामुळे महाराष्ट्रातील उद्योगधंद्यांमध्ये लक्षणीय वाढ कधी झाली नाही. युरोपियन व्यापाऱ्यांनाही त्यांचा माल मराठी प्रदेशात खपेल याची खात्री नसल्याने ते पश्चिम किनारपट्टीवरच संतुष्ट होते. उपरोक्त पर्यायांमध्येसुद्धा शिवाजीमहाराजांनी स्थानिक जनतेचा विकास होण्यासाठी उद्योगधंद्यांना प्रोत्साहन दिले. मग ते नवीन पेठा बसवण्याच्या स्वरूपात असेल किंवा मिठाच्या व्यापारात स्थानिकांना संरक्षण देण्याच्या स्वरूपात असेल. त्याकाळच्या व्यापाराला व उद्योगधंद्यांना ज्याप्रकारे प्रोत्साहन देता येणे शक्य होते तेवढे त्यांनी दिलेले असते.

पेशवेकालीन उद्योगधंदे –

शिवकालीन व पेशवेकालीन उद्योगधंद्यांमध्ये गुणात्मक फरक काहीच नव्हता. पेशवेकालीन आर्थिक जीवनात दोन महत्त्वाच्या प्रक्रिया घडल्या. एक म्हणजे पुणे शहराचा विकास व सावकार वर्गाचा उदय. या दोन प्रक्रियांचा अभ्यास तत्कालीन आर्थिक जीवन अभ्यासण्याच्या दृष्टीने महत्त्वाचा आहे.

पुणे शहराचा विकास –

अठराव्या शतकात पुणे हे मराठ्यांचे प्रमुख केंद्र बनल्याने पुणे शहराचा विकास होऊ लागला. प्रशासकीय शहर बनल्याने पुण्याची लोकसंख्या वाढू लागली. परिणामी येथे अनेक व्यावसायिक बाहेरून येऊ लागले. १७३० मध्ये बोहरा व्यापारी पुण्यातील रविवार पेठेत स्थायिक झाले. याच सुमारास गंज पेठेत बरीच मोमीन कुटुंबे हैदराबादवरून येऊन स्थायिक झाली. कालांतराने या भागाला मोमीनपुरा असे नाव पडले. अठराव्या शतकाच्या उत्तरार्धात राजस्थानातून माहेश्वरी वाणी येऊन ते भुसारी व्यवसाय करू लागले. त्यावरून कापडगंज, दाणे आळी असे विभाग नव्याने सुरू झाले.

उद्योगधंद्यांमध्ये वाढ झाल्याचा दृश्य परिणाम म्हणजे पेठांमध्ये झालेली वाढ. १७५० च्या दशकात पुण्यात व्यावसायिकांचा ओढा वाढला. त्यामुळे अनेक नवीन पेठा निर्माण झाल्या. १७५०-१७७० या काळात वेताळ, गंज, गणेश, नारायण, सदाशिव, भवानी या पेठांची निर्मिती झाली. त्यानंतरही १७८९ पर्यंत घोरपडी, रास्ता व नाना पेठ या पेठा वसवण्यात आल्या.

दुसऱ्या बाजीरावाच्या काळापासून पुण्याचे राजकीय स्थैर्य ढासळत गेल्याने पुण्याचा विकासही थंडावला. या काळात एकही नवीन पेठ निर्माण झाली नाही.

सावकार वर्गाचा उदय –

उद्योगधंद्यांच्या विकासामध्ये पूरक वित्तपुरवठ्यास महत्त्वाचे स्थान असते. मराठी प्रदेशात पेशव्यांची सत्ता दृढ झाल्यावर तेथील उद्योगधंद्यांना काहीशी चालना मिळाली. त्यामुळे अशा उद्योगाला वित्तपुरवठा करणारा सावकार वर्गही निर्माण झाला. शिवकालात हा वर्ग प्रामुख्याने अमराठी होता. बजाजी नाईक निंबाळकरांनी अफजलखान प्रसंगाच्या वेळी जीव वाचवण्यासाठी जयचंदीभाई व बाबानभाई यांचकडून कर्ज काढले होते. पेशवेकालात सावकारीमध्ये अनेक ब्राह्मणांनी प्रवेश केला. सारावसुलीचे काम बव्हंशी ब्राह्मणांकडेच असे. ही पार्श्वभूमी तसेच साक्षरता याला पेशव्यांच्या सत्तेचा आधार मिळाला. १७३९ सालच्या एका कागदपत्रात १४ सावकारांचा उल्लेख आहे. या यादीत मोघे, कांबरस, तांबवेकर, जोशी, कर्वे अशा आडनावाच्या मराठी माणसांचा उल्लेख आहे. यातील काही सावकार पेशव्यांना प्रत्यक्ष कर्जपुरवठा करीत असल्याचे उल्लेख मिळतात.

पेशवे हे चित्पावन कोकणस्थ ब्राह्मण असल्याने प्रशासनात जसे चित्पावनांचे वर्चस्व वाढले तसे सावकारीतही चित्पावनांचे प्रमाण वाढले.

परंतु या मराठा सावकारांना गुजराती व मारवाडी सावकारांप्रमाणे आपले कार्यक्षेत्र विस्तारण्यात यश आले नाही. त्यांचा वित्तपुरवठा हा प्रामुख्याने राजसत्तेला होत राहिला. त्यामुळे राजसत्ता निष्प्रभ होताच १९ व्या शतकात या मराठी सावकार वर्गाचाही हळूहळू

ऱ्हास होत गेला. तरीही अगदी ब्रिटिश काळातही काही सावकार टिकून होते. परंतु त्यांची संख्या नगण्यच म्हणावी लागेल.

समारोप –

या प्रकरणाचा समारोप करताना आपण एवढेच म्हणू शकतो की १७ व्या व १८ व्या शतकात महाराष्ट्रात अनेक उद्योगधंदे अस्तित्वात होते. परंतु त्यांचे स्वरूप पारंपरिकच होते. अठराव्या शतकात पेशव्यांची सत्ता विस्तारल्याने पुण्यासारख्या नागरी विभागांची निर्मिती झाली. परंतु तेथेही जो उद्योग वाढला त्याचे स्वरूप मध्ययुगीनच होते. तत्कालीन परिस्थितीमध्ये ज्या प्रकारचे उद्योग अस्तित्वात होते व ज्याप्रकारे ते वाढणे शक्य होते त्याच चौकटीत ते वाढलेले दिसतात. कारण महाराष्ट्रात उद्योगधंद्यांमध्ये झालेली वाढ ही आर्थिक बदलांचा परिणाम म्हणून झालेली नसून राजकीय बदलांपायी झालेली होती. युरोपप्रमाणे महाराष्ट्रात व्यापारबदलामुळे नागरी विकास न होण्याचे हेच कारण सांगता येईल.

□

प्रकरण ६

कला व स्थापत्य

६.१ कला व स्थापत्य

कला व स्थापत्याचे महत्त्व : कला किंवा कलावस्तू, संगीत, नृत्य, नाट्य इत्यादी कला, स्थापत्यप्रकार हे आपल्या संस्कृतीचे महत्त्वाचे घटक आहेत. कला आणि स्थापत्य/वास्तू प्रकार हे मानवाने स्वत: निर्मिलेले आहेत. नैसर्गिक साधनसंपत्तीचा वापर करून मानवाने स्वत: निर्मिती केलेली आढळते. या निर्मितीमधून मानवाची भावना-प्रतिभा यांचे प्रगटीकरण होत असते. अगदी अवशेषरूपात जरी कलावस्तू, स्थापत्य आपल्याला दिसले तरी त्यावरून आपल्याला त्या मानवसमूहाची माहिती मिळू शकते. इतिहासाचा मागोवा घेताना या कलावस्तू, स्थापत्य या भौतिक पुराव्यांचा उपयोग होतो. कला व स्थापत्याच्या अभ्यासावरून त्या मानवसमूहाची प्रगती, तंत्रज्ञान, आचारविचार, सौंदर्यदृष्टी, इतर समूहांशी असलेले संबंध, तत्कालीन उद्योगधंदे यांची माहिती मिळते. अशा अभ्यासाचे उत्कृष्ट उदाहरण म्हणजे भारतातील सिंधू संस्कृतीचे कलाअवशेष व स्थापत्य. या अवशेषांवरून सिंधू संस्कृतीची माहिती मिळवता आली. लिखित स्वरूपातील इतिहासाचे पुरावे मिळाले नाही तरी कला, स्थापत्यावरून इतिहास, संस्कृती याचे आकलन होते.

या प्रकरणामध्ये आपण कला (चित्रकला, संगीत, लोककला) यांचा अभ्यास करणार आहोत.

अ) चित्रकला / कला

'महाराष्ट्रात चित्रकलेची परंपरा केव्हापासून सुरू झाली? त्याचे काही पुरावे त्या त्या काळातील देता येतात काय?' या आणि अशा मुद्द्यांची उत्तरे शोधण्यासाठी महाराष्ट्रातील चित्रकलेचा अभ्यास करावा लागतो. शिल्पकला व स्थापत्य यांचा अभ्यास करताना जसा इतिहासाचा संदर्भ घेतला; त्याचबरोबर धार्मिक जीवनाचाही संदर्भ घेतला, तसेच येथे चित्रकलेचा अभ्यास करताना इतिहासकालाचे दोन भाग करून चित्रकलेचा आढावा घ्यावा लागतो. प्राचीन इतिहासकाळातील चित्रकला प्रामुख्याने 'लयन' (लेणी) स्थापत्याशी निगडित होती. अजंठा येथे लेण्यांमध्ये (हीनयान, महायान) चित्रकाम केलेले आढळते (शिल्पकामही तितकेच केलेले आहे). वेरूळ येथील कैलास लेण्यांतही चित्रकाम आहे. घृष्णेश्वर मंदिरातही चित्रकामाचे अंश आढळतात. प्राचीन काळात धार्मिक स्थळांमध्ये चित्रकाम केले गेले, हा मुद्दा येथे लक्षात घ्यावयास पाहिजे. त्या चित्रकलेचा हेतू रंजन, कलाविष्कार असा नसून धार्मिक कथांचे कथन/चित्रण हा होता.

प्राचीन काळातील चित्रकलेच्या संदर्भात वाङ्मयामध्ये पुरावे मिळतात.

सातवाहन राजांपैकी हाल सातवाहन राजाच्या काळामध्ये गाथा सप्तशती (इ.स.चे दुसरे शतक) या ग्रंथात उल्लेख मिळतात. काही संस्कृत काव्यांमध्ये, नाटकांमध्ये चित्रकामाचे उल्लेख मिळतात. परंतु 'लयन' स्थापत्यातील चित्रकामांच्या प्रत्यक्ष पुराव्याखेरीज अन्य चित्रकामांचा पुरावा मिळत नाही.

महाराष्ट्रात मध्ययुगीन इतिहासाच्या काळात या परंपरेला वेगळेच वळण मिळाले असे म्हणता येईल. इसवी सनाच्या १६व्या शतकापासून पुन्हा चित्रकामाची परंपरा सुरू झालेली दिसते. यादव राजवंशांची सत्ता इस्लामी आक्रमणामुळे उद्ध्वस्त झाली. या नागर महाराष्ट्रात इस्लामी सत्ता स्थिर होण्याचा हा काळ होता. या इस्लामी सत्तेची दक्षिणेतील कारकीर्द प्रथम तेराव्या शतकाच्या शेवटी सुरू झाली. अल्लाउद्दीन खलजी याने हा यादवांचा प्रदेश दिल्लीच्या सल्तनीतीला जोडला होता. नंतर इ.स. १३४७ मध्ये 'हसन गंगू बहमनी' नावाच्या स्थानिक सुभेदाराने दिल्लीच्या सुलतानशाहीविरुद्ध स्वतंत्र राज्य घोषित केले. या बहमनी सुलतानांनी दक्षिण भारतात ठिकठिकाणी विजय मिळवून राज्य वाढवले. याही राज्याचे पाच तुकडे पाडले. अहमदनगरची निजामशाही, विजापूरची आदिलशाही, बिदरची बरीदशाही, गोवळकोंड्याची कुतुबशाही, वऱ्हाडची इमादशाही. या राज्यांनी दक्षिणेतील / पर्यायाने महाराष्ट्रातील कला परंपरेला काही ना काही योगदान केलेले आहे. या शाह्या दिल्लीतील सुलतानशाही, मोगलशाही यांच्यापासून स्वत:चे राजकीय स्वातंत्र्य टिकवून होत्या. तसेच कला स्वातंत्र्य, सांस्कृतिक स्वातंत्र्य टिकवून होत्या. या राजदरबारांमध्ये कलाकार, विद्वान, संत, धार्मिक नेते, सैनिक यांची नेमणूक होत होती. हे सर्व तऱ्हेचे विद्वान कलाकार, भारताबाहेर - इराण, तुर्कस्थान, अरबस्तान, हबसाण येथून आश्रयासाठी येत होते. समुद्रमार्गे या सत्तांचा संपर्क समुद्रापलीकडील देशांशी होता. त्यामुळे कलांच्या संदर्भात आपण असे म्हणू शकतो की इराणी कलेचा प्रभाव दख्खनमधील कलांवर आहे.

राजकीय इतिहासाचे संदर्भ व कलापरंपरेचे संदर्भ पाहता महाराष्ट्रातील चित्रकलेचा अभ्यास करण्यासाठी दोन कालखंड धरलेले आहेत. १) दख्खनमधील पूर्वार्धाची चित्रकला २) दख्खनमधील उत्तरार्धातील कला. यामध्येसुद्धा आपल्याला संपूर्ण दख्खन चित्रकलेचा अभ्यास करावयाचा नसून फक्त महाराष्ट्रापुरताच अभ्यास करवयाचा आहे. त्यानुसार आपण प्रथम अहमदनगर येथील निजामशाहीतील चित्रकामाचा आढावा घेऊ या. इसवी सनाच्या १५६५ च्या सुमारास दख्खनी चित्रकलेची सुरुवात झाली. ही कला अहमदनगर, विजापूर, गोवळकोंडा या तीन 'शाही' राज्यांमध्ये बहरली. अहमदनगर येथील चित्रकाम थोडेच आहे. दुर्मीळ म्हणावे लागते. राजकीय स्थैर्य असेल तरच कला आणि आविष्कार प्रगट होतात हा एक सिद्धान्त आहे. अहमदनगरच्या निजामशाहीमध्ये शासकांच्या आश्रयाने चित्रकाम झाले. चित्रकामातील काही प्रकार उदा. सुलतानांची व्यक्तिचित्रे, 'राग' चित्रे इ. परंतु सर्वात

उल्लेखनीय गोष्ट म्हणजे तारीफ-इ-हुसेन शाह बादशाह इ-दखन हा सचित्र ग्रंथ अहमदनगर येथे तयार झाला. दख्खनी चित्रकलेचा हा सर्वात जुना नमुना आहे. या सचित्र ग्रंथाचा विषय आहे अहमदनगरच्या हुसेनशाह याच्या शौर्याचा. त्याची बेगम हुमायुँशाह व हुसेनशाह यांच्या प्रेमाचे वर्णनही या ग्रंथात आहे. ग्रंथकर्ता आफताबी याने फारसी भाषेत हा ग्रंथ रचला. एकूण ४९ पृष्ठे आहेत. त्यात एकूण १२ चित्रे काढलेली आहेत. मुळात ती १४ चित्रे होती. आता मात्र दोन चित्रे नष्ट झाली आहेत. या चित्रांचे विषय दरबारदृश्य, युद्धप्रसंग, बेगम व सुलतान असे आहेत. युद्धप्रसंग म्हणजे विजयनगर या बलाढ्य साम्राज्यावर दख्खनमधील पाचही 'शाह्यांनी' एकत्र येऊन हल्ला केला. त्या युद्धातील प्रसंगाचे चित्रण आहे. याशिवाय संस्कृत वाङ्मयात वर्णन केलेला 'दोहद' हा प्रसंग या ग्रंथात चित्रित केला आहे.

तसे पाहिले तर 'तारीफ इ- हुसेनशाह बादशाह इ-दखन' या सचित्र ग्रंथात मुसलमानी चित्रपरंपरेत प्रचलित नसलेल्या काही परंपरांचे चित्रण आढळते. मुसलमानी चित्रपरंपरेत स्त्रियांची चित्रे काढण्याची परंपरा नाही. स्त्रियांचे चित्रण असेलच तर ते सामुदायिक दृश्यांमध्ये तुरळक प्रमाणात आढळते. या ग्रंथात मात्र बेगम हुमायुँशाह हिचे चित्रण बादशहाबरोबर आणि 'दोहद' या चित्रातही आहे. 'दोहद' हा एक विशेष विधी आहे. संस्कृत काव्यांमधून /नाटकांमधून ह्याचे वर्णन येते. सुंदर स्त्रीच्या पायाच्या स्पर्शाने वा आलिंगनामुळे अशोकवृक्ष बहरतो अशी कल्पना त्यात आहे. समारंभपूर्वक असा स्पर्श सुंदर तरुणी अर्थात राणी करत असे आणि अशोकवृक्ष बहरत असे. हा विषय घेऊन या ग्रंथात बेगम हुमायुँशाह हिने दोहद केल्याचे चित्रण आहे. रंगसंगती, संयोजन विलक्षण आहे. बेगम हुमायुँशाहचे चित्र हिंदू चित्रपरंपरेशी जुळणारे आहे.

अहमदनगर येथेच 'रागमाला' चित्रे काढली गेली. त्यातील 'हिंडोला' हे रागचित्र अप्रतिम मानले जाते. अहमदनगर येथील एक व्यक्तिचित्र आहे 'बुरहान' निजामशाह' याचे. या व्यक्तिचित्रावर उत्तरेतील मुघलशाहीच्या चित्रशैलीचा प्रभाव जाणवतो. सोनेरी रंगाच्या पार्श्वभूमीवर हे चित्र रंगवलेले आहे. बुरहान काही काळ अकबराकडे मोगलदरबारात राहिला होता. इस १५९५ मध्ये पुन्हा तो निजामशाहीत आला व त्याने सत्ता मिळवली. त्यामुळे त्याच्या माध्यमातून दख्खनी शैलीत मोगलशैलीचा प्रवाह मिसळलेला दिसतो.

दख्खनी शैलीमध्ये अहमदनगरच्या निजामशाहीच्या बरोबरच विजापूरच्या आदिलशाहीतील चित्रकलेचा अंतर्भाव आहे. परंतु आपला अभ्यासविषय महाराष्ट्रातील चित्रशैलीपुरता मर्यादित आहे. म्हणून यानंतर आपण 'मराठा' चित्रशैलीचा अभ्यास करणार आहोत. म्हणजेच मध्ययुगाच्या शेवटी मराठी राज्यकर्त्यांच्या आश्रयाने जी चित्रकला बहरली त्याचा अभ्यास करावयाचा आहे. पूर्वी कला व आविष्कार ह्यांना राजाश्रयाची जरुरी होती म्हणून मराठा सत्तेच्या इतिहास आपल्याला पाहावा लागतो.

महाराष्ट्रात छत्रपती शिवाजीमहाराजांनी (सन १६६०-१६८०) स्वराज्याची स्थापना केली. या काळात खरे तर स्वराज्य निर्मितीच्या कामातच छत्रपती शिवाजीमहाराज पूर्णपणे गुंतलेले होते. थोडे स्थिरस्थावर झाल्यावर मात्र दुर्गउभारणी, राजधानीउभारणी, मंदिरांचे जीर्णोद्धार इत्यादी कामांना सुरुवात झाली. अर्थात या काळातील चित्रकाम आता पाहायला मिळत नाही म्हणून अनेक तज्ज्ञांचे मत असे आहे की, या काळातील मराठा राज्यकर्त्यांना, सरदारांना, धनिकांना चित्रकलेचा परिचय नव्हता. त्यामुळे त्यांनी चित्रकामाला प्रोत्साहन दिले नाही म्हणून मराठेशाहीच्या पूर्वार्धातील चित्रकाम दृष्टीस पडत नाही. शिवकालातील वास्तूही नष्ट पावल्या आहेत.

परंतु या काळातील साहित्यामध्ये चित्रकलेचे उल्लेख मिळतात. शिवभारत या काळात शहाजीराजांच्या बंगळूर येथील वाड्यातील चित्रकामाचा उल्लेख येतो. समर्थ रामदासस्वामींच्या साहित्यात राजवाडा व चित्रशाळा यांचा समावेश आहे. रायगडावर छत्रपती शिवाजीमहाराजांनी राजधानीची स्थापना केली तेव्हा चित्रसभेची योजना केलेली होती असे वाटते.

शिवकाळाच्या पूर्वी वेरूळाच्या कैलासनाथ मंदिरात राष्ट्रकूट काळातील चित्रकामाचे (इस ८ वे ते १० वे शतक) काही अवशेष पाहायला मिळतात. साहित्यिक उल्लेख आढळतात ते 'सोमेश्वर चालुक्य कृत मानसोल्लास' (इ. १२ वे शतक) या ग्रंथात. या ग्रंथात चित्रकलेची चर्चा केलेली आहे. 'चित्रकथी' या परंपरेचाही उल्लेख आढळतो. चित्रकथी म्हणजे पुराणातील कथांची चित्रमालिका तयार करतात. एकीकडे त्या कथांचे कथन/ गायन करतात व जोडीला चित्रमालिका दाखवून कथेचे स्पष्टीकरण करतात. लोकांच्या मनोरंजनासाठी तसेच धार्मिक आचरणासाठी या चित्रकथीचा चांगला उपयोग होत असे.

महाराष्ट्रातील चित्रकामासाठी विविध माध्यमांचा उपयोग केला जाई. १) कापडीपट २) भूर्जपत्र ३) काचचित्र ४) लाकडीपट ५) भित्तिचित्र-वास्तूच्या भिंतींवर चित्रकाम केले जाई.

शिवकाळात व नंतरच्या पेशवाईच्या कालखंडात ही माध्यमे वापरलेली आढळतात. मराठाशाहीतील सरदारांच्या वाड्यातील भिंतीवर, मंदिरांच्या भिंतींवर चित्रकाम झाले. चित्रकारांना आश्रय देणे, त्यांच्याकडून चित्रे काढून घेणे ही त्या काळातील समाजरीत होती. त्यामुळे सरदार, जमीनदार, धनिक, व्यापारी यांनी चित्रकलेला उत्तेजन दिले. त्याचे पुरावे आज पाहायला मिळतात.

उत्तर मराठाकाळ म्हणजेच पेशवाईकाळात बरेच राजकीय स्थैर्य आले होते. सुबत्ता वाढीस लागली. त्याचबरोबर मराठ्यांनी महाराष्ट्राबाहेर माळवा, गुजरात, कर्नाटक आदी भागांत राज्यविस्तार केला. या भागात मराठा सरदार, अंमलदार स्थायिक झाले. उत्तर व दक्षिण भारतातील इतर राजसत्तांच्या दरबारात मराठा सरदारांचे जाणे-येणे सुरू

झाले. राजकीय संबंधांबरोबरच इतर सांस्कृतिक संबंध वाढीस लागले. त्या राजसत्तांनी ज्याप्रमाणे कलाकार लोकांना आश्रय दिला त्याप्रमाणे मराठेशाहीच्या सरदारांनी कलाकारांना आश्रय देण्यास सुरुवात केली. त्याचवेळी मुघल दरबाराचा अशा कलाकारांना दिलेला आश्रय कमीकमी होत चालला होता. म्हणून कलाकारांनीही इतर दरबारांमधून आश्रय मिळवण्यास सुरुवात केली होती. त्यामुळेच उत्तर मराठाकाळात महाराष्ट्रात चित्रकलेस आश्रय मिळाला. चित्रकाम सुरू राहिले. यातूनच भित्तिचित्रे, लघुचित्रे, हस्तलिखितांतील (पोथ्यांमधील) चित्रकाम, काचचित्रे निर्माण झाली. मराठा चित्रशैलीचा देखणा आविष्कार निर्माण झाला.

मराठा चित्रशैलीचे नमुने खालील प्रकारांत आढळतात.

प्रकार १) चित्रसंग्रह : कागदावर (सुट्या) लहान-लहान चित्रे काढलेली असतात. त्याचा एक संग्रह बनवला जाई. या चित्रांमध्ये एखादा विषय (समाईक) धरून चित्रनिर्मिती केली जाई. चित्रसंग्रह म्हणून पाहिले तर तो विषय सुरेखपणे चित्रांतून मांडलेला दिसतो. या प्रकारात रागरागिणी, बारहमासकाव्य, नायकनायिका, राजदरबार, राजपुरुष, राजस्त्रिया, मिरवणुकी, कामशास्त्र दृश्ये, योगासने, 'ताल' असे विषय हाताळलेले दिसतात. यामुळेच आज आपल्याला इतिहासप्रसिद्ध पुरुषांची चित्रे उपलब्ध झाली आहेत. उदा. छत्रपती शाहूमहाराज, थोरले बाजीराव पेशवे, नानासाहेब पेशवे, सवाई माधवराव, दुसरे बाजीराव, नाना फडणीस, महादजी शिंदे, मल्हारराव होळकर इत्यादींची चित्रे पाहावयास मिळतात.

प्रकार २) हस्तलिखित पोथ्या : धार्मिक पोथ्या हस्तलिखितांच्या स्वरूपात असत. उत्तर मराठेशाहीतील सरदारांना, त्यांच्या कुटुंबीयांना, पेशव्यांना धार्मिक ग्रंथांचे पारायण करण्याची आवड होती. या ग्रंथांमध्ये कथेच्या अनुषंगाने चित्रे काढली जात. उदा. भगवद्‌गीता, भागवतपुराण, देवी सप्तशती, ज्ञानेश्वरी, शिवलीलामृत अशा ग्रंथांच्या सचित्र प्रती तयार केल्या जात. स्त्रियांच्या खास व्रतवैकल्यासाठीसुद्धा सचित्रपट असत. उदा. वटसावित्री, जिवतीपट, संक्रान्तीपट, पिठोरीपट, नागनरसोबापट.

मनोरंजनासाठी गंजिकापट तयार केला जाई.

भित्तिचित्रे : वास्तूच्या भिंतीवर चित्रकाम होत असे. वाडे, दिवाणखाना, मंदिरे यांच्या भिंतीवर चित्रे काढली जात. प्रामुख्याने धार्मिक कथांचे चित्रण होई. देवदेवता, संत, पौराणिक व्यक्तिरेखा यांचे चित्रण होई.

भित्तिचित्राचे तंत्र : त्या काळातील बांधकामतंत्राप्रमाणे कुडाच्या किंवा पक्क्या विटांचे बांधकाम / भिंत उभी केली जाई. त्यावर चुन्याचा पातळ गिलावा केला जाई. त्यावर चित्रकाम केले जाई. काही ठिकाणी 'भित्तिलेप' (फ्रेस्को) पद्धतीचेही चित्रकाम आहे. सबंध भिंत कावेच्या (गेस) रंगाने रंगवीत. नंतर दुसऱ्या रंगाचा-उठावदार रंगांचा वापर करून चित्रे काढली जात. कधी भिंतीवर रंगांची चौकट आखत. चौकटीत चित्रे काढत.

त्रिमूर्ती शिल्प, घारापुरी

तटबंदी राजगड, वेल्हा

नर्तकी-अजंठा

गोंदेश्वर मंदिर - सिन्नर

घृष्णेश्वर मंदिर, वेरूळ (औरंगाबाद)

मल्हारी मार्तंड मंदिर, जेजुरी

स्तूप – विधान

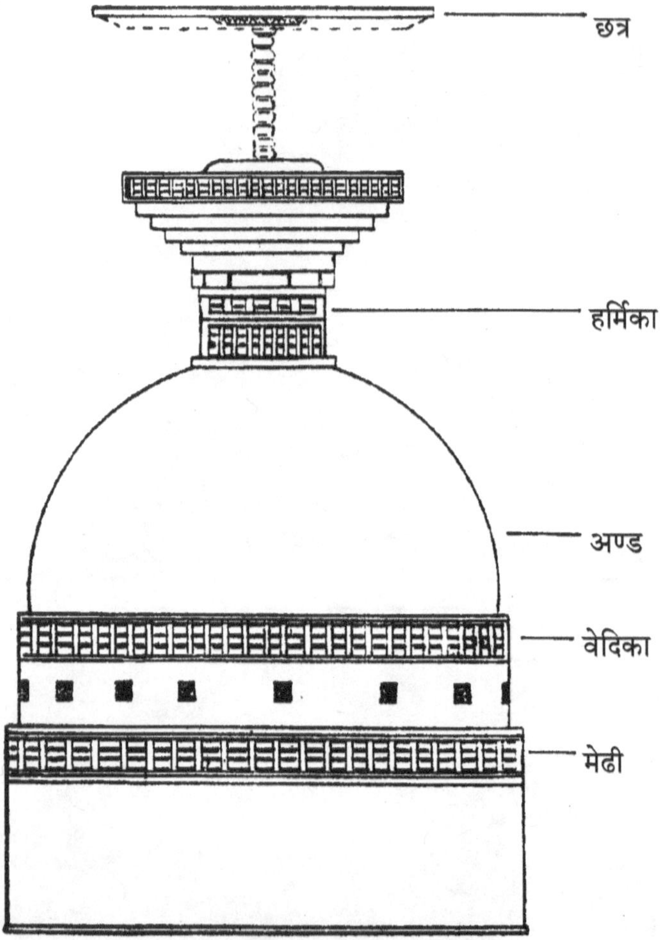

स्तूप, बेडसा

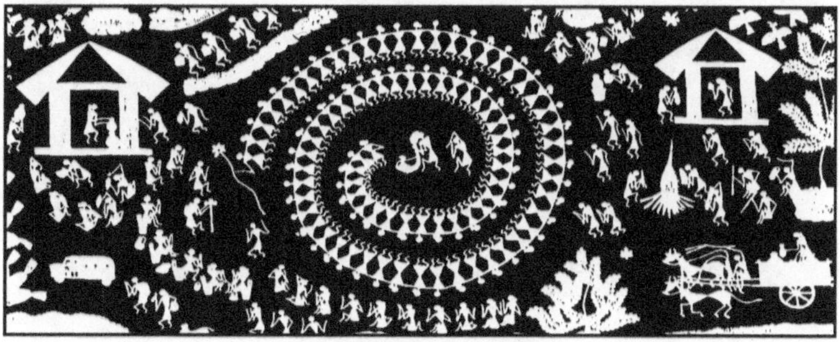

वारली चित्रकला

किल्ले रायगड – महाद्वार

भित्तिचित्रांची शैली : मराठा चित्रशैलीचे रेखांकन ठसठशीत- जोरकस असे आहे. हालचालीत जोश निर्माण करण्यात चित्रकार यशस्वी झाले आहेत. व्यक्तिचित्रणातील बारकावे खालीलप्रमाणे सांगता येतील.

१) व्यक्तींची नाके टोकदार काढलेली दिसतात.

२) कपाळपट्टी उतरती ३) पाणीदार डोळे ४) आत गेलेली हनुवटी ५) वेशभूषा ही महाराष्ट्रीय पद्धतीची असते.

उदा. स्त्रिया नऊवार साडी व चोळी ल्यायलेल्या आहेत. स्त्रियांच्या नाकात नथ, गळ्यात पुतळ्याची माळ, कपाळावर आडवी चिरी (कुंकू) लावलेले दिसते.

पुरुषांची वेशभूषा म्हणजे पेशवाई पगडी, लाल करवती काठाचे धोतर नेसलेले दिसते.

मराठा चित्रशैलीचा बारकाईने अभ्यास केला तर त्यातही थोडथोडे बदल होत गेलेले दिसतात. मराठाकाळातील सुरुवातीच्या चित्रकामावर उत्तरेतील काही चित्रशैलींचा प्रभाव दिसतो. (उदा.माळवा, राजस्थान) त्याचे कारणही आपल्याला सांगता येते की, मराठेशाहीच्या सरदारांनी महाराष्ट्राबाहेरच्या कलाकारांना चित्रकामासाठी बोलावले आणि त्यांना प्रोत्साहन दिले. त्यानंतरच्या काळात स्थानिक चित्रकारांनी हे चित्रतंत्र आत्मसात केलेले दिसते. त्या स्थानिक कलाकारांची स्वतःची शैली आणि बाहेरून आलेली चित्रशैली असा संयोग या काळात झाला. यातूनच मराठा चित्रशैली तयार झालेली दिसते.

काचचित्रे : काचेवर चित्रे काढली जात. पौराणिक प्रसंग काचेवर रंगवून- तोरणांवर काचा बसवल्या जात असत. युरोप व चीनमध्ये अशी काचचित्रे काढण्याची परंपरा होती. त्याचा प्रसार महाराष्ट्रात झालेला दिसतो.

लघुचित्रे : लहान आकाराची चित्रे याकाळात लोकप्रिय झाली. मराठा चित्रशैलीचे वैशिष्ट्य म्हणून या लघुचित्रांकडे बोट दाखवता येईल. ग्वाल्हेर (मध्यप्रदेश) येथील म्युझियममध्ये असा लघुचित्रांचा संग्रह आहे. शिंदे राजघराण्यातील पुरुषांची चित्रे त्यात आहेत.

पेशवाईतील चित्रकाम असलेल्या वास्तू खालीलप्रमाणे आहेत.

१) सातारा येथील नवा राजवाडा, २) वाई येथील पटवर्धन वाडा, ३) मेणवलीचा नाना फडणिसांचा वाडा, ४) चांदवड येथील होळकरांचा रंगमहाल, ५) निपाणीचा देसाई वाडा, ६) पुणे येथील नाना वाडा, ७) बेलबाग, ८) पाषाण, पुणे येथील सोमेश्वर मंदिर, ९) शनिवारवाडा दरवाजाच्या आतील बाजूस, १०) बेनवडी (जि. सातारा) येथील मठातील चित्रकाम, ११) तळेगाव (ता. मावळ, जि. सातारा’ येथील सेनापती दाभाडे यांचा वाडा, १२) उज्जैनी (मध्यप्रदेश) येथील जनार्दन मंदिर(विठ्ठलमूर्ती, संतमंडळी)

१९ व्या शतकात छपाईकलेचा खूप प्रसार झाला. स्वतंत्र चित्रनिर्मितीऐवजी पूर्वीच्याच चित्रांची छपाई होऊ लागली. (उदा. राजा रविवर्मा यांची चित्रे). हळूहळू मराठा चित्रशैलीतील नवनिर्मिती थांबली असे म्हणावे लागते.

विशेष संदर्भ

महाराष्ट्रातील चित्रकला

१) तारीफ इ हुसेनशहा बादशहा इ दखन हा सचित्र हस्तलिखित ग्रंथ – पुण्याच्या भारत इतिहास संशोधक मंडळाच्या संग्रही आहे.

२) छत्रपती शिवाजीमहाराजांचे चित्र मीर मोहम्मद नावाच्या चित्रकाराने 'प्रतिकृती' स्वरूपात काढले. मीर मोहम्मद हा मीर मुअज्जम (''औरंगजेबाचा मुलगा'') याच्या पदरी होता. मुगल दरबारच्या संग्रहामध्ये छत्रपतींचे एक चित्र होते. त्यावरून मीर मोहम्मद याने प्रतिकृती तयार केली. हे चित्र पॅरिसच्या संग्रहालयात आहे.

३) महाराष्ट्रातील 'चित्रकथी'ची परंपरा आजही आढळते. सावंतवाडीजवळ 'पिंगुळी' गावात ही परंपरा अस्तित्वात आहे.

४) मराठा चित्रशैलीचा अभ्यास करताना सोयीसाठी शिवकाळ हा– मराठा चित्रशैलीचा– ''पूर्वकाल'' व पेशवाईकाळ हा मराठा चित्रशैलीचा ''उत्तरकाळ'' असे संबोधले आहे.

६.२ कला संगीत

प्रास्ताविक

प्राचीन भारतामध्ये संगीतपरंपरा अस्तित्वात होती याचे मोजके संदर्भ आपल्याला मिळतात. वेदकाळामध्ये यज्ञकर्माचे वेळी सामगायन होत असे. काही वाद्ये (वीणा, शंख) इ. वाजवली जात. यात स्वरांचे आरोहण अवरोहण यांचा वापर होत असे. त्यातूनच पुढे संगीतशास्त्राची निर्मिती झाली असे दिसते. गायन, वाद्यवादन या दोन्ही कला यातूनच निर्माण झाल्या

साहित्यातील संदर्भ – या संदर्भातील साहित्यिक पुरावे आढळतात. संस्कृत साहित्य (धार्मिक व इतर) तसेच प्राकृत साहित्यात याचे उल्लेख मिळतात. ऐतिहासिक महाराष्ट्रातील कालखंडाचा विचार करता 'सातवाहन' काळातील साहित्यात म्हणजेच प्रमुख ग्रंथ गाथासप्तशती मध्ये याचे उल्लेख मिळतात. (इ.स.चे दुसरे शतक) गाथासप्तशती मध्ये लोकगीतांचे संकलन केले आहे. त्यात त्या त्या विषयांच्या अनुरोधाने संगीताचे आणि वाद्यांचे उल्लेख येतात. यात नगारा, घंटा, मृदंग, ढोल, बासरी, वीणा या वाद्यांचे उल्लेख आहेत. सातवाहनकाळातील लोकांच्या जीवनाचे वर्णन गाथासप्तशतीमध्ये केलेले आहे. त्यामुळे विविध प्रसंग ज्यावेळी गायन वादन केले जाई त्याचे संदर्भ आहेत. उदा. विवाह, शेतीची कापणी, मळणी, विवाहित स्त्रियांचे समारंभ इ. याशिवाय प्रेमगीतांचाही उल्लेख आढळतो. महत्त्वाचा एक संदर्भ आहे तो

गायिका, गायक, नर्तक, नट, नटी यांचा संच आणि त्यांनी सादर केलेला कलाविष्कार! असे कलाकारांचे संच गावोगाव जात असत आणि कार्यक्रम करत असत.[१]
वाकाटकांचा कालखंड: या कालखंडातील संस्कृत साहित्यात नाटकांमध्ये संगीतविषयक उल्लेख आढळतात.

भौतिक पुरावा : अजंठा लेण्यांमधील निवडक चित्रांमध्ये वाद्ये घेतलेले स्त्रीपुरुष चित्रित केले आहेत. काही शिल्पपटांमध्ये गायन, वादन, नर्तन करणाऱ्या स्त्रियांची शिल्पे आढळतात.

यादव कालखंड : या काळात संगीतकला बहरलेली दिसते. याचे संदर्भ आपल्याला मिळतात. यादव राजा सिंघण (सन १२००-१२६१)याच्या काळात 'सोदल' नावाचा काश्मिरी पंडित महसूल खात्याचा अमात्य होता. (श्रीकरजाग्रणी) तो संगीतज्ञ होता. पुढे त्याचा मुलगा 'शार्ङ्गदेव'(इ.स. चे १३ वे शतक) हाही संगीतज्ञ झाला. (करजा अग्रणी हे अधिकारपद - महसूल खात्याचे - त्यालाही मिळाले) शार्ङ्गदेवाने 'संगीतरत्नाकर' हा ग्रंथ लिहिला. या ग्रंथात तोपर्यंत समाजात प्रचलित असलेल्या अनेक गानप्रकारांचा समावेश केला, त्यावर विचार मांडले. पारिभाषिक संज्ञा मांडल्या. नवीन राग प्रचारात येत आहेत हे त्याला माहीत होते. या नवीन रागांना त्याने 'अधुना प्रसिद्ध' असे नाव दिले आहे.

संगीताचा प्रसार, लोकप्रियता समाजात सर्व थरांत होती. गायनाचे कार्यक्रम नगरात होत असत. या कार्यक्रमांना कधी यादवराजे स्वतः उपस्थित होत असत. २) राजदरबारात गायकांची नेमणूक केली जाई. शार्ङ्गदेव, गोपाळ नायक (सन -१३१५) यांचे उदाहरण देता येईल.

धार्मिक परंपरा : यादवकाळात ग्रामीण भागात संगीताचा प्रसार 'लोकगीतांच्या' माध्यमातून होत गेला. उदा. 'अभंग', 'आरत्या', 'ओव्या', 'भारुडे', 'कवने' या काळातच भक्तिपंथाला मोठी चालना मिळालेली होती. सगुण दैवताची उपासना करताना भक्तिभाव प्रकट करण्यासाठी संगीताचा वापर केला जाऊ लागला आणि अभंग, ओव्या गायल्या जाऊ लागल्या. याच काळातील अनेक 'संतांचे कार्य' साहित्याला, संगीताला पूरक ठरले. संताच्या साहित्यरचनेत संगीतविषयक अनेक संज्ञा, प्रघात आढळतात. उदा. नामदेवांच्या काही पदांना 'रागा'चे रूप चढवलेले दिसते. अमीर खुश्रुच्या (सन १२५३-१३२५) ख्याल गायकीवर टीका असलेला अभंग नामदेवांच्या (सन १२७०-१३५०) गाथेमध्ये आढळतो. संत एकनाथांनी (सन १५३३-१५९९) लोकशिक्षणासाठी, अध्यात्म्याच्या प्रसारासाठी भारूडरचना केली; संगीतप्रकार उपयोगात आणले. भारूड रचना आजही महाराष्ट्रात तेवढ्याच लोकप्रिय आहेत. या ठिकाणी आणखी एका परंपरेचा उल्लेख करावयास पाहिजे तो म्हणजे 'कीर्तन परंपरे'चा. भक्तिपर कवने विशिष्ट चालीवर म्हणून जोडीला हरिकथा, हरिकीर्तन

करणारी अशी ही परंपरा महाराष्ट्रात निर्माण झाली होती. गद्य पद्यमय निरूपण म्हणजे कीर्तन होय. या कीर्तनात अभंग ओव्या यांना 'रागां'चे रूप दिलेले आढळते. रागांमध्ये या भक्तिरचना गायल्या जाऊ लागल्या. असा सर्वसामान्यांपर्यंत संगीताचा प्रचार झाला. पुढे दासोपंत (इ.स. १५५१ ते १६१५) आणि सतराव्या शतकात संत रामदास (इ.स. १६०८ ते १६८२) यांनीसुद्धा आपल्या साहित्यात संगीतविषयक परिभाषा वापरलेली आढळते.

मराठा इतिहास कालखंड : छत्रपती शिवाजी महाराजांनी स्वराज्यस्थापना केली. ते स्वराज्य सुस्थिर केले, हा सर्व कालखंड अत्यंत धामधुमीचा होता. राजकीय, धार्मिक उलाढाली खूप चालू होत्या. इस्लामचे आक्रमण होतेच त्यामुळे कला, कलाविष्कार या गोष्टींकडे दुर्लक्ष - समाजाचे होणे साहजिक होते.(३) नंतर मात्र पेशवाईच्या कालखंडात संगीत व इतर कलांना उत्तेजन मिळालेले दिसते. राजदरबारातही कलांना, कलाकारांना प्रोत्साहन, प्रतिष्ठा मिळालेली दिसते. उदा. नारो अप्पाजी भावे हे सतारवादक, खुशालखा हे धृपादिये पेशव्यांच्या दरबारात (नानासाहेब पेशवे) होते. त्यानंतर पावा भीमराव, राजू शिंपी, विठू गुरव, त्र्यंबक आत्माराम, विठोबा पारनेरकर हे थोरले माधवराव त्यानंतर सवाई माधवराव यांचे दरबारात होते. दुसऱ्या बाजीरावाच्या आश्रयाखाली, दावलखान, मेंढूसेन, विलासबरसखान, चिंतामणी मिश्र हे गायक धृपदगायक संगीताची जोपासना करत होते.

नवीन कला परंपरा : थोरले माधवरावांच्या काळात आणि नंतर महाराष्ट्रातील लोकगीतांचा, संगीताचा **एक अत्यंत वेगळा कलाप्रकार उदयाला आला.** राजकीय अस्थिरता, युद्धे वा परिस्थितीमुळे वीररसप्रधान काव्य आणि अशा काव्याचे उचित गायन हे कलाप्रकार, तसेच विरहशृंगार हा भाव असलेले काव्य आणि गायन उदयाला आले. त्याच्या जोडीला नृत्यही आले. त्यामुळे काव्यरचना, गायन, नर्तन या तिन्ही कलांना एकत्रित करणारा हा प्रकार म्हणजे लावणी व वीररसात्मक पोवाडा होय.

पोवाडा : ऐतिहासिक पार्श्वभूमी असलेले कथानक आणि त्यातील शूर नायक हे या काव्यगायनप्रकारातील केंद्रबिंदू होत. शूर नायकाचे कर्तृत्व त्यात वर्णन केलेले असे. उत्कृष्ट शब्दरचनेतून युद्धप्रसंग हुबेहुब वर्णन केलेला असे. या रचनेला जोड असे ती खड्या आवाजाची व उत्कृष्ट रसपोषक अशा चालीची त्यामुळे या पोवाडा प्रकाराचे कार्यक्रम हमखास रंगत असत. त्या गायकांना 'शाहीर' असे संबोधले जात असे. तालवाद्ये जास्त वापरली जात. त्यातही विशिष्ट ठेके, ताल यांचे प्रयोजन असे. शाहिरांच्या जोडीला इतर गायकही साथ देत असत.

लावणीप्रकार : विरह, वेदना, शृंगार या भावनांचा परिपोष करणारी काव्यरचना यात केंद्रस्थानी असे. या काव्याचे गायन बहुतांशी गायिका करत त्याचवेळी विशिष्ट नृत्यही सादर केले जाई. महाराष्ट्रातील पोषाख (नऊवार साडी), घुंगरू, इतर वाद्ये

यांसमवेत कार्यक्रम सादर होते. गावोगाव कार्यक्रम करणारी मंडळी असत. या लावणी-प्रकारात काही प्रमाणात रागदारीचा उपयोग केलेला असे. तबला, ढोलकी, पेटी यांची प्रमुख साथ, नृत्य करणाऱ्या नर्तिकांचा संच असा लवाजमा असे. अनेक लावणीकार कवी या काळात उदयाला आले. लावणीचे काही प्रकार पुढीलप्रमाणे.

१) वग लावणी : यात कथा आणि काव्य दोन्ही असते. त्याचबरोबर नृत्य आणि नाट्य यांच्या मदतीने सादरीकरण केले जाते.

२) बाळे घाटी : दुःख, विरहप्रधान लावणीप्रकार

३) छक्कड : शृंगारप्रधान

४) जुन्नरी लावणी : वेगवान, उडती चाल

५) हौदा लावणी : यात संवादावर भर जास्त. काव्यातून सवाल जवाब होतात.

पेशवाईच्या अखेरच्या काळातही या पोवाडा व लावणीची लोकप्रियता कायम होती. दुसऱ्या बाजीरावाने या कलाकारांना, शाहिरांना आश्रय दिला होता. पेशवाईनंतर महाराष्ट्रात उदयाला आलेल्या सरंजामदार, जाहगिरदार, संस्थानिक यांनी संगीतकलेला आश्रय दिला होता. त्यामुळे नंतरही संगीतकला जोपासली गेली.

संगीतसंदर्भ

१) गाथासप्तशतीमध्ये (इ.स. दुसरे शतक) ज्या गाथांमध्ये असे गायन वादनाचे उल्लेख आहेत त्या गाथांचे क्रमांक पुढीलप्रमाणे - गाथा क्र. २९, १७२, २५४, ५२६, ५५७, ५६०, ११४, १२८, ३३४, ३०४, ३६१, ३८१, ६४२, ६४३, ६८९

२) इब्न बतुता (इ.स. १३०४-१३५८) या अरब प्रवाशाने नोंदी केल्या आहेत त्यावरून ही गोष्ट स्पष्ट होते. कलाकारांच्या वेगळ्या वसाहतीबद्दलही त्याने नोंद करून ठेवली आहे.

३) सातारच्या शाहू छत्रपतींचे (इ.स. १६८२-१७४९) काळात संगीत आणि नृत्य कलेला प्रोत्साहन दिलले दिसते. त्यांनी पेशवे व इतर सरदारांना उत्तर भारतातून गुणी कलाकार-गायक, वादक, नर्तक, नर्तकी यांना घेऊन येण्यास सांगितले होते असा उल्लेख कागदपत्रात आढळतो.

४) शाहीर राम जोशी, होनाजी बाळा, परशुराम, सगनभाऊ, प्रभाकर, अनंतफंदी यासारखे लावणीकार उदयाला आले.

६.३ लोककला

सर्वसामान्य लोकांची कला म्हणजे लोककला किंवा सर्वसामान्य लोकांनी उत्स्फूर्तपणे केलेला कलाविष्कार म्हणजे लोककला! सर्वसाधारणपणे ग्रामीण भागात राहणाऱ्या बहुसंख्य लोकांच्या रुचीप्रमाणे, त्यांच्या परंपरेप्रमाणे हा कलाविष्कार असतो. म्हणजेच परंपरागत कला म्हणजेसुद्धा लोककला असे म्हणता येईल. या लोककलांचा

मागोवा घ्यायचा/किंवा इतिहास पाहू असे म्हटले तर अतिप्राचीन काळाचा संदर्भ पाहावा लागेल. आदिम जमाती स्वरूपात मानवसमूह राहत होता तेव्हासुद्धा कलेचे आणि तिच्या आविष्काराचे अस्तित्व होते. फक्त आजच्याप्रमाणे प्रगट रूप नव्हते. लोककलांमध्ये खालील कलाप्रकारांचा समावेश होतो.

१) लोकगीते – त्यांची रचना – लोकगीते कुणी एकाने रचलेली नसतात. समुहातूनच त्यांची निर्मिती असते. पिढ्यानूपिढ्या ती रचली गेलेली असतात. याला 'लोकसाहित्य' असेही म्हणता येईल. यात कथाही असतात.

२) लोकगीतांचे गायन ३) चित्रकला

४) लोकनृत्य ५) लोकनाट्य

६) **धार्मिक परंपरेतील कलाविष्कार :** हा कलाप्रकार खरे तर वरील चार काव्यप्रकारांना समाविष्ट करणारा आहे. किंबहुना लोककलांचे वर्गीकरण धार्मिक परंपरेशी निगडित असेही करता येईल.

लोककला या सामान्य लोकांच्या दैनंदिन जीवनाशी निगडित असतात. तसेच धार्मिक जीवनाशी निगडित असतात. लोककलांचे प्रगटीकरण या दोन्हीशी निगडीतच असते. उदा. १) सण, समारंभाचे वेळी, समुहरूपात नृत्य, गायन केले जाते. २) कृषि विषयक समारंभाचे वेळी समूहगान, नृत्य केले जाते. ३) याचवेळी चित्रे काढली जातात.

लोकगीते व गायन – महाराष्ट्रात अनेक लोकगीते रचली गेली आहेत. खेडोपाडी अनेक लोक ही गीते गातात. उदा. वासुदेव, सकाळी गावात गीते गाऊन फेरी मारतो. सोंगाडी लोकगीते गाऊन खेळ करतात. धार्मिक सणांचे वेळी लोकगीतांचे गायन स्त्रिया करतात. घरातील समारंभाचे वेळी स्त्रियाच लोकगीते म्हणतात. उदा. १) डोहाळजेवण, २) नामकरणविधीचे वेळी गाणी गाणे, ३) स्त्रियांचा 'नवऱ्याचे नाव घेतानाचा उखाणा' हा काव्यप्रकारातच मोडतो. ४) मंगळागौरीचे वेळी खेळताना विशिष्ट गाणी म्हणली जातात. ५) भोंडला हा लहान मुलींचा समूहनृत्यप्रकार व गाणी/लोकगीते हा प्रकार खेड्यातच नव्हे तर शहरातही लोकप्रिय आहे.

चित्रकला – विविध सणांचे वेळी घराघरातून चित्रे काढली जातात. त्यात 'देवदेवतांची चित्रे', शुभचिन्हे यांचा समावेश होतो. नागोबा, गौरी यांची चित्रे काढली जातात.

रांगोळी – हा महाराष्ट्रातील लोकप्रिय कलाप्रकार आहे. प्रतिदिन आणि सणासमारंभाचे वेळी विशेष रूपात रांगोळीरेखाटन केले जाते. यातही देवदेवता, शुभचिन्हे असतात शिवाय पारंपरिक काही आकृत्यांचा समावेश असतो.

ऐतिहासिक संदर्भामध्ये रांगोळीचा उल्लेख आढळतो (यादवकाळात व पेशवाईकाळात)

कोकणात गणपतीचे वेळी तांदळाची पिठी वापरून दरवाजावर नक्षी काढली जाते त्यांना 'कणे' म्हणतात.

लोकनाट्य – बहुजनांचे विषय घेऊन बहुजनांच्या मनोरंजनासाठी, बहुजनांमधील कलाकारच जेव्हा सोपे, सुलभ सादरीकरण करतात ते म्हणजे 'लोकनाट्य' होय.

लोकनाट्याची वैशिष्ट्ये – १) कमीत कमी खर्चात, जास्तीत जास्त आकर्षक, परिणामकारक असे लोकनाट्य असते.

२) रंगभूषा, नेपथ्य, विशिष्ट रंगमंच यांची आवश्यकता नाही.

३) स्त्रियांची कामे बहुतांशी पुरुषच करतात.

४) नाट्य सादरीकरणाचा जास्त भर असतो तो म्हणजे पात्रांचा आवाज, संवादफेक, अभिनय यांवर

५) भाषा सोपी, बोली भाषेशी जवळची, संवाद छोटे, चटकदार विनोद ढोबळ आणि सवंग

सर्वसाधारणपणे पौराणिक विषयावर लोकनाट्य सादर केले जाते. उदा. दशावतार, लळित खेळणे, तमाशा–वग यांची भाषा सोपी असल्यामुळे ते लोकप्रिय होतात. यातील 'वग' याची नोंद तमाशा व लोककलेच्या प्रकारात आपण घेतली आहे.

लोकनृत्य : बहुजन समाजातील जे समूहनृत्य परंपरेने चालत आलेले असते ते लोकनृत्य होय. यातील आनंद सामूहिक रूपातच घ्यावयाचा असतो. या लोकनृत्यांना नियम नसतात. यातील खालील प्रकार पाहू या.

१) महाराष्ट्रात स्त्रिया विशिष्ट सणांच्या वेळी जे खेळ खेळतात ते फुगडी, झिम्मा इत्यादी खेळ समूहरूपातच खेळले जातात. विशिष्ट रिंगण करून मग ते सादर केले जातात. म्हणून हे खेळही लोकनृत्याच्याच प्रकारचे धरले आहेत.

२) **कोळी नृत्य :** नारळी पौर्णिमेनिमित्त/इतर दिवशी कोळी लोक समुद्रकिनाऱ्यावर समूहनृत्य करतात.

३) **गजा नृत्य :** धनगर लोकांचे नृत्य ढोलाचा ताल असतो. हातात रुमाल, पटका उडवून नृत्य करतात.

४) **काठ खेळ :** काठ्या हातात घेऊन नृत्याचे हावभाव केले जातात. काठ्या टिपरीप्रमाणे असतात.

५) **गोफ :** कोकणातील लोकनृत्य : स्त्रियांचे/पुरुषांचे वर्तुळ असते. त्यात मध्यभागी लांब कापडाचा झुपका वरच्या आढ्याला बांधलेला असतो. नर्तक एका पट्टीच टोक धरून, टिपरीसहित जागा बदलतात. मग मध्यावरच्या कापडांचा एकमेकांबरोबर पीळ पडतो आणि गोफ तयार होतो.

६) **नकटा नाच :** कोकणात शिमग्याचे वेळी केले जाते.

७) **आदिवासी नृत्ये :** ढोल नृत्य, तारपी नृत्य

अशा प्रकारे लोकनृत्ये महाराष्ट्रात आढळतात. त्यांचे ऐतिहासिक काळातही अस्तित्व असावे. त्यामुळे ही परंपरा आजही आपल्याला आढळते.

६.४ लेणी स्थापत्य

कला व स्थापत्य या प्रकरणातील 'स्थापत्य' हा भाग आता आपल्याला अभ्यासायचा आहे. प्रथम काही महत्त्वाच्या शब्दांचे अर्थ, व्याख्या पाहू या.

लेणी : लेणी म्हणजे डोंगरातील गुहा. या निसर्गतःच तयार झालेल्या असतात, तसेच मानवानेही खोदून काढलेल्या असतात. त्यांचे खोदकाम हेसुद्धा एक शास्त्रच आहे.

स्थापत्य : स्थापत्य म्हणजे स्थापन केलेले– तयार केलेले. वास्तू/निवारा या संदर्भात हा शब्द वापरला जातो. बांधकाम हा अगदी बोली भाषेतील अर्थ सांगता येईल. बांधकाम कसे करावे, त्यासाठी कोणत्या वस्तू वापराव्यात, मोजमापे, तंत्र यासंबंधीचे शास्त्र म्हणजे स्थापत्यशास्त्र. हे एक पूर्ण विकसित झालेले शास्त्र आहे. भारतात स्थापत्याची विशेष परंपरा शेकडो वर्षांपासून आहे. प्रागैतिहास काळापासून वास्तुनिर्मिती होत होती. त्या काळातील मानवाने स्वतःसाठी जो निवारा बांधला तो एक स्थापत्याचाच प्रकार होता. पुढे जसजशा गरजा वाढल्या तसतसे वास्तूत बदल होत गेले. बांधकामाची नियमावली तयार झाली. शास्त्र तयार झाले. बांधकामाचा अनुभव, बदल, तंत्रातील प्रगती यामुळे आज परिपूर्ण स्थापत्य आपल्याला पाहायला मिळते.

स्थापत्याचे भारतातील अवशेष सुमारे इ.पूर्व २५०० च्या आसपासचे आहेत. हे अवशेष सिंधू संस्कृतीचे आहेत. त्यानंतरचे अवशेष हे ऐतिहासिक काळातील आहेत. म्हणजेच मौर्य राजवटीच्या काळापासूनचे अवशेष आजही पाहावयास मिळतात. स्थापत्याच्या अभ्यासासाठी वर्गीकरण केले जाते.

(स्थापत्याचे प्रकार) स्थापत्यामागचा हेतू, उपयुक्तता हा मुद्दा विचारात घेऊन वर्गीकरण केले आहे.

१) धार्मिक स्थापत्य २) इतर स्थापत्य

धार्मिक स्थापत्य : धार्मिक हेतूसाठी जे स्थापत्य निर्माण झाले ते धार्मिक स्थापत्य. देवमूर्तींची स्थापना, पूजाअर्चा, इतर कर्मकांड यासाठी जी वास्तू/स्थापत्य निर्माण झाले ते या प्रकारात मोडते. प्राचीन भारतात हिंदू, बौद्ध, जैन या धर्मीयांनी अशा वास्तू निर्माण केलेल्या आहेत.

इतर स्थापत्य : मानवासाठी उपयुक्त पडेल असे जे स्थापत्य असते ते या दुसऱ्या प्रकारात मोडते. धार्मिक संकल्पनांचा या स्थापत्यामध्ये काहीच संबंध नसतो. उदा. किल्ले, राजवाडे, जलाशय, कालवे, रस्ते, संरक्षक भिंती इ.

स्थापत्याचे आणखी एक वर्गीकरण केले जाते ते तंत्रज्ञानाच्या मुद्यावरून! वास्तू निर्माण करताना तंत्र कोणते वापरले आहे हे पाहिले जाते. त्यानुसार १) बांधीव स्थापत्य २) खोदीव/कोरीव स्थापत्य असे प्रकार पडतात. लेणी स्थापत्य हा कोरीव स्थापत्याचा प्रकार आहे.

अ) लेणी स्थापत्य

महाराष्ट्रातील शिल्प आणि स्थापत्याचा परिचय व अभ्यास आपणाला करावयाचा आहे. त्यासाठी आपल्याला प्राचीन काळातील भारतीय कला व स्थापत्य-प्रकारांचा, परंपरांचा थोडक्यात परिचय करून घ्यावा लागेल. तसेच प्राचीन काळातील राजकीय इतिहासाचे संदर्भ त्यासाठी पाहावे लागतील.

महाराष्ट्राच्या स्वतंत्र राजकीय इतिहासाचा प्रारंभ सातवाहन राजवंशापासून सुरू होतो. सातवाहन हा राजवंश महाराष्ट्रातील आद्य सार्वभौम राजवंश होय. सातवाहनांच्या राज्यस्थापनेपूर्वी हा भूप्रदेश उत्तर भारतातील मौर्य साम्राज्याचा एक भाग किंवा सीमावर्ती प्रदेश होता असे पुराभिलेखांचे पुरावे सापडले आहेत. मौर्य सम्राट अशोकाने (इ.स. पूर्व २७२ ते २३६) या कालखंडात अनेक शिलालेख कोरवून घेतले. त्या लेखांपैकी एका लेखामध्ये 'राष्ट्रिक', 'पेतेनिक' असे शब्द वापरले आहेत. अशोकाच्या लेखांपैकी एक लेख सोपारा येथे व एक लेख देवटेक (ता. चंद्रपूर) येथे सापडले आहेत.

बौद्ध धर्माच्या साहित्यात महाराष्ट्राचे उल्लेख आहेत. त्यातही अपरान्त (उत्तर कोकण) या भागाचा उल्लेख आढळतो. या उल्लेखांवरून असे कळते की, यवनरक्षित, धर्मरक्षित नावाचे दोन बौद्धभिख्खू होते. बौद्ध धर्माच्या तिसऱ्या संगीतीनंतर दक्षिणापथात बौद्ध धर्माचा प्रसार झाला. पवनी (जि. भंडारा) येथे सापडलेला स्तूप, सोपारा (नालासोपारा, जि. ठाणे) येथील स्तूप व शिलालेख, तेर (जि. धाराशिव तथा उस्मानाबाद) येथील स्तूप इत्यादींवरून मौर्यकाळ, शुंगकाळ या कालखंडात महाराष्ट्रात बौद्ध धर्माचा प्रसार झाला हे सांगता येते.

महाराष्ट्राचे मौर्य साम्राज्याबरोबर आर्थिक, राजकीय संबंध होते. त्यातूनच धार्मिक संबंधही दृढ झाले. बौद्ध धर्माच्या प्रसाराबरोबरच बौद्ध धर्माशी संबंधित शिल्प आणि स्थापत्यप्रकार हेही महाराष्ट्रात रूजू झाले.

प्राचीन भारतात मौर्य काळात आणि नंतर शुंग काळात बौद्ध धर्माशी निगडित शिल्पकला व स्थापत्यशास्त्र यांचा विकास झाला. यांतील प्रमुख स्थापत्य प्रकार आहेत १) स्तूप, २) चैत्यगृह, ३) विहार. या स्थापत्यप्रकाराचे पुन्हा वेगळे वर्गीकरण करता येईल. १) बांधीव २) खोदीव /कोरीव स्तूप म्हणजे काय? त्याची रचना कशी असते? 'स्तूप' या संकल्पनेचा उद्‌गम आणि विकास सुरू कसा झाला, हे आपल्याला प्रथम पाहावयाचे आहे. सांची (मध्यप्रदेश भोपाळपासून सु. ४७ किमी.), भरहूत (मध्यप्रदेश, सतना स्थानकापासून सु. १४ किमी.) येथे मोठमोठे स्तूप आजही आपल्याला पाहाता येतात. त्याचबरोबर महाराष्ट्रातील लेण्यांमध्येही स्तूप आढळतात. आज जसे त्यांचे रूप आहे तसेच प्राचीन काळात होते का? त्यात बदल झाले का? असे प्रश्न आपल्याला पडतात. स्तूपाची संकल्पना खूप जुनी आहे. प्राचीन काळापासून स्तूप तयार केले जात होते. सोप्या शब्दात सांगायचे तर स्तूप म्हणजे मृत व्यक्तीचे स्मारक. या स्मारकामध्ये

मृत व्यक्तीचे अवशेष (शरीर अवशेष, मृताच्या वस्तू इ.) जतन केले जात.

स्तूपांचे प्राचीन रूप – प्रागैतिहासिक काळात मृत व्यक्तीचे स्मारक करण्याची प्रथा होती. पुरातत्त्वज्ञांनी केलेल्या उत्खननांमध्ये निरनिराळ्या कालखंडातील आणि निरनिराळ्या ठिकाणी अशी मृत व्यक्तींची दफने, स्मारके मिळालेली आहेत. 'पूर्वजांची स्मृती जतन करणे, त्यांची पूजा करणे' हा त्या त्या समाजातील धार्मिक परंपरेचा भाग झाला. तसेच 'मृत्यूनंतर मानवाला जीवन असते. त्या जीवनात उपयोगी पडणाऱ्या वस्तू येथूनच (ऐहिक उपभोगाच्या वस्तू) त्याला द्यावयाच्या' अशाही समजुती प्रागैतिहासिक काळात प्रचलित होत्या. त्याचे स्पष्ट पुरावे उत्खननात सापडले आहेत. त्यावेळी मृत शरीर दोन किंवा तीन मृद्‌भांड्यात ठेवून (रांजणांची तोंडे एकमेकाला जोडून) ती मृद्‌भांडी जमिनीत पुरत असत. त्याच्याभोवती मृताच्या वस्तू ठेवल्या जात. उदा. इनामगाव दफन.(ता. शिरूर, जि. पुणे.) अशीच पूर्वजस्मारके महापाषाण युगातही करून त्याभोवती शिलाखंडांची मांडणी वर्तुळाकारात केलेली असे. दफनस्थळाची ओळख पटावी म्हणून अशी शिळावर्तुळे केलेली असत. मृतव्यक्तीच्या दफनावर तयार केलेला मातीचा (स्तूपाचे) ढिगारा हे अगदी प्राथमिक स्वरूप होय. भोवती शिळावर्तुळ, ढिगाऱ्यावर खुणेसाठी लाकडी खांब ह्या आणखी काही गोष्टी.

स्तूपाला महत्त्व मिळाले ते बौद्ध धर्मीयांमुळे. भगवान गौतम बुद्धांच्या निर्वाणानंतर (इ.स.पू. ४८३) त्यांच्या शरीर अवशेषांवर आठ ठिकाणी स्तूपनिर्मिती झाली. बौद्ध धार्मिक साहित्यात तसे उल्लेख आहेत आणि प्रत्यक्ष स्थानांवर स्तूप, स्तूपांचे अवशेष पुरातत्त्वज्ञांना मिळाले. त्या स्तूपांचे वेळोवेळी नूतनीकरण, सुशोभीकरण केले गेले. उदा. सम्राट अशोक (इ.स. पू. ३०४-२३७), हर्षवर्धन (इ.स.६०६-६४७) यांनी असे नूतनीकरण केले होते.

सांची, भारूत, अमरावती (आंध्रप्रदेश) येथील स्तूप व स्तूपांच्या प्रतिकृतीची परिणत अवस्था आजही लक्षात येते. सामान्यपणे स्तूपाचे अंग, उपांग खालील प्रकारचे आहे.

अंड (घुमटाकार भाग) : हे स्तूपाचे मुख्य अंग होय. याचा पाया पूर्ण वर्तुळाकार असतो. परंतु वरचा आकार अर्धवर्तुळाकार असतो. दगड, माती यापासून हा आकार तयार केलेला असतो.

अवशेष पेटी / करंडक : गौतम बुद्धांचे शरीरअवशेष पेटीमध्ये किंवा करंडकामध्ये ठेवून ती पेटी अंडाच्या मध्यभागी ठेवलेली असते. नंतरच्या काळात गौतम बुद्धांच्या शिष्यांच्या शरीर अवशेषांवरसुद्धा स्तूप निर्माण केले गेले.

हर्मिका : अंडाच्या माथ्यावर मध्यभागी चौरसाकृती पेटी असते. भोवती कठडा असतो. त्याला हर्मिका असे नाव आहे.

यष्टी : हर्मिकेच्या मध्यात लाकडी खांब रोवलेला असतो त्याला यष्टी म्हणतात.

छत्रावली : यष्टीला मोठ्या पानांप्रमाणे आकार असलेली धातूची किंवा लाकडाची छत्रांची रचना केलेली असते. शिवाय यष्टीच्या टोकावरही छत्र असते. या सर्व छत्रांना मिळून 'छत्रावली' म्हणतात.

वेदिका : स्तूपाच्या सर्व बाजूने थोडे अंतर सोडून कठडा उभारत. त्याला वेदिका असे नाव आहे.

प्रदक्षिणापथ : स्तूपाभोवती प्रदक्षिणा घालण्यासाठी पथ असतो. हा पथ कधी स्तूपाच्या जवळ तर कधी थोडे अंतर ठेवून असतो. स्तूप आणि वेदिका यांच्यामध्ये हा प्रदक्षिणा पथ असतो.

तोरणे : वेदिकेचा जो दगडी/लाकडी कठडा असतो त्याला प्रवेशद्वारे असतात. या प्रवेशद्वारांवर तोरणे असतात.

मौर्य शुंगकाळातील स्तूप असे होते. पुढील काळातही हे घटक कायम राहिले. बदल झाला तो स्थापत्याच्या- स्तूपाच्या निर्मितितंत्रात. हे स्तूप बांधीव होते. याच काळात कोरीव स्तूपांची निर्मिती झाली. ते नैसर्गिक टेकड्यांवरच्या खडकांमध्ये एकसंध दगडांमध्ये कोरून काढलेले असत. खडक खोदून त्यांना स्तूपाचा आकार दिलेला असे. 'एकपाषाणी स्तूप' असे त्यांना संबोधता येईल. मगध राज्यात 'बरावर'(बिहार, गये जवळ) टेकड्यांमध्ये असे स्तूप आणि लेणी कोरलेली आहेत. महाराष्ट्रातही लेण्यांमध्ये एकपाषाणी स्तूप खोदले गेले.

चैत्यगृह : आता आपण चैत्यगृह / मंदिरे या वास्तुप्रकाराची ओळख करून घेऊ. चैत्यगृह म्हणजे पूजनीय वस्तूच्या पूजेसाठी, उपासनेसाठी निर्माण केलेली वास्तू.

एकाच वास्तूमध्ये पूजनीय वस्तू आणि पूजा करणारे भक्त यांच्यासाठी जागा ठेवलेली असते. बौद्ध धर्मात स्तूप हे पूजनीय आहेत. गौतम बुद्धांची प्रतीकरूपाने पूजा म्हणजेच स्तूपाची पूजा बौद्धधर्मामध्ये प्रचलित झाली. असे स्तूप एखाद्या वास्तुत असले की ती वास्तू चैत्यगृह किंवा चैत्यमंदिर म्हणून ओळखले जाई. चैत्यगृहांचे विधान सर्वसाधारणपणे चापाकार (आयताकृती मंडप अणि रुंदीच्या बाजूला गोलाकार केलेले) असते. गोलाकार / अर्धगोलाकार या बाजूला स्तूपाची रचना असते. या वास्तुप्रकारात विधानामध्ये स्थपतींनी बदल केलेले दिसतात. अर्थात या चैत्यगृह या स्थापत्यप्रकाराचे तांत्रिकदृष्ट्या प्रकार पडतात १) बांधीव चैत्यगृह २) कोरीव चैत्यगृह.

विहार : विहार म्हणजे या स्तूपाचे /चैत्याचे पूजन करणारे, धार्मिक चिंतन करणारे जे बौद्ध भिक्षू होते/ त्यांच्या निवासासाठी बांधलेल्या वास्तू. मगध राज्यात (बिहार राज्य) गौतम बुद्धांचे काळात अनेक विहार ठिकठिकाणी बांधले गेले. बौद्ध साहित्यात त्यांचे उल्लेख आढळतात. उदा. 'घोषिताराम' जसजसा बौद्ध धर्माचा प्रसार झाला तशी बौद्ध भिक्षूंची संख्या वाढू लागली. त्यांचे ठिकठिकाणी संघ तयार केले गेले. त्यांनी सतत देशभर फिरावे व धर्मप्रसार करावा अशी त्यांच्यावर जबाबदारी होती. साधारणपणे मोठ्या नगरांच्या सीमेवर/ सीमेबाहेर भिक्षू तात्पुरती वस्ती करत व थोड्या

काळानंतर पुन्हा प्रवासास जात. त्यासाठी हे विहार बांधलेले होते.

ह्या विहारांचा उपयोग भिक्षूंना जास्त करून वर्षाऋतूत होत असे. पावसाळ्याचे चार महिने भिक्षूंना प्रवास करण्याचे बंधन नसे. त्यांना वर्षाकाळात एका ठिकाणी राहाण्याची परवानगी असे म्हणून या काळाला आणि भिक्षूंच्या वास्तव्याला नाव पडले ''वर्षावास''. मगधातील अनेक धनिकांनी बौद्ध धर्माला पाठिंबा देण्यासाठी असे विहार बांधले. त्याचबरोबर बरावर टेकड्यांमध्ये लेणी खोदली. त्या लेण्यांमध्येच 'विहार' हाही वास्तुप्रकार खोदला गेला. डोंगर खोदून/ पोखरून गुहा तयार करण्यात आल्या. त्यासाठी स्थापत्यशास्त्र पुरेपूर वापरले गेले. विविध प्रकारची विधाने उपयोगात आणली गेली. प्रवेशद्वार, चौरस/ चापाकृती विधानाचे मंडप, चैत्यगृह असा एकूण पसारा असे. याबरोबरच 'विहार' ही खोदले गेले.

महाराष्ट्रातील लेणी स्थापत्य

भारतातील विशेषत: मगध साम्राज्यातील मौर्य कालखंडातील स्थापत्यप्रकारांचा परिचय करून घेतला आहे. आता या परंपरा महाराष्ट्रातही आपल्याला आढळतात. त्यांचा परिचय करून घेऊ.

महाराष्ट्रात सह्याद्रीच्या डोंगररागांमध्ये अशी शेकडो लेणी आहेत. त्यांतही बौद्ध, जैन, ब्राह्मणी अशी वर्गवारी करता येईल. तिन्ही धर्मांच्या लोकांनी लेणी खोदली. त्यातही बौद्ध लेणी संख्येने जास्त आहेत. कदाचित प्रथम बौद्ध लेणी खोदली गेली व त्यानंतर जैन व हिंदू लेणी खोदली गेली. उदा. वेरूळ. प्रत्येक धर्माच्या अनुयायांनी लेणी खोदली आणि आपापल्या आवश्यकतेनुसार, गरजेनुसार लेण्यांच्या स्थापत्यात बदल केलेले, प्रयोगही केलेले आढळतात.

नैसर्गिक परिस्थिती : महाराष्ट्राची आणि अर्थात् दक्षिण भारताची निर्मिती ही ज्वालामुखीच्या उद्रेकातून- लाव्हारसापासून झाली असे मानले जाते. या लाव्हारसाचे रौद्ररूप थंड झाल्यावर येथे प्रचंड अशा डोंगर व शिलाखंडांची निर्मिती झाली. हे शिलाखंड घट्ट बांधीव अशा पोताचे होते. हा दगड खोदून काढण्यास योग्य होता. मूर्ती घडवण्यासाठीसुद्धा योग्य होता. त्यामुळे या डोंगररांगांमध्ये असंख्य लेण्यांची निर्मिती झाली. सर्वसाधारणपणे इ.स.पूर्व २०० पासून या लेण्यांची निर्मिती होऊ लागली असे मानले जाते. ठिकठिकाणच्या लेणीसमूहांची निर्मिती टप्प्याटप्प्याने अगदी ७ व्या, ८ व्या शतकांपर्यंत होत राहिली.

लेण्यांचे स्थान : याच काळात (सातवाहनपूर्व व सातवाहन काळ) भारतात व्यापार भरभराटीला आलेला होता. पश्चिम महाराष्ट्रातील समुद्रावरील बंदरांतून परदेशी व्यापार चाले. या बंदरांना देशांतर्गत भूभागाशी जोडणारे अनेक व्यापारी मार्ग होते. हे मार्ग या सह्याद्री डोंगररांगांमधूनच गेले होते. या व्यापारी मार्गांच्या जवळ असलेल्या स्थानांवर ही लेणी खोदली गेली आहेत. या भागात आणि समाजाच्या व्यापारी, कलाकार

वर्गात बौद्धधर्म खूप लोकप्रिय झालेला होता. परिणामी व्यापारी, कलाकार यांनी बौद्धधर्माला खूप पाठिंबा दिला. त्यांच्या पुढाकाराने आणि राज्यकर्त्यांच्या पाठिंब्यामुळे या व्यापारी मार्गाजवळ, डोंगररांगांमध्ये लेणीनिर्मिती झाली.

तंत्रज्ञान : या लेण्यांची खोदाई कशी होत होती असा प्रश्न आपल्याला पडतो. लेणी खोदताना प्रथम मध्यम उंचीचा- ज्याच्या गाभ्यामध्ये घट्ट, बांधणीचा काळा कातळ आहे असा- डोंगर निवडला जात असे. या डोंगराची उतारावरची झाडी साफ करून घेतली जाई. दरड (उंच भिंतीसारखी) सपाट करून घेतली जाई. या सपाटीवर लेण्याच्या प्रवेशद्वाराची निश्चिती केली जाई. कदाचित रेखाटन करून घेतले जात असावे. यालाच लेण्याचे 'मुखदर्शन' असे नाव आहे. या मुखदर्शनाचे वरच्या टोकाला खोदाई सुरू होत असे. या टोकापासून खाली सरळ खोदाई कधी होत नसे. प्रथम या टोकाला खोदायला सुरूवात करून तो डोंगर पोखरण्यास (त्याच उंचीवर) सुरुवात होई. म्हणजेच प्रथम लेण्याचा छताचा भाग आडव्या पद्धतीने खोदला जाई. लेणे जितके खोल खोदायचे असेल तेवढे आत खोदले जाई. (त्याच उंचीवर). पुरेशी खोली खोदली की मग हळूहळू खोदत खोदत खाली उतरत असत. ज्याठिकाणी मूर्ती, शिल्पपट्ट कोरावयाचे असतील तेवढा पृष्ठभाग टाळून खाली खोदत जात असतील, हे स्पष्ट आहे. पुरेशी उंची/खोली, खोदून झाल्यावर त्या त्या ठिकाणी शिल्पकाम, कोरीव काम करून पुढची खोदाई सुरू होई असे दिसते. सर्वात शेवटी पुन्हा प्रवेशद्वाराच्या तळाचा भाग खोदला जाई. या तंत्रज्ञानाचाही विकास होत राहिला हे निश्चित. याचा एक फायदा असा की डोंगराच्या उंचीच्या/ उंच जमिनीच्या/ पातळीचा फायदा खोदताना होई. उंचावर खोदण्यासाठी वेगळे मचाण बांधून घेण्याची वेळ येत नसे.

या स्थापत्यप्रकारामध्ये भारतीय कलाकार, शिल्पी, स्थपती हे निष्णात होते, यात शंका नाही. लेणी खोदण्यापूर्वीच त्यांच्या नजरेसमोर आपण नेमके काय करायचे आहे याचा आराखडा तयार असे. त्याशिवाय असे काम करणे शक्य नाही. लेण्यात कुठले शिल्पकाम, कोरीव काम करायचे? स्तंभरचना काय असावी? हेही त्यांच्यासमोर स्पष्ट होते. येवढ्या खोदकामात एकही चूक आढळत नाही. शिवाय या स्थपतींना भूशास्त्राची अचूक माहिती व ज्ञान होते. कातळातून झिरपणारे पाणी, कातळातील थर, पट्टे यांचे सखोल ज्ञान होते. त्याची उदाहरणे पुष्कळ देता येण्यासारखी आहेत. उदा. असंख्य लेण्यांमध्ये असलेली पाण्याची टाकी.

लेणी खोदण्याचे आणखी महत्त्वाचे कारण म्हणजे त्यांचा शाश्वत गुण! बांधीव स्थापत्यापेक्षा खोदीव स्थापत्य हे चिरंतन स्वरूपाचे आहे, याची जाणीव स्थपतींना होती. त्यामुळे येवढे प्रचंड काम त्यांनी करून दाखवले.

लयन/ लेणे-स्थापत्य किंवा मंदिरस्थापत्याचा अभ्यास करताना तत्कालीन समाजाच्या धार्मिक समजुती, परंपरा तसेच धर्म आणि कर्मकांडात कालपरत्वे होत जाणारे बदल यांचाही संदर्भ अभ्यासासाठी वापरला पाहिजे. बौद्ध लेण्यांचे स्थापत्य

पाहताना बौद्ध धर्मात होत गेलेले बदल आपल्याला विचारात घ्यावे लागतात.

लेण्यांचा निर्मितिक्रम आणि कालखंड : महाराष्ट्रातील डोंगररांगांमध्ये लेणी आहेत. ती लेणी मोठ्या भूप्रदेशामध्ये विखुरलेली आहेत. पण या विखुरलेपणातही एक वैशिष्ट्य आहे. लेणी ही 'समूह' स्वरूपात आहेत. काही ठिकाणी लेण्यांची संख्या १०० च्या आसपास आढळते. काही ठिकाणी अगदी कमी तर जुन्नरजवळच्या डोंगररांगात हा आकडा २०९ + ११५ कुंडे, कान्हेरी येथे १२५ लेणी असा दिसतो. म्हणजेच एक चैत्यगृह आणि आजूबाजूला विहार (भिक्षूंसाठी राहाण्याची जागा) असे सर्वसाधारण स्वरूप आढळते. अर्थात स्थापत्यशास्त्राच्या दृष्टीने नंतर चैत्यगृह आणि विहार यांचे एकत्रीकरण झालेले आढळते. या मुद्द्याचा विचार आपण नंतर करणार आहोत.

लेण्यांचा निर्मितिक्रम, कालखंड यांची निश्चिती करताना तज्ज्ञांनी लेण्यांचे विधान (स्थापत्यशास्त्रदृष्ट्या) लेण्यांचे अलंकरण (शिल्पपट्ट, स्तंभ, चित्रकाम, शिल्पकला) मुखदर्शन, पाषाण माध्यम, लाकूड माध्यम, वास्तुशैली त्याचे टप्पे यांचा प्रामुख्याने विचार केला आहे. या दृश्य पुराव्याखेरीज लेण्यांतील पुराभिलेख, बौद्ध लिखित साहित्यातील पुरावे यांचा तुलनात्मक अभ्यासही विचारात घेतला जातो. अनेक तज्ज्ञांच्या मतानुसार महाराष्ट्रात इ.स.पूर्व दुसऱ्या शतकात हीनयान बौद्ध लेण्यांच्या निर्मितीला प्रारंभ झाला.

बौद्ध लेण्यांचा पसारा फार मोठा आहे. त्यांतील कोणती लेणी प्रथम खोदली गेली नंतर कोणती खोदली गेली; तसेच लेणी स्थापत्यबदल कसेकसे घडले हा अभ्यासाचा विषय आहे. या अभ्यासासाठी धार्मिक परंपरा– बौद्धधर्माचे तत्त्वज्ञान हे पाहावे लागते. लेणी स्थापत्य हे धार्मिक स्थापत्य आहे. त्यामुळे धार्मिक परंपरांचा संदर्भ पाहणे योग्य ठरते. बौद्ध धर्मामध्ये काही पंथ उपपंथ तयार झाले. संपूर्ण भारतात या पंथांचा प्रसार झाला. साहजिकच बौद्ध कला व स्थापत्यावर या पंथांचा प्रभाव पडला. हीनयान, महायान, वज्रयान असे पंथ बौद्ध धर्मात विकास पावले. या पंथांचा अमुक एक कालखंड असे सांगता येणे अवघड आहे. हीनयान हा सर्वात प्रथम नंतर हळूहळू महायान नंतर वज्रयान असा क्रम मात्र सांगता येईल. हीनयान पंथ संपल्यावर महायान किंवा वज्रयान पंथ झाला असे मात्र अजिबात नाही. हीनयान आणि महायान पंथांचा संमिश्र काळही होता.. हे कला व स्थापत्यातून कळते.

हीनयान स्थापत्य : मूर्तिरूपातील गौतमबुद्धाचे अंकन हीनयान पंथात नव्हते. गौतमबुद्धांची पूजा ही प्रतीकरूपाने (स्तूप रूपात) होत होती. म्हणूनच ज्या चैत्यगृहांमध्ये फक्त स्तूप आहेत आणि बुद्धमूर्तींचा अभाव आहे, ती हीनयान लेणी मानली गेली. ज्या लेण्यांमध्ये स्तूपही आहे आणि मूर्तीही आहे ती लेणी महायान लेणी मानली जातात. नंतर वज्रयान पंथाच्या लेण्यांमध्ये बौद्ध धर्मातील इतर देवदेवतांच्या मूर्ती आढळतात. महाराष्ट्राच्या ज्या भागात हीनयान पंथाचा प्रभाव होता तेथे हीनयान लेणी जास्त आढळतात. काही भागातील लेण्यांवर महायान पंथाचा प्रभाव जाणवतो. अजंठा

लेणीसमूह असा हीनयान महायान लेण्यांच्या संमिश्र स्वरूपाचा आहे.

हीनयान पंथीयांची लेणी काही काळानंतर महायान पंथीयांनी वापरली. त्यांनी नवीन लेणीही खोदली हेही दिसून येते. नंतर वज्रयान पंथीयांनी तीच लेणी उपयोगात आणली.

चैत्यगृहांचे स्थापत्य आणि विहारांचे स्थापत्याचे स्वरूप पाहाताना वरील मुद्दे जास्त स्पष्ट होतील. लेण्यांचा निर्मितीक्रम स्थापत्यावरूनही सांगता येतो. हाही मुद्दा नंतर स्पष्ट केला आहेच.

उगमस्थान : मौर्य साम्राज्य : लेण्यांचे स्थापत्यशास्त्र विकसित झाले ते प्रथम बरावर टेकड्यांमधील लेण्यांच्या रूपात. यापैकी लोमश ऋषींच्या नावाने ओळखले जाणारे लेणे आणि सुदामा नावाचे लेणे, ही दोन लेणी सर्वात जुनी अशी मानली जातात. लेण्यांचे स्थापत्य (चैतगृह, विहार मंडप) अभ्यासताना त्याच काळातील किंवा त्यापूर्वीच्या काळातील बांधीव स्थापत्याचा संदर्भ विद्वानांनी अभ्यासला, तेव्हा असे लक्षात आले की, लेणीस्थापत्य आणि तत्कालीन बांधीव स्थापत्य यांचा खूप निकटचा संबंध आहे. तज्ज्ञांचा निष्कर्ष असा आहे की,

निष्कर्ष : प्राचीन काळातील बांधीव स्थापत्य हे प्रामुख्याने बांबू, लाकूड, विटा, माती यांच्या साहाय्याने तयार झाले होते. लेणी स्थापत्य/शैल स्थापत्य हे या बांधीव स्थापत्यप्रकाराचेच प्रतिरूप आहे. विधान, स्तंभ, छप्पर आदी बांधीव स्थापत्याचे घटक लेणीस्थापत्यात त्याच रूपात आहेत. तसेच लाकूडकामाचे तंत्रही तसेच आहे. उदा. बांधीव स्थापत्यात प्रवेशद्वाराची कमान उभी करताना लाकडी खांब ताण लावून खेचलेले आणि त्या खांबांवरची अर्धवर्तुळाकार कमानही अशीच ताणलेली असते. लेणी स्थापत्यातही पहिल्या पहिल्या चैत्यगृहांमध्ये हा विशेष जाणवतो. जरी लेणीस्थापत्यात लाकूड प्रवेशद्वारासाठी वापरले नव्हते व सर्व स्थापत्य हे शिलाखंडात मध्येच कोरले होते तरी काही लेण्यांच्या प्रवेशद्वारावर लाकडी नक्षीकामही जोडलेले होते. त्याच्या खुणा दिसतात. उदा. १) भाजे चैत्यगृह – आतील स्तंभ, मुखदर्शनाची कमान इ. २) भाजे, कार्ले येथील चैत्यगृहाला गजपृष्ठाकार छताला असलेल्या लाकडी तुळया.

हीनयान लेणी स्थापत्य : या साम्य आणि भेदाच्या मुद्द्यांवरूनही लेणी स्थापत्याचा निर्मितिकाळ ठरवता येतो. तज्ज्ञांच्या मते प. महाराष्ट्रातील भाजे (जि. पुणे) चैत्यगृह हे सर्वात प्रथम कोरले गेले. त्यानंतर पितळखोरा, अजंठा (औरंगाबाद) लेणींपैकी लेणी क्र. १०. त्यानंतर क्रम येतो तो बेडसे (जि. पुणे), नाशिक, जुन्नर (जि. पुणे), कोंडाणे, कार्ले (जि. पुणे), कान्हेरी (मुंबई) असा. काही तज्ज्ञांच्या मते कोंदिवटी, नाडसर ही चैत्यलेणी भाजे (जि. पुणे) चैत्यांच्याही आधी खोदली गेली. कोंदिवटी (मुंबई) चैत्यलेण्याचे विधान कसे आहे ते पाहू. पुढे मंडप, त्यामागे चैत्यगृहाचे द्वार, या द्वाराच्या दोन्ही बाजूला खिडक्या/वातायन. प्रत्यक्ष चैत्यगृह हे वर्तुळाकार विधानाचे आहे. याचे सुदामा लेण्यांशी (बरावर टेकड्या) साम्य निश्चित दिसते.

पुढील काळात अनेक ठिकाणी लेणीसमूह खोदले गेले. त्या लेण्यांमध्ये स्थापत्यशास्त्राच्या दृष्टीने बदल केले गेले. त्यामुळे पश्चिम महाराष्ट्रातील लेण्यांच्या निर्मितिकाळाचे तीन टप्पे सांगता येतात.

१) प्रारंभिक लेणी (जी सर्वात प्रथम कोरली गेली आणि मूलतः बांधीव स्थापत्याचे अनुकरण केलेली होती.)

२) स्थित्यंतर लेणी (जी लेणी मूळ विधानात आणि अलंकरणात 'मुखदर्शन' (प्रवेशद्वार) यात बदल करून खोदली गेली.)

३) पूर्णपणे विकसित - सुस्थापित लेणी. यांमध्ये बदल होत गेले. (प्रारंभिक वैशिष्ट्ये + स्थित्यंतराची वैशिष्ट्ये) हे झाले चैत्यलेण्याच्या स्थापत्याविषयी.

विहार स्थापत्य : विहार म्हणजे बौद्ध भिख्खूंचे निवासस्थान. पश्चिम महाराष्ट्रातील लेणे समूह डोंगररांगांमध्ये खोदले गेले तेव्हा समूहामध्ये एक किंवा जास्त चैत्यलेणी (स्वतंत्र) आणि आजूबाजूला लेण्यांमध्ये विहार खोदले गेले, भिख्खूंसाठी स्वतंत्र लेणे (छोटे/मोठे) खोदले गेले किंवा एकाच ठिकाणी स्वतंत्र कक्ष असलेले मोठे लेणे खोदले गेले. या छोट्या कक्षांना प्रवेशद्वार असे परंतु त्याला लाकडी/बांबूचा पडदा असे. एक मोठा मंडप त्याच्याभोवती असे छोटे कक्ष खोदण्यास सुरुवात झाली. उदा. नाशिक, जुन्नर, भाजे इत्यादी. या छोट्या कक्षामध्ये आत दगडातच कोरलेला कट्टा- बसण्यासाठी/निजण्यासाठी असे. कान्हेरी येथील विहार खूप प्रगत स्थापत्य-शैलीतील आहे. पुढे व्हरांडा, त्याला जालवातायने आणि आत छोटा कक्ष अशी रचना/विधान आढळते.

नाशिक येथील लेणी क्र. १० हे या विहाराचे उत्तम उदाहरण म्हणता येईल. लेणी क्र. १० चा मुख्यभाग हा एक व्हरांडा आहे. व्हरांडा चार पूर्ण स्तंभांनी आणि दोन भिंतीसंगत स्तंभांनी तयार झाला आहे. स्तंभ अलंकरणाने युक्त आहेत. या व्हरांड्याच्या मागे मंडप आहे. त्या मंडपासाठी तीन छोटी प्रवेशद्वारे आहेत. आतील मंडपाचे विधान चौरसाकृती असून मंडपाच्या तीन भिंतींमध्ये प्रत्येकी ८, ५, ५ अशा एकूण १८ खोल्या (कक्ष) आहेत. या विहारात महत्त्वाचे शिलालेख आहेत. त्यामुळे विहार कोणी खोदला, केव्हा खोदला याची स्पष्ट माहिती मिळते. या विहार लेण्याची निर्मिती नहपान राजाच्या (नहपानाचा काळ इ. स. सुमारे ५४-१००) त्याची कन्या दक्षमित्रा आणि जावई उषवदत्त यांनी खोदवले, हाही उल्लेख मिळतो. या काळात जुन्नर, कान्हेरी अशा प्रकारचे विहार खोदले गेले. थोडक्यात सांगायचे झाले तर,

१) पुढे व्हरांडा असलेले सुटे, छोटे कक्ष (स्वतंत्र)

२) सामाईक व्हरांडा असलेले (एकत्रित) कक्ष (कक्षांची ओळ)

३) मंडपामध्ये असलेले कक्ष

असे स्थूलमानाने विहारांचे प्रकार आढळतात.

बौद्ध धर्मात हीनयान पंथातूनच महायान पंथ विकसित झाला. तसेच लेणे-

स्थापत्यातही बदल घडून आला. स्तूपाची किंवा प्रतीकांची पूजा हीनयान पंथात होती. नंतर बुद्धांच्या मूर्तीची पूजा होऊ लागली. यामुळे लेण्यांमध्ये बुद्धमूर्ती कोरण्यात येऊ लागल्या. हीनयान लेण्यांतूनच महायान लेणींचा प्रारंभ झाला हे तज्ज्ञांनी मान्य केले आहे. याची काही उदाहरणे आपल्याला पहाता येतात. सर्वसाधारणपणे बौद्ध धर्मातील देवदेवतांच्या मूर्ती, शिल्पपट ह्या लेण्यांमध्ये आढळतात. तसेच चैत्यमंदिरात विधानामध्ये बदल होऊन गर्भगृहाची रचना दिसावयास लागते. ती लेणी महायान लेणी मानली जातात. पण काही वेळा हीनयान लेण्यांमध्येच हे बदल/कोरीव मूर्ती आढळतात. तेव्हा ही स्थित्यंतरकाळातील लेणी मानली जातात. कधी कधी उत्तर हीनयान- पूर्व महायान असे संबोधनसुद्धा वापरले जाते. अजिंठा लेण्यातील लेणे क्र. ८ असे उदाहरण म्हणता येईल. कान्हेरी लेणी क्र. ३ च्या प्रांगणातील स्तंभावर दोन बुद्धमूर्ती कोरलेल्या आहेत. मूर्तीची लोकप्रियता वाढायला लागली होती याची ही खूण आहे.

काही लेण्यांमध्ये भिंतीमध्ये कोनाडे तयार केलेले दिसतात. पूजनीय वस्तूंसाठी हे कोनाडे होते. तेथे मूर्ती ठेवण्यासाठी खाचा केलेल्या आहेत. काही लेण्यांमध्ये कोनाड्यांच्या ऐवजी कट्टे तयार करून त्यावर मूर्ती ठेवत असावेत असे दिसते. शिलालेखात यासंबंधीचे उल्लेख मिळतात. उदा. महाड (रायगड) येथे लेणे क्र. २७ मध्ये शिलालेखात 'चौतीस कोठी' असा उल्लेख आढळतो. शेलारवाडी (ता. मावळ, जि.पुणे) येथेही कोनाडे आढळतात.

हीनयान-महायान स्थित्यंतरे, महायान स्थापत्य याचा सखोल विचार करू.

महायान विहार स्थापत्य : हीनयान पंथियांच्या/प्रारंभिक काळातील विहारांचे स्थापत्य आपण मागील पानावर अभ्यासले आहे. प्रारंभिक/हीनयान पंथीयांचे विहार तीन प्रकारचे होते हे आपण पाहिले. त्यातील दुसऱ्या, तिसऱ्या प्रकाराच्या स्थापत्यात बदल झाले. नाशिक लेण्यांमध्ये आपल्याला हे बदल दिसतात. नाशिक (लेणे क्र. १७ पाहूया.) मध्यभागी मोठा मंडप बाजूला भिंतींमध्ये छोट्या खोल्या) कक्ष कोरलेले आहेत. पण यात एक नवीन वास्तुघटक येतो. 'गर्भगृह' : येथे विहारातच चैत्यमंदिराची रचना आढळते. येथे शिलालेखात 'निवास आणि चैत्यगृह' खोदल्याचा उल्लेख आहे. (हे लेणे अपूर्ण दिसते.) येथे गर्भगृह आणि स्तूप निर्माण केला गेला होता.

अजंठा लेणीसमूह (जि. औरंगाबाद) : याठिकाणी महायान लेणी स्थापत्यातील प्रगती आढळते. अजंठा लेणी क्र. ६ मध्ये मंडपाच्या भिंतींमध्ये कक्ष आहेत. स्तंभाचे सुंदर अलंकरण आहे. (अष्टकोनी स्तंभ) या विधानात गर्भगृह, अंतराळ अशी वेगळी रचना दिसते. अजंठा लेणी क्र. १९, २६ मध्ये चैत्यगृहामध्ये स्तूप आणि मूर्ती दोन्ही आढळतात. महायान विहारांमध्ये बौद्ध देवदेवतांच्या मूर्ती कोरल्या जाऊ लागल्या.

नाशिक लेणी क्र. २० मध्ये गर्भगृहात मागील भिंतीवर गौतम बुद्धांची मूर्ती कोरलेली आढळते. बोधिसत्त्वही आढळतात.

वेरूळ येथील बौद्ध लेणी इ.स. ५ वे शतक ते ८ वे शतक या काळात कोरली गेली. यांच्यावर महायान पंथाचा प्रभाव दिसतो. वेरूळ लेणे क्र. १ मध्ये चैत्यमंदिराचे विधान चौरस आहे. (विधानात बदल आयताकृतीऐवजी चौरस विधान) लेणी क्र. ५ हा एक विशाल मंडप आहे. दोन्ही बाजूला अलंकरणयुक्त असे सुंदर स्तंभ आहेत. मंडपामध्ये जमिनीवर कमी उंचीचे (१०'' x ११'') ओटे खोदलेले आहेत. त्यांचा त्यावेळी काय उपयोग करत होते ह्याचे आज निश्चित उत्तर देता येत नाही. कदाचित महायान पंथातील भिक्षू धर्मग्रंथांचे पठण करीत असतील. वेरूळ लेणे क्र. १० मध्ये स्तूप आणि मूर्ती दोन्ही पूजनीय वस्तू कोरलेल्या दिसतात.

वेरूळ लेणे क्र. ११, क्र. १२ यांना दो ताल/दो ताल, तीन ताल या नावांनी ओळखले जाते. येथे स्थपतींनी खोदीव स्थापत्याची कमाल केली आहे. सलग उंचीचा पाषाण त्यांनी हेरला. या उंच पाषाणातूनच खोदकाम करून ३ मजले कोरून काढलेले आहेत. लांबलचक मंडप, चौरस स्तंभांच्या ओळी, दगडी जिने सर्व काही एकाच पाषाणात आहेत.

वेरूळ लेणे क्र. १२ मध्ये ध्यानी बुद्ध, मानुषी बुद्ध यांच्या मूर्ती येथे आहेत.

वेरूळ येथे बौद्ध धर्मातील इतर देवदेवता यांचे शिल्पांकन आढळते. उदा. जांभाल, हारिती, तारा इत्यादी.

महायान लेणीस्थापत्यात आणखी एक वेगळा प्रयोग स्थपतींनी केला आहे तो म्हणजे 'विंझासन' ता. भांदक, जि. चंद्रपूर येथील लेण्यांमध्ये या लेण्यांचे विधान (तल विन्यास) ख्रिश्चन क्रुसाप्रमाणे आहे. प्रवेशद्वारातून आत गेल्यावर सपाट छताचे दालन आहे. या दालनाच्या मागे आणखी एक दालन व आतील दालनाच्या डावी व उजवीकडे १ व २ खोल्या आहेत. या खोल्या भिक्षूंसाठीचे विहार होत. (निवासाची सोय) गर्भगृहात बुद्धमूर्ती आहे.

लेणी स्थापत्यामध्ये एक महत्त्वाचा प्रकार आहे तो पोढी. 'पोढी म्हणजे पाण्याचे टाके' पनिया पोढी, स्नान पोढी अशा शब्दांत त्याचे उल्लेख शिलालेखात आहेतच. काही दानकर्त्या मंडळींनी पोढी खोदण्यासाठी दाने दिलेली दिसतात. 'पाण्याचे दान' हे एक उत्तम दान सर्व धर्मांमध्ये मानले जाते. त्यामुळे दानशूर लोकांनी संघाची गरज भागवण्यासाठी पोढींसाठी दान दिलेले आढळते. त्यामुळे दान शिलालेखांमध्ये तसे स्पष्ट उल्लेख आढळतात. असे पोढी दानाचे लेख प्रत्यक्ष पोढीच्या भिंतीवर (टाकीच्या भिंतीवर) किंवा लगतच्या लेण्यांमध्ये आढळतात. सह्याद्रीच्या या डोंगरांमधील पावसाचे पाणी खडकातून प्रवाहित होत असे. स्थपतींना याची कल्पना होती. त्यांनी असे पाणी एकत्र होण्यासाठी टाक्या खोदल्या. अनेक लेण्यांच्या प्रवेशद्वाराशेजारी अशी टाकी आहेत. यांनाच पोढी म्हटले गेले. भिक्षुसंघ आता फक्त वर्षाकाळापुरता विहारात राहात नव्हता. हळूहळू कायमस्वरूपी निवास या महाराष्ट्रातील विहारांमध्ये होऊ लागला. त्यासाठी अशी पाण्याची उत्तम सोय केली गेली.

वज्रयान या लेण्यांमध्ये प्रामुख्याने विंझासन (चंद्रपूर जिल्हा), पन्हाळे काजी (रत्नागिरी जिल्हा) हे दोन लेणीसमूह आहेत. वेरूळ व कान्हेरी येथील काही लेण्यांत वज्रयान पंथीयांचे वास्तव्य होते. पन्हाळे काजी येथे वज्रयानपंथातील देवता अक्षोभ्य, त्याची सहचरी शक्ती मामकी यांच्या मूर्ती सापडल्या. त्यामुळे इ.स. १० व्या शतकात पन्हाळे काजी येथे वज्रयान पंथाचे आचरण होते हे स्पष्ट झाले आहे. या लेणीस्थापत्यात वैशिष्ट्ये/बदल (लक्षणीय) नाहीत. एक मंडप, एक गर्भगृह अशी रचना आढळते. पुढे नाथपंथीयांनी या लेण्यांचा आश्रय घेतला. कारण इ.स.११ व्या, १२ व्या शतकाच्या काळात वज्रयान पंथाचे व पर्यायाने बौद्ध धर्माचे उच्चाटन या भागातून झाले. त्यामुळे पुढे नाथपंथीयांनी ही लेणी उपयोगात आणली.

हिंदू / ब्राह्मणी लेणी स्थापत्य :

सह्याद्री डोंगररांगांमध्ये बौद्ध लेण्यांप्रमाणे हिंदू ब्राह्मणी लेणी आढळतात. 'ब्राह्मणी' लेणी हा शब्दप्रयोग करण्याचे कारण ही लेणी वैष्णव, शैव, देवीपंथ, गणपती पंथ यांची आहेत. या लेण्यांची संख्या बौद्ध लेण्यांइतकी नाही. तसेच या लेणींची निर्मिती बौद्ध लेण्यांइतकी प्राचीन नाही. हे स्थापत्य इसवीसनाच्या पाचव्या शतकाच्या प्रारंभी निर्माण झाले असे मानले जाते. काही विद्वान इसवीच्या सहाव्या शतकाच्या प्रारंभी ही लेणी खोदली गेली असे मानतात.

सातवाहन राजवंशाच्या काळात महाराष्ट्रातील हीनयान व काही प्रमाणात महायान लेणी खोदली गेली. नंतर हिंदू ब्राह्मणी लेण्यांच्या निर्मितीचा काळ म्हणजे वाकाटक राजवंशाचा काळ येतो. अर्थात वाकाटक राजवंशाच्या काळात बौद्ध लेणी सुद्धा खोदली गेली आहेतच (उदा. अजंठा लेणीसमूहातील काही लेणी). वाकाटक राजवंशाच्या काळातील शिलालेखांच्या पुराव्यावरून लेण्यांचा निर्मितिकाळ ठरवता आला आहे. उदा. पातूर येथील शैव लेणी.

स्थापत्यातील फरक : बौद्ध लेण्यांचे विधान आणि हिंदू लेण्यांचे स्थापत्य-विधान यात फार मोठा फरक आपल्याला दिसत नाही. थोडा फरक आहे तो स्पष्ट करून घेऊया. बौद्ध लेण्यांमध्ये चैत्य लेण्याचे विधान स्थूलमानाने आयताकृती मंडप, रुंदीच्या बाजूला गोलाकार केलेला, त्या भागात स्तूप अगर बुद्धमूर्ती – असे असते. (चापाकृती विधान). बौद्ध विहाराचे विधान मध्यभागी चौरस / आयताकृती मंडप आणि मंडपाच्या भिंतींमध्ये बौद्ध भिक्षूंसाठी निवासी कक्ष खोदलेले – असे असते. हिंदू लेण्यांमध्ये भिक्षूंसाठी/संन्याशांसाठी विहार / मठ ही संकल्पना नाही. हिंदू लेण्यांचे प्रयोजन म्हणजे देवमूर्तींची स्थापना व पूजाअर्चास्थान असे आहे. त्यामुळे विहाराचे विधान आढळत नाही. हिंदू लेणी म्हणजे पूजामंदिर अशी कल्पना आहे. त्यामुळे त्या काळातील मंदिराच्या बांधीव स्थापत्याशी मिळतेजुळते आणि त्याचबरोबर बौद्ध चैत्य मंदिराशीं मिळतेजुळते असे विधान हिंदूलेण्यांमध्ये आढळते.

हिंदू लेण्यांचा अभ्यास करताना या विधानातील निर्मितीचे/ विकासाचे टप्पेही स्पष्ट कळतात. हिंदू लेण्यांतील अगदी सुरुवातीची लेणी भांदक, भटाला (चंद्रपूर) पातूर (अकोला), धाराशिव (उस्मानाबाद), शिऊर (ता. हदगाव, जि. नांदेड) येथे आहेत. येथील शैव, वैष्णव ही लेणी लहान आकाराची आहेत. विधान तलविन्यासाचे स्पष्ट असे कोणतेच भाग नाहीत. अर्ध मंडप व गर्भगृह किंवा मंडप व गर्भगृह असेही आढळते. या लेण्यांमधील मूर्ती व अलंकरणावरूनच ही शैव / वैष्णव आहेत हे ओळखता येते.

आपल्या अभ्यासाच्या दृष्टीने पुढची लेणी आहेत ती जोगेश्वरी(मुंबई उपनगर), मंडपेश्वर(बोरिवली), घारापुरी(रायगड), अंकाई टंकाई(नाशिक), माहूर(नांदेड), टाकळी ढोकेश्वर(अहमदनगर), पळसांबे(कोल्हापूर) येथील लेणी. ही शैव पंथीय आहेत. सुमारे इ.स. ५०० ते ६०० या काळात ही खोदली गेली. लेण्यांमध्ये शैव शिल्पपट्ट, शिव परिवार देवता; गर्भगृहात शिवलिंग (बहुतांश शिवलिंगे बृहद् आकाराची) आहेत. जोगेश्वरी, टाकळी ढोकेश्वर इत्यादी ठिकाणी शैव पंथातील 'लकुलीश' या शैव आचार्यांची मूर्ती आढळते.

जोगेश्वरी:– जोगेश्वरी येथे लेण्यामध्ये सर्वतोभद्र (चार दिशांना चार दरवाजे असलेले) गर्भगृह मंडपाच्या मध्यभागी आहे.

घारापुरी:– घारापुरी तथा एलिफंटा हे मुंबईच्या किनाऱ्यापासून समुद्रात सुमारे १० किमी अंतरावर असलेले बेट आहे. या बेटावर लेणी आहेत. या लेण्याची निर्मिती इ.स. ५५० च्या सुमारास झाली आहे. हे मुख्य लेणे पाहाताना आपल्याला जोगेश्वरी लेणे व वेरूळ येथील लेण्याची आठवण येते. यांच्या विधानामध्ये खूप साम्य आढळते. चौरस गाभाऱ्या भोवती प्रदक्षिणामार्ग आहे. लेण्यात एकूण २४ स्तंभ आहेत. स्तंभाचा तळखडा चौरस, त्यावर अष्टकोनी घटक, त्यावर लसूणकंदाकृती, पीठाकृती शीर्ष नंतर चौरस आकाराचे स्तंभशीर्ष, हस्त असे स्तंभाचे विविध भाग आहेत. लेण्यात व उपमंदिरात महाकाय द्वारपाल आहेत. पूर्व, पश्चिम बाजूंवर शिवकथा शिल्पपट्टा मध्ये साकार झाल्या आहेत. शिल्पे/मूर्ती महाकाय आहेत. घारापुरी मुख्य लेण्यात त्रिमूर्ती नावाने ओळखले जाणारे शिवाचे 'सदाशिव' असे भव्य शिल्प आहेत ते जगप्रसिद्ध आहे.

पळसांबे (कोल्हापूर):– कोल्हापूर जिल्ह्यातील गगनबावडा तालुक्यात कोल्हापूर –गगनबावडा मार्गावर अळसागे गावापासून ५ कि.मी. अंतरावर 'पळसांबे' नावाचे छोटे गाव आहे. गावालगत जो ओढा आहे तेथेच अवाढव्य शिल्पखंडामध्ये तीन लेणी कोरलेली आहेत. स्थापत्यदृष्ट्या त्यांचे साम्य बांधीव मंदिराशीदेखील आहे.

हिंदू लेण्यांच्या विकासातील पुढचा टप्पा आहे वेरूळ येथील हिंदू लेण्यांचा.

वेरूळ येथील हिंदू लेणी क्र. १४,१७,१९,२१,२७,१८, २०, २२, २६

निर्मितीच्या विकासात महत्त्वाची आहेत असे मानले जाते. वेरूळमधील या हिंदू लेण्यातील विधान, अलंकरणस्तंभ, प्रदक्षिणापथ या गोष्टीवरून वेरूळच्या हिंदू लेण्यांचा विकास कसा कसा झाला हे लक्षात येते. वरील मुद्देच याठिकाणी विकासाचे टप्पे म्हणून धरावे लागतात. या लेण्यांचा सविस्तर परिचय आपण करून घेऊ या.

ज्या हिंदू लेण्यांमध्ये प्रदक्षिणापथ नाही त्या लेण्यांची निर्मिती प्रथम झाली असे मानले जाते. म्हणजेच वेरूळ येथे बौद्ध लेण्यांच्या निर्मितीनंतर लगेचच हिंदू लेण्यांच्या निर्मितीस प्रारंभ झाला. बौद्ध लेण्यांच्या विधानाशी या हिंदू लेण्यांच्या विधानाचे खूप साम्य होते, त्यावरून हे स्पष्ट होत आहे.

वेरूळ लेणे क्र.२८ :- हे अगदी साधे आहे. छोटा व्हरांडा + मंडप + गर्भगृह हे याचे विधान आहे. हे विधानाचे रूप इतर लेण्यांमध्ये थोडे बदललेले आणि विस्तारलेले – इतर घटकांची भर पडलेले असे दिसू लागते. उदा. लेणी क्र. २७ मध्ये व्हरांडा, मंडप, अंतराळ, गर्भगृह असे विधान आढळते. येथे मंदिरस्थापत्यातील 'अंतराळ' हा वास्तुघटक क्र. २७ मध्ये आढळतो. या लेण्यात कृष्ण, नहुष, बलराम, शेषशायी विष्णू, ब्रह्मा, विष्णू, महेश, महिषमर्दिनीच्या मूर्ती आहेत. या लेण्यातच आणखी महत्त्वाचा बदल म्हणजे उपगर्भगृहही खोदले आहे.

लेणे क्र. १८ :- या हिंदू लेण्यांचे वैशिष्ट्य म्हणजे येथे लेण्याचा प्रांगणाचा भाग आणि मंडपाची जमिनीची पातळी यांत फरक आहे. मंडपात जाण्यासाठी पायऱ्या चढाव्या लागतात. तसेच अंतराळ आणि गर्भगृह यांसाठीही पायऱ्यांचा उपयोग करावा लागतो. म्हणजेच प्रांगण व गर्भगृह यांच्या पातळीमध्ये लक्षणीय फरक आहे. लेणे खोदतानाच याचा आराखडा तयार करण्यात आला असावा. तसेच या लेण्यात (प्रांगणात) नंदी मंडप आणि दोन उपमंदिरे,(परिवार देवांसाठी) मंडपामध्ये दोन उपगर्भगृहे असा वास्तुघटकांमध्ये बदल आहे.

लेणे क्र. २२ :- यानंतर विकासक्रमातील लेणे क्र.२२ आहे. यालाच नीळकंठ लेणे असे संबोधले जाते. आपण लेणी क्र. २८,२७,१८ ही लेण्यांची विधाने पाहिली. त्यानंतरचा टप्पा म्हणजे परिपूर्ण विकास झालेले हे लेणे क्र.२२ आहे. प्रांगणात नंदी मंडप, दोन कोपऱ्यात दोन कक्ष, मंडपाची जमिनीची पातळी थोडी वर म्हणून पायऱ्यांची रचना. मंडपात दोन बाजूला दोन उपगर्भगृहे, अंतराळ. गर्भगृह हे अगदी परिपूर्ण विधान येथे दिसते. हे लेणे खोदताना स्थपतींच्या मनामध्ये तिन्ही संप्रदायांचे लेणे खोदण्याची कल्पना असावी असे दिसते.

लेणे क्र. २१ रामेश्वर लेणे:- यातील लेणे क्र. २१ हे रामेश्वर लेणे म्हणून ओळखले जाते. ही दोन्ही लेणी विधानांच्या दृष्टीने सारखी आहेत. परंतु रामेश्वर (लेणे क्र.२१) मध्ये शिल्पे, मूर्ती आणि मूर्तीचे स्थान या गोष्टी विशेषत्वाने जाणवतात. गंगा यमुना या सरितांच्या पूर्णाकृति (Lifesize) शिल्पांमुळे लेणे आकर्षक झाले आहे. उपगर्भगृहात सप्ततमातृका मूर्ती आहे. शिवपार्वती विवाह सोहळा शिल्पांकित केलेला दिसतो.

लेणे क्र.२० : मधील वैशिष्ट्य म्हणजे या शयनमंदिराच्या द्वाराला आत 'शाखा' कोरलेल्या दिसतात. एकूण ५ शाखा असलेली द्वारशाखा आढळते.

लेणे क्र. १४ : यालाच ''रावण की खाई'' या नावाने ओळखले जाते. येथे 'रावणानुग्रह' हा शिल्पपट्ट विशेष प्रसिद्ध आहे. तशी इतर शिल्पांमध्ये शैव आणि वैष्णव शिल्पपट्ट आहेत. सप्तमातृका, महिषमर्दिनी मूर्तीही. लेणे क्र.१९ हे लेणे क्र.१८ शी साम्य असलेले आहे. यापुढील क्र. १७ हे प्रदक्षिणापथ असलेले लेणे आहे. विधान मंडप, गर्भगृह या कसोट्यांवर पाहिले असता ते परिपूर्ण लेणे म्हणता येईल. मुख्यमंडप, आयताकार मंडप, प्रदक्षिणापथ, गर्भगृह असे याचे विधान आहे. मंदिरस्थापत्य प्रकाराशी या लेण्याचे जास्त साम्य जाणवते. १) गर्भगृहाला द्वारशाखा साधी आहे परंतु उत्तरांगावर पाच लघुमंदिरे कोरलेली आहेत. २) भिंतीमध्ये देवकोष्ठ तयार करून त्यात वेगवेगळ्या शैव/वैष्णव मूर्ती कोरलेल्या आहेत. ३) स्तंभांवर सुरसुंदरी, द्वारपाल आहेत.

वेरूळ लेणे समूहातील पुढची लेणी आहेत लेणी क्र. २३,२४, गणेश लेणी समूह, जोगेश्वरी लेणी, ही लेणी म्हणजे छोट्या छोट्या लेण्यांचा समूह आहे. उदा. लेणे क्र. २३ मध्ये ८ छोटी लेणी, लेणे क्र. २४ मध्ये ५ शैलगृहे तर गणेशलेणी समूहात १९ छोटी लेणी आहेत. एकूणच वेरूळ येथील या सर्व लेण्यांमध्ये विधानांचा विकास तसेच मंदिरस्थापत्याशी साधर्म्य क्रमाक्रमाने वाढत गेलेले दिसते.

परंतु या सर्व लेण्यांमध्ये उत्कृष्ट असे लेणे आहे क्र.१६. हे लेणे म्हणजे लेणी-स्थापत्यातील अत्युच्य शिखर आहे. हे वेरूळ येथील लेण्यांमधील सर्वात मोठे लेणे आहे. 'कैलास' हा शब्दही येथे योग्यच वापरला आहे हे जाणवते. एकतर हे शिवाचे मंदिर आहे. कैलास हे शिवाचे स्थान! म्हणून हा शब्द योग्य आहे. शिवाय कैलास हा शब्द अत्युच्च स्थान, उंची दर्शवतो. त्याही दृष्टीने हिंदू लेण्यांमधील या मंदिराचे स्थान अत्युच्च असेच आहे.

याची लेणे क्र.१६ अशी जरी ओळख म्हटले असले तरी ते लेणे या स्वरूपात नसून ते एकपाषाणी मंदिर आहे.

एकपाषाणी/ एकाश्म मंदिर ही संकल्पना प्रथम आपण समजावून घेऊ

लेणी स्थापत्याचा विकासक्रम अभ्यासताना आपण क्रमाक्रमाने इसवी ५वे शतक, ६वे शतक, ७वे शतक, ८वे शतक असा काळ ओलांडला आहे. या काळात बांधीव मंदिरे पाषाणात तयार करण्यास सुरुवात झाली होती. उत्तर भारतात व दक्षिण भारतात मंदिरस्थापत्य चांगलेच विकसित झाले होते. (मंदिरस्थापत्य या प्रकारात याचे विवेचन केले आहे. संदर्भासाठी ते पहावे.)

उत्तर भारतात नागरशैली, दक्षिण भारतात द्रविड शैली विकसित झाल्या. पाषाणाचे घडीव, आखीव/रेखीव दगड एकावर एक/शेजारी ठेवून मंदिरे उभी केली जात होती. चालुक्य राजवंश/पल्लव राजवंश या दोघांनीही मंदिर निर्मितीस उत्तम पाठिंबा दिला होता. पल्लव राजवंशाच्या काळात (महेंद्रवर्मन) मंदिर स्थापत्याचे दोन्ही प्रकार

स्थपतींनी यशस्वीपणे हाताळलेले होते. १) बांधीव २) खोदीव मंदिरस्थापत्य/ त्यांची उदाहरणे– १)बांधीव मंदिरांपैकी एक उत्तम मंदिर कांचीपुरम येथील कैलासनाथ मंदिर.

खोदीव मंदिरस्थापत्याचे उत्कृष्ट उदाहरण म्हणजे महाबलीपुरम. संपूर्ण मंदिर–वास्तू खोदून काढली आहे.

लेणी व एकाश्म मंदिर यांतील फरक

परंतु हा शिलाखंड स्वतंत्र असतो. आजूबाजूच्या डोंगरापासून वेगळा! मंदिराची वास्तू त्या त्या शिलाखंडातून कोरून काढली, म्हणजेच शिलाखंडाचा नको असलेला भाग खोदून काढून टाकला. हव्या असलेल्या भागात मंदिर खोदले. मंदिराचे विधान, मंडप, स्तंभ, शिखर, मंडपावरील छत्र हे सर्व एकाच शिलाखंडातून आकाराला आणले. याला लेणे म्हणता येणार नाही कारण खोदाईचे तंत्र वेगळे आहे. शिवाय लेण्याच्या भिंती म्हणजे नैसर्गिक टेकडी/डोंगर याचाच तो भाग असतो. लेण्यात बाह्यदर्शनी कोणतीच बाजू नसते. 'एकपाषाणी' मंदिराला सर्व बाजूंनी बाह्यांग मोकळे असते. हा लेणे व एकपाषाणी मंदिर यांत फरक आहे.

वेरूळ येथे इ.स. ७२५ ते ८०० या काळात लेणे क्र.१६ म्हणजेच कैलास–मंदिर लेणे निर्माण झाले. राष्ट्रकूट राजवंशातील कृष्ण, दंतिदुर्ग यांच्या पाठिंब्यामुळे ही निर्मिती झाली. या कैलास मंदिराचे ऐहोळे येथील चालुक्यकालीन लोकमहादेवी मंदिराशी व तात्पर्याने कांचीपुरम येथील कैलासनाथ मंदिराशी साम्य आहे.

स्थापत्यशैली :– द्रविडशैली आहे. तसेच विधानामध्ये वरील मंदिरांशी साम्य आहे. दक्षिणेकडे मंदिरप्रांगणात भव्य प्रवेशद्वार असते, गोपुर असते. तसे गोपुर येथेही आहे. वेरूळमधील इतर लेण्यांच्या तुलनेत या मंदिराचे प्रांगण+मंदिरवास्तु इत्यादी भाग आकाराच्या दृष्टीने खूपच मोठे आहेत.

तंत्रविशेष:– महाप्रचंड या शब्दाने वर्णन करता येईल असा एक शिल्पखंड असलेला डोंगर स्थपतींनी निवडला. डोंगरातील पश्चिम उतारावर हे लयनमंदिर खोदण्याचे त्यांनी ठरवले त्यानुसार खोदाई करण्यात आली. आपण लेणी स्थापत्याचा अभ्यास करताना लेणी कशी खोदली जात होती त्याचे तंत्र अभ्यासले आहे. लेणी खोदताना डोंगराच्या उतारावर शिलाखंडावर लेण्याचे प्रवेशद्वार खोदायचे असे ठरवत असत. त्यानुसार तेथे आरेखन करून घेत. प्रवेशद्वाराच्या वरच्या टोकाच्या मध्यावरून खोदाईला प्रारंभ होई. परंतु खोदाई सरळ आडवी डोंगराच्या अंतभार्गात त्याच पातळीवर केली जाई म्हणजेच लेण्याचे छताचा भाग प्रथम खोदून काढला जाई. लेणे जेवढे खोल(डोंगराला) करावयाचे असेल तेवढे खोदून झाल्यावर मग खोदाई खालच्या दिशेने सुरू होई याचा फायदा असा होई, की डोंगराच्या न खोदलेला भागाचा वापर माचणासारखा होई व उंचीवरून खाली खाली खोदाई केली जाई.

कैलास मंदिरासाठी येथे तंत्रात बदल झाला. डोंगरातील प्रचंड शिलाखंड हेरून

तो डोंगरांच्या इतर अंगापासून वेगळा करावा लागला. यासाठी शिलाखंडाच्या उजवीकडे डावीकडे व मागच्या बाजूला आडव्या भागात त्यांनी सरळ वरून खाली तळापर्यंत खोदाई केली. सुमारे १०'/११' रुंदीचे चर खणले गेले आणि मधला शिलाखंड संपूर्ण डोंगराच्या अंगापासून स्वतंत्र झाला. या शिलाखंडातून खोदण्यास प्रारंभ झाला. आता मुखदर्शन किंवा लेण्याचे प्रवेशद्वार आधी आरेखन करून खोदण्याची आवश्यकता नव्हती. आता खोदाई मधल्या शिलाखंडाच्या सर्वात वरच्या टोकापासून खालपर्यंत करायची होती. म्हणजेच आधी मंदिराचा कळस खोदला गेला मग भिंती त्यानंतर स्तंभ खालचा मजला- व इतर वास्तुघटक

शिल्पकार व स्थपतींना आपण काय काय खोदायचे, काय खोदायचे नाही, शिल्पनिर्मिती कोठे, कशी करावयाची आहे; मंदिरवास्तूची विविध अंगे नेमकी कोणत्या स्वरूपात निर्माण करायची आहेत या सर्वांची पूर्ण जाण होती. प्रत्यक्ष निर्मितीच्या आधी त्याचे नियोजन आराखडे सर्व तयार केले होते. जे करावयाचे ते पूर्णत्त्वाला नेण्यासाठी हे नियोजन आवश्यकच होते. पाषाणापासून निर्मिती करायची होती. तेथे चुकीला वाव नव्हता. कारण चूक झाली तर दुरुस्ती करण्याची सोयच नव्हती. म्हणून चूक होऊ नये म्हणून अतिशय काळजी घेतली गेली होती.

वेरुळ लेणे क्र. १६ ची – कैलास मंदिराची प्रत्यक्ष रचना पाहू या. प्रवेशासाठी गोपुर, गोपुरातून प्रत्यक्ष प्रांगणात गेल्यावर दिसते ते द्रविडशैलीतील मंदिर – नंदी मंडप, (शिवाचे वाहन नंदी, येथे स्वतंत्र मंडप नंदीसाठी) मुखमंडप, सभामंडप (मुख्यमंडप) या सभामंडपाला दोन बाजूंना दोन अर्धमंडप; नंतर अंतराळ, गर्भगृह, प्रदक्षिणामार्ग असे कैलास मंदिराचे विधान आहे. गर्भगृह आणि प्रदक्षिणापथ यांची रचना थोडी वेगळी आहे. प्रदक्षिणापथ आणि गर्भगृह यांच्यातील तीन भिंतींमध्ये तीन उपगर्भगृहे आहेत. प्रदक्षिणापथाच्या चार कोपऱ्यांत चार उपगर्भगृहे आहेत. त्यामुळे सातउपगर्भगृहे व मुख्य गर्भगृह अशी रचना आढळते. या वास्तुघटकांची म्हणजेच सभामंडप, गर्भगृह यांची अधिष्ठानांची उंची जास्त आहे. प्रांगणातील पुढच्या भागाची पातळी आणि मागील भागातील गर्भगृहाची पातळी यात फरक आहे. मागील भाग तसाही डोंगराच्या उतारावर थोड्याजास्त उंचीवर आहे, हे निरीक्षणाअंती आपल्या लक्षात येते

कैलास मंदिराची मोजमापे पुढीलप्रमाणे आहेत.

१) मुख्यमंदिराची लांबी ४९.६९ मी.× ३३.३० मी. रुंदी × उंची २९.२८ मी. आहे.
२) सभामंडपः- लांबी १७.३८ मी. × १६.७७ मी. आहे.
३) गर्भगृह चौरस आकाराचे (४.५७ × ४.५७) आहे.
४) संपूर्ण प्रांगण = ८४.१८ मी. × ४३.१२ मी. आहे.

यावरून या मंदिराची भव्यता कळून येईल. खोदीव मंदिरांमध्ये हे सर्वात मोठे

आहे. पल्लवकालीन महाबलिपुरम (तामिळनाडू) येथील मंदिरापेक्षा हे मोठे आहे. हे मंदिर द्राविड शैलीतील आहे असे म्हटले, कारण मंदिराचे शिखर. प्रामुख्याने शिखर शैलीवरून मंदिराची स्थापत्यशैली ओळखली जाते. कैलास मंदिराच्या शिखराला तीन तल आहेत. त्यावर अष्टकोनी स्तूपिका आहे. तलांच्या मध्यावर शाला व कूट पद्धतीची शिखरे आहेत. मंदिराला 'शुकनास' हा वास्तुघटक येथे आहे. मंडपाचे छत सपाट असून मध्यावर मधोमध कमलपुष्प - पूर्ण विकसित रूपात कोरले आहे. त्याच्या भोवती चार दिशांना चार सिंह आहेत. सिंह पूर्ण उठावात, स्वतंत्र डौलदारपणे उभे आहेत. प्रवेशद्वार गोपूर (दाक्षिणात्य मंदिराप्रमाणे) आहे.

मंदिराच्या बाह्यांगावर शिल्पे, शिल्पपट्ट खूप आहेत. प्रांगणात दहा मुख्य मंदिरांच्या बाजूला दोन स्तंभ व दोन हत्ती कोरून काढले होते. त्यांपैकी एक स्तंभ व एक हत्ती अजूनही आपल्याला पाहायला मिळतात. मंदिराच्या भोवती मूळ डोंगराच्या खडकात वेगळी लेणी खोदली आहेत. त्यातच अनेक शिल्पपट्ट आहेत. यज्ञशाला नावाचे दालन आहे. नंतर डावीकडे सरिता मंदिर नावाचे दालन आहे. या दोन्ही दालनांमध्ये सुंदर मूर्ती पूर्ण उठावातील आहे. या सर्व शिल्पांचे बारकावे, वर्णन स्वतंत्रपणे वेरूळ येथील शिल्पसृष्टी या भागात केले आहे.

वेरुळ येथील कैलासमंदिर हे एक उत्कृष्ट एकपाषाणी मंदिर असले आणि तेथील शिल्पवैभव उच्चप्रतीचे असले तरी तज्ज्ञांच्या मते या मंदिरामध्ये एक त्रुटी आहे. त्यांच्या मते या मंदिराची स्थाननिवड सदोष आहे. पाषाणखंड/डोंगरउतारावर हे मंदिर खोदले आहे. डोंगरापासून मध्य पाषाण वेगळा केला असला तरी तिन्ही बाजूंनी काही अंतरावर मूळ डोंगर तिन्ही बाजूंनी उभाच्या उभा आहेच. त्यामुळे हे मंदिर काहीसे खोलगट भागातच असल्यासारखे आहे. येथे दिवसाही सूर्यप्रकाश काही भागापुरताच पोचतो. त्यामुळे मंदिरस्थापत्याला, शिल्पाला नैसर्गिक प्रकाश आणि छाया याचा लाभ होत नाही व कलाकुसरीचे सौंदर्य नैसर्गिकरीत्या खुलत नाही असा विद्वानांचा आक्षेप आहे.

आता (इ.स.८०० पर्यंत) बांधीव मंदिरांची लोकप्रियता वाढीस लागली होती - म्हणजेच बांधीव मंदिरे- त्यांचे स्थापत्यघटक - शिल्पकाम, स्थापत्य शैली पूर्णत्वास पोचली होती. वेगवेगळ्या (या काळात प्रामुख्याने नागर, स्थापत्य, द्राविड स्थापत्य) शैलींचा सुयोग्य, नियोजनबद्ध वापर सुरू केला होता. त्यामुळे खोदीव तंत्रज्ञान वापरून कैलास मंदिरासारखी 'एकाश्म मंदिरे' नंतर फारशी निर्माण झाली नाहीत. योग्य पाषाणाचा अभाव, राजाश्रय, तंत्राची लोकप्रियता आदी कारणे ही त्या पाठीमागे आहेत.

लंकेश्वर लेणी:- कैलास मंदिराच्या उत्तरेला हे लेणे खोदले गेले आहे. हे शैव लेणे आहे. त्याचे विधान - नंदीमंडप; मंडप, गर्भगृह, प्रदक्षिणापथ असे आहे. मंडप चौरसाकृती हे या लेण्याचे वैशिष्ट्य आहे. नेहमीप्रमाणे शिवकथापट्ट कोरलेले आहेत. या लेण्याचा निर्मितिकाळ इसवीचे नववे शतक हा आहे.

दशावतार लेणे:- वेरूळ येथील लेणे क्र.१५ हे दशावतार लेणे म्हणून

ओळखले जाते कारण विष्णूच्या दशावतारांपैकी काही येथे शिल्पपट्टांमध्ये कोरलेले आहेत. (शिल्पांचे विवेचन वेरूळ शिल्पसृष्टीमध्ये केले आहे.)

जैन लेणी स्थापत्य

बौद्ध धर्मीयांनी जी लेणी महाराष्ट्रात खोदली त्यांच्या तुलनेत जैन धर्मीयांची लेणी संख्येने कमी आहेत. एखादे लेणे बौद्ध धर्मीयांचे आहे किंवा कसे? जैन धर्मीयांचे लेणे कसे ओळखले जाते? असे प्रश्न सहजच मनात येतात. लेणे कोणत्या धर्माचे आहे हे ओळखण्याची महत्त्वाची खूण म्हणजे लेण्यातील पूजनीय मूर्ती, काही रूपके, चिन्हे कधीकधी लेण्यांचे स्थापत्यही महत्त्वाचे ठरते. तिसरा मुद्दा म्हणजे लेण्यांतील शिलालेख, इतर ठिकाणी सापडलेले पुराभिलेख – आणि त्यातील या लेण्यांसंबंधीचे उल्लेख यांचाही तौलनिक अभ्यास केला जातो. त्यावरून लेणे कोणत्या धर्मीयांचे आहे समजते. त्याचबरोबर लेण्याच्या निर्मितीचा काळही ठरवता येतो.

जैन धर्माची स्थापना मगध राज्यात झाली. महावीरांनी हा धर्म स्थापला (जैन धर्मीय असे मानतात की महावीराच्याही आधी हा धर्म होता. महावीरांनी या धर्माला प्रचंड लोकप्रियता मिळवून दिली. जैन तत्त्वज्ञानामध्ये नव्याने काही सिद्धान्त मांडले) महावीरांच्याही आधी या धर्माचे २३ तीर्थंकर पूर्वी होऊन गेले. मौर्यसम्राट चंद्रगुप्त मौर्य हा जैन धर्माचा अनुयायी होता. सम्राट अशोकाचा नातू दशरथ हाही जैन धर्माचा अनुयायी होता.

महाराष्ट्रात जैन धर्माचे स्थापत्यपुरावे बौद्ध धर्मीयांच्या काळातील/किंवा समांतर काळातील मिळत नाहीत. जैन धार्मिक साहित्यात एक संदर्भ सापडतो तो पालित्तय या जैन मुनीचा. सातवाहन राजाच्या दरबारामध्ये पालित्तय मुनी ज्योतिर्विद म्हणून होता. हे साहित्यिक संदर्भ पुरेसे होत नाहीत. भौतिक पुरावे – म्हणजेच प्रत्यक्ष लेणी – मूर्ति लेख हेच ग्राह्य धरले जातात.

जैन लेणी खालील ठिकाणी आहेत.

धाराशिव(जि. उस्मानाबाद/धाराशिव), वेरूळ लेणे क्र.३० (अ)३२, ३) पार्श्वनाथ टेकडी(वेरुळ) खरोसा लेणे,पाटणे(जि.जळगाव), चांभार लेणे (जि. नाशिक), अंजनेरी(जि. नाशिक) मोहिरे,भामेर(जि. धुळे) भामचंद्र(पुणे) या ठिकाणी जैन लेणी आहेत. या लेण्यांचा आपण थोडक्यात परिचय करून घेणार आहोत.

धाराशिव लेणी समूह :- एकूण ६ लेणी धाराशिव या टेकडीवर आहेत. चार लेणी टेकडीच्या एका बाजूस दक्षिणाभिमुख आहेत, तर दोन लेणी टेकडीच्या दुसऱ्या बाजूस पश्चिमाभिमुख आहेत. लेणे क्र.२ हे महत्त्वाचे म्हणता येईल. पुढे व्हरांडा, नंतर चौरसाकृती मंडप, मंडपाच्या तीनही बाजूंच्या भिंतीत छोटे कक्ष – (एकूण २२) मंडपाच्या मागच्या भिंतीत गर्भगृह आहे. मंडपात ३२ स्तंभ आहेत. लेण्यात सिंहासनावर बसलेली पार्श्वनाथांची मूर्ती आहे. लेणे क्र.३ मध्येही पुढे व्हरांडा, त्यानंतर मंडप,

मंडपाच्या भिंतीत एकूण १२ कक्ष खोदून काढले आहेत. येथेही पार्श्वनाथ तीर्थंकरांची मूर्ती आहे.

वेरूळ येथील जैन लेणी

वेरूळ येथील जैन लेणे क्र. ३० अ हे खरे अपूर्ण खोदकाम असलेले लेणे आहे. मुखमंडप, नंतर व्हरांडा (व्हरांडा + छोटीखोली), मंडप (अपूर्ण) असे हे लेणे आहे. या मंडपावर, मुखमंडपावर व्हरांड्यात जैन देवदेवतांच्या खूप मूर्ती आहेत. यातच स्तंभावर चारही बाजूला तीर्थंकरांच्या मूर्ती आहेत. ही 'सर्वतोभद्र' प्रतिमा/मूर्ती आहे. अशी चार दिशांना सन्मुख असलेली तीर्थकरांच्या मूर्तीची कल्पना येथे नवीनच आढळते. (पुढे गुजरात, राजस्थान मध्ये, प्रख्यात मंदिरामध्ये अशा मूर्ती खूप आढळतात.)

वेरूळ लेणे क्र.३२ :– या लेण्याला इंद्रसभा असे नाव आहे या लेण्यात गोपुर आहे. गोपुरातून आपण लेण्याच्या प्रांगणामध्ये प्रवेश करतो. प्रांगणात एकूण ३ मंदिरे आहेत. तसेच एकाश्मस्तंभ आणि भव्य हत्ती आहे. स्तंभाचे वैशिष्ट्य म्हणजे स्तंभावर एकमेकांकडे पाठ करून असलेले वेगवेगळ्या दिशांना तोंड करून असलेले 'ब्रह्मयक्ष' आहेत. येथील मंदिरात 'सर्वतोभद्र जिन मूर्ती' आहे.

इंद्रसभा हे लेणे दुमजली आहे. व्हरांडा नंतर मंडप, मंडपातील मागील भिंतीत गर्भगृह असे लेण्याच्या खालच्या मजल्याचे विधान आहे. इंद्रसभेच्या वरचा मजला जास्त सुंदर आणि प्रेक्षणीय आहे. वरच्या मजल्यावर मंडप, गर्भगृह अशी रचना आहे. या सर्व ठिकाणी जैन कथापट, शिल्पपट्ट आहेत. सर्वानुभूतियक्ष, अंबिका यांची शिल्पे, तीर्थकरांच्या मूर्ती हे प्रेक्षणीय आहे. या लेण्यात शिल्पांबरोबरच चित्रकाम केलेले आहे. जैन कथा चित्रित करण्यात आल्या आहेत. वेरूळ लेणी क्र.३२ यालाच जगन्नाथ सभा म्हणतात. यालाही दोन मजले आहेत. एका प्रांगणात तिन्ही बाजूंला खोदलेले लेणीसमूह असे स्वरूप आहे. जगन्नाथसभेच्या खालच्या मजल्यावर दोन छोटी व दोन मोठी लेणी आहेत. तीर्थंकरांच्या बैठ्या किंवा उभ्या मूर्ती (गर्भगृहात), बाजूच्या भिंतींवर सर्वानुभूति यक्ष, यक्षी, भक्तगण कोरलेले आहेत.

या लेण्यांपैकी २४ व्या लेण्यात २० तीर्थंकरांची मूर्तिशिल्पे आहेत. पुढे गुजरात, राजस्थानमधील स्थपतींनी मंदिरांमध्ये ५६,७२ अशी देवकोष्ठांची निर्मिती करून त्यात तीर्थंकरांची स्थापना केली. त्या शिल्पप्रकाराची सुरुवात वेरूळ येथील जैन लेण्यातूनच झाली असे म्हणता येईल.

ही लेणी इसवीचे ९वे, १०वे शतक या काळात निर्माण झाली असे मानले जाते.

पार्श्वनाथ टेकडी समूह :– या लेण्यांमध्ये जैन देव देवतांच्या मूर्ती खूप आणि वैशिष्ट्यपूर्ण आहेत. एकूणच मूर्तींमध्ये शांतिनाथाची मूर्ती, पार्श्वनाथ, बाहुबलीची मूर्तीशिल्पे अशी नवीन भर पडलेली दिसते. शिवाय विशिष्ट तीर्थंकरांबरोबर विशिष्ट यक्ष आता मूर्तीमध्ये दिसू लागले आहेत. उदा. ऋषभनाथ तीर्थंकरांबरोबर गोमुख यक्ष

आढळताते. असा जैन मूर्तिशास्त्राचा विकास येथे दिसतो.

यादव राजवंशाच्या काळात जैन धर्माला राजाश्रय मिळालेला होता. त्यामुळे या काळातही जैन लेणी खोदली गेली. त्यात पाटणे (मावळ, पुणे), चांभारलेणे (नाशिक), अंजनेरी (नाशिक), पार्श्वनाथ टेकडी वेरूळ, मोहिदे (शहादे, धुळे), भामरे (साक्री, धुळे), भामचंद्र महादेव (मावळ, पुणे) ही लेणी खोदली गेली. जैन देव देवतांच्या मूर्ती सर्वत्र आहेत.

महाराष्ट्रातील लेण्यांमधील शिल्पसृष्टी

वेरूळ लेण्यांमधील शिल्पे व मूर्ती, शिल्पपट

वेरूळ येथील लेणीसमूहात तीनही पंथीयांची लेणी आहेत. बौद्ध, हिंदू, जैन!

वेरूळच्या कलावैभवाला राष्ट्रकूट राजवंशाचा भरघोस पाठिंबा होता. इसवीच्या आठव्या शतकात निर्माण झालेले हे शिल्पवैभव आजही आपल्याला आनंद देते. त्या शिल्पांचा आपण जास्त परिचय करून घेऊ या.

वेरूळ येथील लेणे क्र. १५ म्हणजेच 'दशावतार' लेणे – मध्ये मोठमोठे शिल्पपट कोरलेले आढळतात. सर्वात परिपूर्ण शिल्पपट आहे– तो नरसिंह आणि हिरण्यकश्यपू यांचे युद्धप्रसंग असलेला. विष्णूचा नरसिंह अवतार– हिरण्यकश्यपूचा नाश करण्यासाठीच होता. हिरण्यकश्यपू व नरसिंह यांचे घनघोर युद्ध झाले. शिल्पपटामध्ये या दोघांचे युद्धाच्या पवित्र्यातील शिल्पांकन उत्कृष्ट आहे. दोघांच्या चेहऱ्यावर, शरीर हालचालींमध्ये क्रौर्य, उग्र भाव दाखवण्यात शिल्पकार यशस्वी झाले आहेत. नरसिंह म्हणजे मुख सिंहाचे, चार हातांत (विष्णूची आयुधे – गदा, शंख, चक्र, पद्म) धारण केलेली अशी मूर्ती (विष्णूचीच) आहे. नरसिंहाने हिरण्यकश्यपूवर जोरात हल्ला केला आहे. त्यामुळे हिरण्यकश्यपू थोडा मागे झुकला आहे. (हल्ल्यापासून बचाव करण्यासाठी) शिल्पकारांनी हिरण्यकश्यपूची मूर्ती अशी झुकलेले दाखवून नरसिंहाची शक्ती, आवेश प्रकट केला आहे. हिरण्यकश्यपू व नरसिंह यांचे पाय (डावा, उजवा) एकमेकात गुंतलेले दाखवले आहेत. तसेच शिल्पाच्या वरच्या भागात दोघांचे हात वर कंसाकारात उगारलेले दिसतात. त्यामुळे शिल्पपटाचा तोल अगदी सुरेख जमलेला आहे. इतर ठिकाणी काही मंदिरांमध्ये असे शिल्प आहे परंतु वेरूळ लेणे क्र. १५ मध्ये ते अगदी उत्तम कोरले आहे.

कैलास लेणे – म्हणजेच वेरूळ लेणे क्र. १६ – या मंदिरावर बाह्य भिंतीवर लगतच्या डोंगरातील लेण्यांमध्ये यज्ञशाळा, सरितामंडपात विविध आणि विपुल शिल्पकाम कलाकारांनी केले आहे. पूर्ण उठाव, अर्ध उठाव, प्रत्यक्ष आकारमानाएवढी शिल्पे असे तऱ्हेतऱ्हेचे शिल्पांकन आहे. मानवाकृती, वानराकृती, शिवगण, स्त्री देवता असे शिल्पप्रकार येथे आढळतात. शिवाची अनेक रूपे येथे शिल्पांकित झालेली दिसतात. जटाजूटधारी, कमंडलू, त्रिशूळधारी, वृषभासह असलेला शिव, पार्वतीशी विवाह करणारा शिव, पार्वतीबरोबर सारीपाट खेळणारा शिव तसेच असुरांचा नाश करणारा शिव,

(गजासुर, अंधकासुर, त्रिपुरासुर) अशी रौद्ररूपेही येथे आहेत. शिवकथेनुरूप अनेक भावभावना प्रकट करणारी शिल्पकला येथे दृष्टीस पडते. रूद्र रूपांतून नंतर शिवाचे नृत्यरूपही पाहायला मिळते ते येथेच. नटराजरूपात शिव तांडवनृत्य करताना येथे दिसतो. सगळ्यात शेवटी आपल्याला दिसतो तो कैलास मंदिराच्या भिंतीवर असलेला महायोगी शिव. येथे शांतरसाचा परिपोष शिल्पामध्ये जाणवतो. अशा प्रकारे विविध भावना, विविध रस शिल्पांद्वारे व्यक्त करण्यात शिल्पकार यशस्वी झाले आहेत.

याखेरीज इतर शिल्पे/ मूर्ती खूप आहेत. रामायणप्रसंग कोरलेले आहेत. तीन प्रमुख नद्यांची शिल्पे येथे आहेत. त्यासाठी स्वतंत्र दालनच आहे. 'सरिता मंदिर'! गंगा, यमुना, सरस्वती या तीन पवित्र नद्या येथे स्त्रीरूपात शिल्पांकित झाल्या आहेत. मकर, कासव, कमळ या आसनांवर/ वाहनांवर त्या उभ्या आहेत. एकूण शिल्पपट्टाचा तोल साधण्यासाठी सरस्वती व यमुना या त्रिभंग अवस्थेमध्ये असून गंगा मात्र समभंग अवस्थेत कोरलेली आहे. अलंकार, केशभूषा अगदी बारकाईने कोरले आहे. डौलदार, परिपुष्ट, परिपूर्ण सौंदर्याने युक्त अशा या शिल्पांकडे पाहात राहावेसे वाटते.

सप्तमातृका:– यज्ञशाळेमध्ये सप्तमातृकांचा शिल्पपट्ट आहे. पूर्ण उठावातील या सप्तमातृका आपले लक्ष वेधून घेतात. येथेही स्त्रीसौंदर्याचा अद्‌भुत आविष्कार आढळतो. प्रत्येक मातृकादेवतेचे वाहनही कोरलेले अहे. अलंकार, वस्त्रे, केशभूषा प्रत्येकीची वेगळी कोरलेली दिसते तसेच चेहऱ्यावरचे भावदर्शनही अप्रतिम आहे.

स्तंभ व हत्ती:– कैलास लेण्यातील दोन स्तंभ आणि दोन हत्ती (यांपैकी एक स्तंभ व एक हत्ती आज पाहावयास मिळतात) हीसुद्धा 'एकाश्म/एकपाषाणी' शिल्पेच आहेत. स्तंभावरचे अलंकरण नाजूक दिसते. महाकाय हत्ती इतका हुबेहूब आहे की खरा गजश्रेष्ठच शिवमंदिराच्या दारात झुलतो आहे काय असेच क्षणभर वाटावे!

रावणानुग्रह / कैलास तोलण:– या सर्व शिल्पांपेक्षाही वेगळे आणि शिल्पपट्ट म्हणून अत्युच्च निर्मिती असलेले शिल्प आहे ते म्हणजे 'रावणानुग्रह' / लंकातोलण शिल्प.

कैलास– मुख्य मंदिराच्या– जोत्यावर बाह्यांगावर एक प्रचंड शिल्प आहे. हे शिल्प म्हणजे कैलास मंदिराच्या शिल्पकारांचे कलाकौशल्याचे उत्कृष्ट प्रकटीकरण आहे.

कथा : प्रसंग

या शिल्पपट्टाची कथा खालीलप्रमाणे आहे.

शिवभक्त रावण कुबेराचा पराभव करून लंकेला परत जात असताना त्याला वाटेत कैलासावरच्या शिवाचे दर्शन घ्यावेसे वाटते. तो शिवाच्या दर्शनासाठी कैलासाला जातो पण शिव पार्वतीबरोबर असतात, त्यामुळे द्वारपाल रावणाला प्रवेश नाकारतात. रावण संपूर्ण कैलास पर्वतच उखडून टाकण्याचा विचार करतो. कैलासाच्या मुळालाच हात घालून हलवू लागतो. पर्वतावरील ऋषिमुनी, वन्यप्राणी हादरतात, घाबरतात. त्यांची पळापळ सुरू होते. कैलासपती शिवाच्या दालनामध्येही पार्वतीची दासी घाबरते. पळून

जाऊ पाहते. पार्वती भयभीत होऊन आधारासाठी शिवाचा दंड पकडते. एवढे सगळे घडत असताना शिव मात्र अगदी शांत असतात. डाव्या पायाच्या अंगठ्याने कैलासावर वजन देतात- ज्यायोगे कैलासाचा भार वाढतो, कैलास हलणे थांबते परंतु तळाशी रावणाची पंचाईत होते. नको ते साहस केल्याने फजितीचा प्रसंग ओढवतो. यानंतर रावण शिवस्तुती करतो आणि प्रसंग संपतो.

या कथेचे सुंदर शिल्पांकन येथे आहे. रावण- दशानन- आहे. त्याची दहाही मुखे स्वतंत्र पण एकामागे एक दाखवली आहेत. या मुखांवर तसतसे भावदर्शनही आहे. वीस हातांनी कैलास तोलून धरला आहे. रावण गुडघे टेकून वीरासनात खाली बसून वीस हातांनी कैलास हलवतो आहे. त्याच्या शरीरातील जोम या आसनामुळे स्पष्ट जाणवतो. तसेच त्याच्या शरीराचे स्नायू- ताणलेले- येथे कोरले आहेत. त्यांची शक्ती स्पष्ट जाणवते.

कैलास तोलण शिल्पाचे तंत्र आणि शिल्पयोजना

हा शिल्पपट म्हणजे एका प्रसंगाचे शिल्पांकन असले तरी कलाकारांनी त्याचे उत्कृष्ट नियोजन केलेले आहे. हा शिल्पपट थोडासा खोलगट भागात (मंदिराच्या जोत्याचा तेवढाच भाग थोडा खोलगट करून घेतलेला आहे.) कोरला आहे. या जागेचे दोन भाग (वरचा भाग- खालचा भाग) केले आहेत. खालच्या भागात रावण (दशानन, वीस हातांचा). कैलास हलवण्यासाठी गुडघ्यावर बसलेला- कोरला आहे. रावणाचे शिल्प पूर्ण उठावात आहे. वरच्या भागात शिवपार्वती, पार्वतीची सखी पूर्ण उठावात कोरलेले आहेत. कथेतील कमी महत्त्वाची पात्रे (यक्ष, गंधर्व, ऋषीमुनी) कमी उठावात कोरले आहेत. शिल्पपटासाठी वापरलेली 'खोली', अर्धउठाव, पूर्ण उठाव तंत्राचा वापर विलक्षण परिणाम करून जातो. पर्वतावरील माकडे इतकी भयभीत झालेली आहेत की ती चक्क मगरीवर जाऊन बसली आहेत. हे पाहून शिल्पकारांचे कौतुक वाटते. कथेतील भाव, रस या शिल्पपटात उत्कृष्टपणे व्यक्त झालेला आहे. शिवाची निश्चलता, शांतपणा आणि त्याच्या उलट रावणाचा आक्रस्ताळेपणा, अहंकार त्याच्या शिल्पामधून प्रगट झाला आहे. असा भावनांचा, शिल्पकामाचा समतोल यात साधलेला आहे.

(कैलास मंदिरातील इतर काही शिल्पांची यादी संदर्भासाठी दिली आहे. जिज्ञासू विद्यार्थ्यांनी त्याचा उपयोग करावा.)

जैन लेण्यांमध्ये जैनधर्माशी संबंधित देवदेवता मूर्ती, तीर्थंकर इतर शिल्पकथा कोरलेल्या आहेत. त्यात विशेष करून तीर्थंकरांच्या सर्वतोभद्र मूर्ती, पार्श्वनाथ, त्यांच्या परिवारदेवता प्रेक्षणीय आहेत. विशेष उल्लेखनीय आहे ती अंबिकेची (इंद्राणी). अंबिका सिंहावर बसली आहे. भोवती अनुचर आहेत. आंब्याच्या झाडाखाली ती आहे. शिवाय तिच्यावर छत्र धरणारा पुरोहितही आहे. अंगावरचे अलंकार नाजूकपणे कोरलेले आहेत. तिच्या मस्तकावर मुकुट कोरलेला आहे. मुकुटाच्या पुढील भागावर तीर्थंकरांची प्रतिमा

कोरलेली आहे.

वेरूळ येथील शिल्पांमध्ये (मग ते कोणत्याही धर्माचे शिल्प असो) शिल्पकारांचा कलाविष्कार उत्तमच झालेला आहे.

महाराष्ट्रातील लेण्यांमधील शिल्पसृष्टी

अजिंठा शिल्पकला

अजिंठा येथे शैलगृहांची/ लेण्यांची निर्मिती झाली ती इ.स.पूर्व १५० ते १०० आणि त्यापुढील काळात. उदा. चैत्यगृह क्र. ९, क्र. १० आणि त्याच्या संबंधित विहार ही लेणी इ.स.पूर्व दुसरे शतकात खोदली गेली. त्यानंतर लेणी क्र. १९, २६ संबंधित विहार लेणी इसवी ४५० च्या सुमारास खोदण्यास सुरुवात झाली. साधारणपणे १०० वर्षांच्या काळात पूर्ण झाली.

ही लेणी मुख्यतः चित्रकलेसाठी प्रसिद्ध आहेत पण स्थापत्यविकास तसेच शिल्पकाम, बुद्धांच्या मूर्ती हेपण मुद्दे महत्त्वाचे आहेत. अजंठा येथील शिल्पकाम उत्तर भारतातील बौद्ध शिल्पांपेक्षा थोडे वेगळे आहे. मूर्तींमधला नाजूकपणा कमी झाला असून अजंठा येथील मूर्ती भरीव, सौष्ठवपूर्ण आढळतात. चेहऱ्यावरचे भावही शांत व गंभीर असे आहेत. बुद्धांच्या जीवनातील प्रसंग, जातककथा, अवलोकितेश्वराचे अवतरण अशी शिल्पे लक्ष वेधून घेतात. जातककथा किंवा गौतमांच्या जीवनातील प्रसंग यांची कथा माहीत असेल तर शिल्पपटांचा उत्तम आस्वाद घेता येतो. जरी कथा माहीत नसेल तरीही शिल्पांचा आस्वाद कमी होत नाही आणि शिल्पांच्या माध्यमातून कथा समजतेच. तसे हे शिल्पपट कथाविवरण करणारेच आहेत.

महत्त्वाची शिल्पे

नागदंपती:– लेणी क्र. १९ मध्ये बोधिसत्त्वाच्या मूर्ती आहेत. पण याच लेण्याच्या अंगणात एक सुंदर शिल्प आहे. शिल्प आहे नागदंपतीचे. आसनावर नागराज (मानवरूपातील) बसलेला आहे. डोक्यामागे फार मोठा नागफणा उठावात कोरलेला आहे. नागपत्नी शेजारीच बसलेली आहे. नागराजाच्या बाजूला चवरीधारी सेविका आहे. नागराज्ञी थोडीशी कललेली व नागराजाकडे पाहात आहे. नागराजाचा चेहरा आश्वस्त, शांत असा भाव दर्शवतो. नागराजाचे, राज्ञीचे शिल्प (मानवरूपातील) अगदी प्रमाणबद्ध कोरलेले आहे. आवश्यक तेवढे अलंकारही कोरलेले आहेत.

महापरिनिर्वाण:– लेणी क्र. २६ मध्ये गौतम बुद्धांचे महापरिनिर्वाण शिल्प आहे. सुमारे ३० फूट लांबीची ही मूर्ती निर्वाण अवस्थेतील आहे. गौतम बुद्ध उजव्या कुशीवर झोपलेले आहेत. डोक्याखाली लांबट उशी घेतलेली आहे. (शिल्पकाराने त्या दगडी उशीला बारीक चुण्या पडलेल्याही कोरलेल्या आहेत.) बुद्धाच्या चेहऱ्यावरचे भाव अगदी शांत असे आहेत. भोवती शिष्यगण शोकाकुल अवस्थेत आहेत. एकूण शिल्पामुळे गांभीर्यपूर्ण वातावरण निर्माण होते यात शंका नाही.

इतर लेण्यांमध्ये (मुख्यतः १७, १९, २६) शिष्यांची, बुद्धमूर्तींची पुनरावृत्ती झालेली आढळते. बुद्ध कपिलवस्तु नगरीत त्यांच्याच राजमहालासमोर भिक्षापात्र घेऊन उभे आहेत असेही सुंदर शिल्प आहे. यात बुद्ध महाकाय दाखवले आहेत. या शिल्पांबरोबरच हे कथाभाग चित्रांमध्येही आढळतात. एकच कथा, प्रसंग, शिल्प माध्यम व चित्र माध्यम या दोन्ही माध्यमांमध्ये आपल्यासमोर येते हेही एक नवलच. शिल्पकार श्रेष्ठ की चित्रकार हे ठरवणे म्हणजे आपली परीक्षा होय.

कान्हेरी, पितळखोरा, कार्ले, जुन्नर, भाजे

कान्हेरी लेणीसमूहात महायान काळात खूप भर पडली. शिल्प व स्थापत्यकला भरभराटीला आले. पुढे वज्रयान पंथीयांनी तेथे आणखी शिल्पे कोरली. आपण प्रमुख मूर्ती व शिल्पे पाहणार आहोत. कान्हेरी लेणे क्र. ३ च्या प्रवेशद्वाराजवळ दोन ध्वजस्तंभ, एक सिंहध्वज, दुसरा चक्रध्वज आहे. चक्रध्वजाच्या स्तंभावर चार यक्ष आहेत. त्यांनी मोठे कमळ पेलून धरले आहे. त्या कमळावर चक्र आहे. या सिंहध्वजस्तंभाच्या तळाशी बुद्धमूर्ती कोरलेली आहे.

महाकाय बुद्धमूर्ती:– या लेण्यांपैकी लेणे क्र. ९० मध्ये एक सुंदर शिल्पपट आढळतो. शिल्पपटाचे दोन्ही बाजूला चौकटी आखून बुद्धमूर्ती कोरलेल्या आहेत. लेणी क्र. ३ महाकाय अशी बुद्धमूर्ती. ही मूर्ती उभी आहे. बुद्धाचे वस्त्र डाव्या खांद्यावरून ओघळून खाली आलेले दिसते. उजवा हात जमिनीकडे तळवा केलेला असा कोरलेला आहे.

अवलोकितेश्वर:– कान्हेरी लेण्यांमध्ये अवलोकितेश्वर– जो वज्रयान पंथातील प्रमुख देव मानला जातो– याची मूर्ती आहे. त्याला ११ मस्तके आहेत. समुद्रावरच्या संकटातून तो भक्त लोकांना वाचवतो अशी बौद्धांची श्रद्धा आहे.

पितळखोरा हे जळगाव जिल्ह्याच्या चाळीसगाव तालुक्यातील ठिकाण असून येथे एक लेणीसमूह आहे. लेणी क्र. ३, ४ येथे यक्षमूर्ती खोदलेला आहे. या मूर्ती पूर्ण उठावाच्या, अर्ध उठावाच्या स्वतंत्र अशा स्वरूपात आहेत. काही खंडितही आहेत. यांतील एक यक्षमूर्ती– बुटका, पोटाचा घेर मोठा, आभूषणे घातलेला, चेहरा तितका सुस्वरूप नसलेला असा हा यक्ष आहे. याच्या हातावर या मूर्ती कोरणाऱ्या कलाकाराचे नाव कोरलेले आहे. 'कण्हदास' हे कलाकाराचे नाव आहे. हे विशेष येथेच आढळले. (ही मूर्ती सध्या दिल्ली येथे म्युझियममध्ये आहे.)

कार्ले येथील चैत्यगृहामध्ये स्तंभांची देखणी रांग आढळते. या स्तंभांवर अश्व, हत्ती यावर बसून आलेली दंपती (स्त्री–पुरुष) कोरलेल्या आहेत. या दंपतींची घडण अगदी हुबेहूब आणि तपशीलवार कोरलेली आहे. शिरावर फेटा, गळ्यात, कानात कुंडल, कमरेच्या वस्त्राच्या चुण्या, सगळेच सुरेख कोरलेले आहे. स्त्रियांचे शिल्पांकनही असेच तपशीलवार आढळते. कार्ले येथील प्रवेशद्वारावर अशा दंपती जोडीने उभ्या आहेत. येथे महाकाय हत्ती कोरलेले आहेत. जुन्नर येथे मुखदर्शनावर शिल्पे अर्धउठावामध्ये

कोरलेली आहेत. त्यामध्ये गजलक्ष्मी/ अभिषेकलक्ष्मी चे शिल्प सुंदर आहे. महाराष्ट्रातील लेण्यांमध्ये बौद्ध, जैन, हिंदू देवदेवतांची प्रामुख्याने शिल्पे आढळतात.

अजंठा येथील चित्रकला (महाराष्ट्रातील चित्रकला)

बौद्धलेणी शिल्पकलेने समृद्ध तर होतीच, परंतु चित्रकलेनेही सजवलेली होती. याचे उत्तम उदाहरण म्हणजे अजंठा येथील लेणी. संपूर्ण जगात अजंठा लेणी चित्रांसाठी प्रसिद्ध आहेत. पाषाणातून ही लेणी खोदून काढली. त्या लेण्यांच्या भिंती पाषाणाच्या होत्या. त्यावर सुंदर चित्रे काढली गेली. चित्रांचे विषय कोणते होते? ही बौद्ध लेणी असल्यामुळे अर्थातच चित्रांचे विषय होते गौतमबुद्धांच्या जीवनातले प्रसंग, जातककथा, मानुषी बुद्ध, भविष्यकालीन बुद्ध, बोधिसत्त्व इत्यादीं शिवाय फुले, पाने, भौमितिक आकार आहेतच.

ही चित्रे काढण्याचा उद्देश अगदी स्पष्ट होता. गौतमांचे जीवनचरित्र, जातककथा ह्या लोकांना समजावून सांगण्यासाठीच चित्रित केल्या गेल्या. ही कथनचित्रे आहेत.

चित्रकामाचे तंत्र

खरखरीत अशा पाषाणावर चित्रकाम कसे केले असेल असा प्रश्न सहज पडतो. लेण्याच्या दगडी भिंतीवर मातीचा गिलावा करण्यात येई. त्यात धान्याचे तूस, क्वचित कापडाचे धागे, डिंकासारखा चिकट पदार्थ मिसळलेला असे. चित्रकारांनी हा गिलावा ओला असतानाच रंगकाम केले असावे, असे तज्ज्ञ लोक मानतात. कारण मुळच्या गिलाव्याशी रंग एकरूप झाले आहेत. गिलाव्याचा एक थर आणि रंगाचा त्यावर एक थर असे आढळत नाही. परंतु काही ठिकाणी रंगकाम नंतरही केलेले आढळते. दोन्ही तंत्रे वापरात होती असे दिसते.

अजंठा चित्रशैलीची वैशिष्ट्ये खालीलप्रमाणे सांगता येतील.

१) चित्रातील रेषा सफाईदार, ठळक काढलेल्या आहेत. माणसांची चित्रे (स्त्री, पुरुष दोन्ही) जास्त आहेत. त्यामुळे भावदर्शन कसे आहे हे पाहावे लागते. चेहऱ्यांची ठेवण, हावभाव याला महत्त्व आहे. चेहरे लंबगोल, आकर्ण नेत्र, धनुष्याकृती भिवया, सर्वांचाच सुंदर केशकलाप, भरपूर अलंकार, बाकी शरीरयष्टीसुद्धा परिपुष्ट, सुडौल असे चित्रण आहे.

२) रंगांची योजनाही सुंदर आहे. मूळ रंग- जे निसर्गातील वस्तूंपासून तयार केले जात होते- ते येथे वापरलेले दिसतात. गौतम बुद्ध आपल्या प्रासादासमोर भिक्षापात्र घेऊन उभे आहेत हे चित्र आपल्याला खिळवून ठेवते. या चित्रात बुद्धांचे महाकाय स्वरूप आहे. त्याचे वस्त्र पिवळसर रंगाने रंगवलेले आहे. चेहऱ्यावर अर्धस्फुट स्मित आहे आणि मागील बाजूस प्रभावळ चित्रित केली आहे.

३) अलंकारांचे चित्रण मोठ्या प्रमाणात आहे. स्त्री, पुरुष दोघांनीही भरपूर अलंकार घातलेले दिसतात. अलंकारांमध्ये मोत्याचे अलंकार जास्त दिसतात. त्यातील मोती अगदी चमकताना दिसतात. उदा. १) वेषभूषा करणाऱ्या युवतीचे चित्र पाहा.

गळ्यातील मोत्यांचा हार खऱ्याप्रमाणे चमकतो. २) झोपाळ्यावर बसलेल्या युवतीच्या गळ्यातील मोत्याचा हार.

४) भौमितिक आकृत्या आणि त्यातील चित्रकाम अतिशय सुंदर आहे. उदा. १) लेणी क्र. १७ मधील छतावरचे चित्रकाम. छताचे छोटे छोटे चौकोन चित्रकामातूनच करून घेतले आणि त्यात फुलांची चित्रे काढली आहेत. २) लेणी क्र. २ मधील छतावरचे वर्तुळाकृती चित्र एकात एक अशी ५ वर्तुळे काढून त्याच्यामधील भागावर तऱ्हेतऱ्हेची फुले चित्रित केली आहेत. कमळफुलाचेसुद्धा विविध आकार दिसतात.

५) राजदरबारातील प्रसंग, अलंकारांनी नटलेले, सुडौल स्त्रीपुरुष असे विलासी जीवन या लेण्यांमध्ये चित्रित केलेले आहे.

६) चित्रांमध्ये सलग कथा चित्रित करताना प्रसंग एकापुढे एक सलग चित्रित केलेले नाहीत. एकाच चित्रात हे वेगवेगळे प्रसंग चित्रित केले आहेत. त्यांतील फरक दाखवण्यासाठी वेली, स्तंभ यांची योजना दोन चित्रांमध्ये केली आहे.

पद्मपाणी, राजकन्या/ अप्सरा, राजदरबाराचा प्रसंग, भिक्षापात्र घेतलेला बुद्ध, सौंदर्यप्रसाधन करणारी स्त्री, भौमितिक चित्रे ही जास्त प्रसिद्ध चित्रे आहेत.

इसवी सनाच्या ५/६ व्या शतकापर्यंत हे चित्रकाम सुरू होते. नंतरच्या काळात या लेणीसमूहाकडे समाजाचे दुर्लक्ष झाले आणि लेण्यांचे अस्तित्व स्मरणातून पुसले गेले. परंतु १९ व्या शतकात पुन्हा या लेणी प्रकाशात आल्या. संशोधन जतन, संवर्धन ही कामे संशोधकांनी हाती घेतली, म्हणून आज आपल्याला प्राचीन चित्रकलेचा ठेवा पाहायला मिळतो आहे.

हिंदू/ब्राह्मणी लेण्यांमध्येसुद्धा चित्रकाम केले गेले होते. उदा. वेरूळ येथील लेणी क्र. १६– कैलास लेणे येथे शिवकथा चित्रांच्या माध्यमात सजवलेली होती, परंतु आता बहुतांशी नष्ट झाली आहे. ही चित्रशैली अजंठा चित्रशैलीप्रमाणेच आहे. काही त्रोटक चित्रांवरून हे सिद्ध होते.

६.५ मंदिरस्थापत्य

प्रास्ताविक : प्राचीन भारतीयांनी निर्माण केलेल्या वास्तूंमध्ये 'मंदिरे/देवालये' हा वास्तुप्रकार/ स्थापत्यप्रकार महत्त्वाचा आहे. या स्थापत्यप्रकाराची सुरुवात– उदगम– विकास होत गेला आणि आज हा स्थापत्यप्रकार परिणत अवस्थेत आपल्याला पाहायला मिळत आहे. अक्षरशः लक्षावधी मंदिरे भारतात आणि भारताबाहेरही निर्माण झाली. या स्थापत्यासंबंधीचे वेगळे शास्त्र विकसित झाले. तंत्रज्ञान, कलाकुसर, कोरीव काम, भव्यता या सर्वच दृष्टींनी हे शास्त्र आणि मंदिरस्थापत्य हे परिपूर्ण होत गेले.

या प्रकरणामध्ये आपण मंदिरस्थापत्यासंबंधी स्थूलमानाने माहिती घेणार आहोत आणि त्यानंतर महाराष्ट्रातील मंदिरस्थापत्याची माहिती घेणार आहोत. महाराष्ट्रातील मंदिरांचा अभ्यास करण्यासाठी मंदिरस्थापत्याचा उद्‌गम, विकास याची माहिती असणे

आवश्यक आहे.

मंदिरस्थापत्य हा धार्मिक संकल्पनेशी निगडित आहे. बौद्ध, जैन, हिंदू या धर्मीयांनी हा स्थापत्यप्रकार विकसित केला. त्यातही हिंदू धर्मीयांनी या स्थापत्याची भरघोस निर्मिती केली असे म्हणता येईल. देवदेवतांच्या मूर्तीसाठी, पूजा अर्चेसाठी, भक्तांच्यासाठी मंदिरे बांधली गेली. मंदिरे कशी बांधावीत, त्यांचे रूप, आकार कसा असावा यासाठी स्थापत्यशास्त्र विकसित केले गेले. स्थपती, शिल्पकार, कारागीर यांच्या प्रतिभेतून आणि श्रमातून, प्रयोगशीलतेतून मंदिरस्थापत्य हा विषय विकसित झाला. काही मंदिरे अगदी लहान रूपाची, काही भव्य रूपातील, काही मंदिरे नाजूक कोरीव काम ल्यायलेली तर काही अगदीच साधी! याची सुरुवात केव्हा झाली? भारतातील कोणत्या प्रदेशात मंदिरांचे अवशेष मिळतात? मंदिरस्थापत्याचे तंत्र कोणते होते? मंदिरस्थापत्याचे प्रकार कोणते? असे प्रश्न आपल्या मनात उभे राहतात.

मंदिरस्थापत्याची सुरुवात : मंदिरांचा उल्लेख साहित्यात आढळतो परंतु त्यांचे स्वरूप त्यावरून स्पष्ट होत नाही. कदाचित ही मंदिरे कायमस्वरूपी न बांधता तात्पुरत्या स्वरूपाची असावीत तसेच मंदिरांच्या निर्मितीसाठी जे साहित्य वापरले गेले- बांबू, माती इ. ते नाशवंत असल्यामुळे मंदिरे नष्ट झाली असावीत. कालांतराने घडीव दगडांची मंदिरे बांधण्यात येऊ लागली. आज आपल्याला काही मंदिरे अवशेषरूपात अशी आढळतात. त्यांचा निर्मितिकाळ इसवीसनाचे चौथे शतक व नंतर असा ठरवता आला आहे. इतिहासाच्या दृष्टीने हा कालखंड गुप्त राजवटीचा कालखंड आहे.

वर उल्लेख केलेले अवशेष हे मध्य प्रदेशात सापडले आहेत. ही घडीव दगडांची मंदिरे आहेत. सांची (क्र. १७), तिगवा, भुमरा, नाचणा-कुठारा देवगड याठिकाणी ही प्रारंभिक मंदिरे- अवशेष मिळाले.

स्थापत्याचे तंत्र : मंदिरांचे बांधकाम मोठमोठ्या घडीव पाषाणांचे आहे. शिळांमधून चौरस/आयताकृती असे जरुरीप्रमाणे ठोकळे तयार करण्यात आले. हे ठोकळे एकमेकांवर रचून मंदिर तयार केलेले असे. या दगडी ठोकळ्यांना एकत्र करण्यासाठी कोणत्याही पदार्थाचा वापर केलेला नसे. उदा. चुना, माती, अशा चिकणपदार्थांचा वापर नसे. यालाच 'शुष्कसांधी पद्धत' किंवा 'कोरडे बांधकाम' म्हणतात. या दगडी घडीव ठोकळ्यांचे परस्परपूरक वजन, तोल वजन यांमुळे बांधकाम टिकावू होत असे.

मंदिरस्थापत्याचे प्राथमिक स्वरूप

सांची (क्र. १७), तिगवा, भुमरा, नाचणा-कुठारा देवगड या ठिकाणच्या मंदिरांच्या पुराव्यावरून मंदिरांची प्राथमिक रचना आपल्याला कळते.

चौरसाकृती गाभारा त्यापुढे आयताकृती (आडवा) मुखमंडप हे सामान्यरूप मंदिराचे आहे. मोजमापाच्या दृष्टीने पाहिले तर मुखमंडप हा चौरस गाभाऱ्याच्या निम्म्या

आकाराचा आहे. पूजनीय मूर्तीसाठी चौरस गाभारा, पूजा करणाऱ्या व्यक्तीसाठी मुखमंडप असे त्यांचे उपयोग स्पष्ट दिसतात. भुमरा, नाचणा- देवगड येथे चौथऱ्यावर गाभारा व मुखमंडप बांधलेले दिसतात.

स्तंभ : मुखमंडपात स्तंभाची रचना होऊ लागली. कधी दोन, कधी चार! स्तंभावर कोरीव काम होऊ लागले. 'पूर्ण कलश' हे शिल्परूपक स्तंभावर आढळते. स्तंभशीर्ष घंटाकार तसेच पाठीला पाठ लावून वसलेल्या सिंहमूर्ती येथे दिसतात.

द्वारशाखा : गर्भगृहाच्या प्रवेशद्वाराला द्वारशाखा आहेत. द्वारशाखांना कोरीव काम आहे. तळाशी गंगा, यमुना यांची शिल्पे तर ललाटबिंबावर मंदिरातील देवतेची मूर्ती आहे.

प्रदक्षिणापथ : भुमरा नाचणा येथील मंदिरात प्रदक्षिणा पथ आढळतो.

अशा प्रकारे या मंदिरांचे अवशेष आहेत. त्यावरून तत्कालीन स्थापत्यशैली आपल्याला समजून येते. नंतरच्या काळात या स्थापत्याचा विकास होत गेला. मंदिरे विस्तृत, भव्य आणि कोरीव कामाने नटलेली अशी बांधली गेली. मंदिरांच्या छतामध्ये/ शिखरांमध्ये बदल होत गेले. स्तंभांच्या रचनेमध्ये, कोरीव अलंकरणामध्ये बदल होत गेले. तेही अभ्यासाच्या दृष्टीने महत्त्वाचे आहेत.

आपण आता मंदिरांच्या विविध भागांचा/घटकांचा परिचय करून घेऊया. या वास्तुघटकांची नावे, त्यांची व्याख्या आपल्याला पाहावयाची आहे.

विधान - मंदिर या संपूर्ण वास्तूचे- घटकांचे भू-आरेखन केले जाते त्याला विधान किंवा तलविन्यास म्हटले जाते.

गर्भगृह : गाभारा हा मंदिराचा मुख्य भाग म्हणता येईल. पूजनीय मूर्तीसाठी हा वास्तुघटक असतो.

अर्धमंडप : गर्भगृहाला लागूनच अर्धमंडप असतो. मंदिरस्थापत्याच्या प्रारंभिक अवस्थेत गर्भगृह देवासाठी आणि त्याच्यापुढेच भक्तासाठी अर्धमंडप असे.

अंतराळ : अर्धमंडपालाच पुढच्या काळात 'अंतराळ' म्हणू लागले. गर्भगृह आणि सभामंडप यांना जोडणाऱ्या लहानशा मंडपाला / अर्धमंडपाला अंतराळ म्हणतात.

शुकनास : अंतराळ यावरचे शिखर कमानीसारखे आणि पुढे आलेले असे दिसते. एका बाजूने गाभाऱ्याच्या शिखराला जोडलेले असते. पुढच्या बाजूस कमान असते. कमानीमध्ये गाभाऱ्यातील देवाची प्रतिकात्मक मूर्ती बसवलेली असते.

मंडप : मोठे दालन. हे 'अंतराळा'च्या पुढे असावे. भक्तांची संख्या वाढू लागल्यावर त्यांच्यासाठी मोठ्या दालनाची आवश्यकता भासू लागली. ह्यालाच सभामंडप किंवा मुख्यमंडप असे संबोधले जाऊ लागले.

मंदिराच्या स्थापत्यविकासात मंडपांची संख्या आणि त्यांचा आकार, त्यांचा उपयोग वाढत गेलेले दिसतात तसेच स्थापत्यशास्त्राच्या दृष्टीने त्यांचे महत्त्व वाढले.

मंडपामध्ये स्तंभांची रचना असते.

मुखमंडप : सभामंडपासाठी / मुख्यमंडपात जाण्यासाठी या छोट्या मंडपातून आत जावे लागते. हा स्तंभावर आधारलेला छोटा मंडप असतो. याला लागूनच सभामंडप/ मुख्यमंडप असतो.

प्रदक्षिणापथ : गर्भगृहाच्याभोवती आतून अथवा बाहेरून वर्तुळाकार पथ असतो. कधी हा प्रदक्षिणापथ उघडा असतो कधी यावर छत असते. कधी स्तंभांची रांग असते.

छत / शिखर : मंदिराच्या वास्तूवरील छप्पर/छत.

वास्तुप्रकारात गर्भगृहावरती क्रमाने निमुळते होत जाणारे छत तसेच मंडपावरही शिखर असते. परंतु ते गर्भगृहाच्या शिखरापेक्षा कमी उंचीचे असते.

द्वारशाखा : मंदिराच्या मंडपांच्या, गर्भगृहाच्या प्रवेशद्वारावर चौकटी कोरलेल्या असतात. या चौकटींना द्वारशाखा असे म्हणतात. यांची रचना सलग स्वरूपाची असते. तसेच नाजूक कोरीव काम सलग पद्धतीचे असते. पानांची नक्षी, फुलांची नक्षी, चौकट आकार, स्तंभांची नक्षी, व्याल नक्षी, मानवी आकृती असे प्रकार आढळतात. या चौकटींनाच 'शाखा' असे म्हणतात म्हणून पर्णशाखा, पुष्पशाखा, रत्नशाखा, स्तंभशाखा, व्यालशाखा, रूपशाखा अशी नावे आहेत. या शाखांची संख्या निश्चित अशी नाही. कमी–जास्त असू शकते. या चौकटीच्या मध्यभागी द्वाराचे वरील भागात गाभाऱ्यातील देवाची/देवीची लहान मूर्ती कोरलेली असते किंवा त्या देवाशी/देवीशी संबंधित शिल्पपट्ट कोरलेला असतो. चौकटीच्या वरच्या आडव्या तुळईला ललाटपट्टी म्हणतात. त्याच्या मध्यभागाला ललाटबिंब म्हणतात. यात पुढे बदल झाला. मध्ययुगातील मंदिरांच्या ललाटपट्टीला 'गणेशपट्टी' म्हणू लागले, तर ललाटबिंबाला गणेशबिंब म्हणू लागले. द्वारशाखेच्या तळाशी दोन्ही बाजूंस छोट्या छोट्या मूर्तिरूपात परिवारदेवता, गंगा, यमुना, यक्ष, कुबेर, भैरव असतात. त्यांच्यामुळेसुद्धा आपल्याला मंदिर कोणत्या देवाचे आहे हे ओळखता येते.

स्तंभ : मंदिराच्या मंडपामध्ये, मुखमंडपामध्ये स्तंभ असतात. स्थापत्यशास्त्राच्या दृष्टीने स्तंभ आवश्यक असतात. मंडपाचे छत तोलून धरण्यासाठी त्यांचा उपयोग होतो. मंडपाच्या उंची, रुंदी, लांबीवर स्तंभांचे आकार, उंची अवलंबून असते. स्तंभांचा तळभाग, मध्यभाग, स्तंभशीर्ष यांचा वापर कोरीव काम करण्यासाठी केला जातो. कालपरत्वे स्तंभांचा आकार, अलंकरण (कोरीव काम) यांत बदल होत गेलेले दिसतात. मंदिरस्थापत्याच्या अभ्यासासाठी स्तंभांची निर्मिती– त्याची शैली, अलंकरण हे फार उपयुक्त ठरते.

मंदिरस्थापत्य शैली

मंदिर स्थापत्याच्या प्रमुख दोन शैली आहेत.

१) नागरशैली २) द्राविडशैली

या दोन शैलींव्यतिरिक्त प्रत्येक प्रदेशात (प्रमुख शैलीच्या संबंधित) थोडी वेगळी अशी प्रादेशिक शैलीपण विकसित झालेली दिसते.

आपण थोडक्यात या शैलींचा परिचय करून घेऊ.

१) नागरशैली प्रामुख्याने उत्तर भारतात वापरली गेली.

२) नागर मंदिरात गाभारा, अंतराळ, मंडप, मुखमंडप हे एकापुढे एक- बहुतांशी चौरस आकारात असतात.

३) मंडपांना दोन्ही बाजूंना मुखमंडप असतात.

४) काही मंडप उघडे - तीन बाजूंना अर्ध्या भिंती असतात.

५) नागर मंदिराची भिंत मोडणी केलेली, पुढे मागे अशा प्रकारात बांधलेली असते. भिंतीच्या पुढे आलेल्या भागाला 'रथ' असे म्हणतात. त्यामुळे नागर मंदिरांचा बाह्याकार कोनात्मक- नक्षत्राकृती असा होतो. (गाभाऱ्याचे विधान चौरस असले तरी भिंतीची मोडणी अशी कोनात्मक होते)

६) अशा मोडणी केलेल्या भिंतीमुळे एकतर भिंतीचा पृष्ठभाग सलग मिळत नाही पण जागा जास्त मिळते. मंदिराच्या अलंकरणासाठी त्याचा उपयोग होतो. तसेच 'छाया प्रकाशा'चा खेळ दिसून येतो. काही अलंकरण जास्त प्रकाशात तर काही अलंकरण कमी प्रकाशात- छायेत असते. त्यामुळे एकूण मंदिर उठावदार दिसते.

७) नागर मंदिरातील वास्तुघटकांना प्रत्येकाला स्वतंत्र छप्पर आढळते. गाभाऱ्याचे शिखर सर्वात उंच. बाकीची शिखरे/ छप्पर क्रमाने कमीकमी उंचीची असतात. शंकूच्या आकाराचे शिखर असते.

८) नागर शिखर/ (गर्भगृहावरचे शिखर) उंच आणि वरच्या टोकापासून तळापर्यंत उभ्या रेषांचे बनवले आहे असे भासते. वरती कळसाचा भाग वक्राकार- 'आमलक' असलेले असते. शिखराच्या भिंतीच्या पुढे आलेल्या भागाला रथ म्हणतात. त्यावरून त्रिरथ/ पंचरथ/ सप्तरथ असे मंदिरांचे प्रकार ओळखले जातात.

उत्तर भारतातील ओरिसा, मध्य प्रदेश येथील मंदिरे नागरशैलीची आहेत. ओरिसामध्ये इसवीसनाच्या ७/८ व्या शतकापासून या मंदिरांची निर्मिती झाली. जगप्रसिद्ध कोणार्क मंदिराची निर्मिती (सूर्यमंदिर) तेराव्या शतकात झाली. मध्य प्रदेशात खजुराहो येथे मंदिरसमूह इ.स. ९५० पासून १०५० या काळात बांधण्यात आला.

आता द्राविडशैलीची ओळख करून घेऊ.

द्राविड शैली द. भारतात वापरली आणि लोकप्रिय झाली.

१) गाभारा चौरस

२) गाभारा व मुख्य मंडप या दोहोंमध्ये एक छोटा अर्धमंडप होता. त्याची पुढे 'अंतराळ' म्हणून ओळख राहिली पण हा 'अंतराळ' द्राविडशैलीत आवश्यक घटक

नाही. काही मंदिरांत अंतराळ आहे तर काही मंदिरांत नाही.

३) द्राविड मंदिरांतील मंडप आयताकार, मोठ्या आकाराचे आहेत. वाहन मंडप स्वतंत्र आहेत. मुख्य मंडपही आहेत. मंडपांची संख्या (२-३) आवश्यकतेनुसार वाढवलेली दिसते. तसेच कधी कधी मुख्य मंडपाच्या शेजारी छोटे मंडप आढळतात.

४) द्राविडशैलीत भिंतीची मोडणी फारशी नसते. एक आड एक भाग पुढे-मागे करून मोडणी करतात. पण त्यातही भिंतीचा आयताकार तसाच ठेवला जातो.

५) येथे छायाप्रकाशाचा खेळ होत नाही. भिंतीची रचना प्रकाश आणि छाया यांना अनुकूल होत नाही. भिंतीचे जे भाग पुढे आलेले असतात ते सामान्यतः आयताकार असतात. त्यात अर्धस्तंभांच्या सहाय्याने देवकोष्ठ तयार करून त्यात मूर्ती/ शिल्पे बसवलेली असतात.

६) द्राविड मंदिरावरचे शिखर - गाभाऱ्यावरचे शिखर उंच असते. मात्र मंडपावरचे छत सपाट असते. द्राविड मंदिरातील शिखरावर मजले स्पष्ट दिसतात. त्यांना 'भूमी' असे म्हणतात. या भूमीवरती शाळा व कूट या प्रतिकृती वापरलेल्या असतात.

७) द्राविड मंदिरशैलीत उंचीला फार महत्त्व नाही. गाभाऱ्यावरचे शिखर उंच असले तरी उंचीची रेषा वरपासून खालपर्यंत सलग वाटत नाही. प्रत्येक मजल्यावर 'उंची'चा प्रभाव खंडित होत रहातो. त्यामुळे द्राविड मंदिरे स्थूल स्वरूपाची वाटतात.

८) १३ व्या शतकानंतर प्रासादात प्रवेश करण्यासाठी गोपुरे बांधण्यात आली. द्राविड शैलीचे हे नंतरचे वैशिष्ट्य ठरले. गोपुरेसुद्धा द्राविड शिखरांची (भूमी/मजल्यांची) आहेत.

बदामी, ऐहोळे, पट्टदकल येथे चालुक्य राजवंशाच्या काळात मोठा मंदिरसमूह बांधला गेला. या समूहात प्रामुख्याने द्राविडशैलीची मंदिरे आहेत. त्याचबरोबर नागरशैलीतील काही उदाहरणे आहेत. तर दोन्ही शैलींच्या संधिप्रकारातीलही उदाहरणेही या ठिकाणी आहेत.

यानंतरचे मंदिरवास्तुशैलीचे प्रकार सांगता येतात ते वेसर, भूमिज. यांपैकी वेसर शैलीची मंदिरे मुख्यतः कर्नाटकात बांधली गेली. कल्याणीचे चालुक्य, द्वारसमुद्राचे होयसळ यांनी वेसर मंदिरशैलीत मंदिरे बांधली. नागर आणि द्राविडशैलीतून काही वास्तुघटक घेऊन वेसरशैली तयार केली गेली.

महाराष्ट्रामधील मंदिरस्थापत्याचा अभ्यास करताना वरील शैलींचा अभ्यास उपयोगी पडतो. महाराष्ट्रात या शैलींच्यानुसार परिपूर्ण, विकसित अशी मंदिरांची उदाहरणे आढळतातच असे नाही. एकूण महाराष्ट्रातील मंदिरांचा अभ्यास करताना आपण महाराष्ट्रातील इतिहासाचा अगदी माफक आधार घेत आहोत- म्हणजे मंदिरे कोणत्या कालखंडात बांधली गेली- कोणत्या राजवंशाच्या काळात बांधली गेली हे पाहाणार आहोत. तसेच मंदिरस्थापत्यशैलीचाही अभ्यास करणार आहोत.

महाराष्ट्राचा राजकीय इतिहास सातवाहन राजवंशापासून सुरू होतो हे आपल्याला माहीत आहेच. त्यानंतर वाकाटक राजवंश, त्रैकूटक राजवंश (अल्पकाळासाठी), कलचुरी, राष्ट्रकूट, चालुक्य, यादव राजवंश अशी यादी ऐतिहासिक कालक्रमाप्रमाणे देता येईल. त्या त्या कालखंडात मंदिरनिर्मिती झाली होती याचे पुरावे अवशेषरूपात सापडतात. (काही मंदिरे उदा. शिखर पडून गेलेली, मंडप भग्न झालेली अशी सापडली आहेत.)

विटांची मंदिरे

मंदिरे कोणत्या बांधकाम साहित्यापासून बांधली आहेत हा मुद्दासुद्धा मंदिराचे प्राचीनत्व/ निर्मितिकाळ ठरवण्यासाठी उपयोगी ठरतो. मंदिरबांधणीच्या परंपरेमध्ये सुरुवातीची बहुतांशी मंदिरे विटांनीच बांधली गेली असावीत. पण विटांची बांधकामे पाषाणाच्या तुलनेत नाशवंतच! त्यामुळे सुरुवातीच्या कालखंडातील फारच कमी मंदिरे आजपर्यंत टिकली आहेत. विटांच्या मंदिरांचे अवशेष सापडले आहेत. उदा. पैठण येथे विटांच्या मंदिराचे अवशेष मिळाले. पैठण हे सातवाहनांचे राजधानीचे ठिकाण होते हे येथे लक्षात ठेवले पाहिजे. काही ठिकाणी वाकाटक राजांच्या काळातील (इ.स.२५० ते ५१०) विटांच्या मंदिरांचे अवशेष मिळाले आहेत. उदा. मांढळ (नागपूर), नागर (भंडारा) आणि वाशिम.

प्रस्तर मंदिरे

रामटेक येथे पाच मंदिरांचा शोध लागला. ही प्रस्तर – पाषाणातील मंदिरे होती. रामटेक येथेच त्रिविक्रम मंदिर आधी माहीत होतेच म्हणजे एकूण सहा मंदिरांचा अभ्यास केला गेला. या मंदिरांपैकी काहींचा उल्लेख तत्कालीन शिलालेखात मिळाला आहे. पुरातत्त्वज्ञांनी या मंदिरांचा अभ्यास करताना खालील मुद्दे विचारात घेतले. १) मंदिर-स्थापत्य शैली २) मूर्ती ३) इतर तुलनात्मक अभ्यासासाठीचे पुरावे (शिलालेख) (ताम्रपट) इ. ही मंदिरे प्राचीन होती आणि त्यांचा जीर्णोद्धार झालेला होता. पुरातत्त्वज्ञांनी जीर्णोद्धाराचा भाग बाजूला केल्यावर मूळ प्राचीन मंदिराचे स्वरूप स्पष्ट झाले. उदा. विधान, द्वारशाखा, छत/शिखर इ.

त्यानंतर या मंदिरांचा कालखंड ठरवता आला. इ.स. ५ व्या शतकात ही मंदिरे बांधली गेली हे ठरवले गेले. तुलनात्मक पुरावा म्हणून शिलालेख ताम्रपट यांचा अभ्यास केला गेला.

रामटेक येथील ही सहा मंदिरे – १) गुप्तराम मंदिर, २) वराह मंदिर, ३) भोगराम मंदिर, ४) त्रिविक्रम मंदिर, ५) केवल नरसिंह मंदिर, ६) रुद्र नरसिंह मंदिर.

या सहा मंदिरांची वैशिष्ट्ये आपण थोडक्यात जाणून घेऊ या.

गुप्तराम मंदिराचे विधान गर्भगृह + अंतराळ + मंडप असे अगदी साधे आणि मंदिर स्थापत्याच्या दृष्टीने पहिल्या टप्प्यातील आहे. वराह मंदिर चौरसाकृती जगती/ पीठावर आहे आणि फक्त मंडप स्वरूपात आज आहे.

त्रिविक्रम मंदिर भग्नावस्थेतच आहे. येथे माणसाच्या आकारातील त्रिविक्रमाची मूर्ती आहे. या मूर्तीमुळेच हे मंदिर ओळखले जाते. पीठाचे खूर, कुंभ, वेदिका हे तीन थर आढळतात. मंडपात दोन स्तंभ आहेत, ते वाकाटककालीन आहेत. केवल नरसिंह मंदिरामध्ये पुरातत्त्वज्ञांनी पूर्वीचे जीर्णोद्धार केलेले घटक बाजूला केले तेव्हा मूळ मंदिराचे विधान स्पष्ट रूपात समोर दिसले. मंडपातील भिंतीवरचा एक वाकाटककालीन शिलालेख सापडला. या मंदिराच्या प्रवेशद्वारावरची द्वारशाखा विशेष आहे. द्वारशाखेच्या तळाशी धनाच्या पिशव्या उलट्या करून नाणी ओतणारे गण आहेत. (कुबेर / यक्ष यांच्या प्रतिमांशी साम्य आहे). गर्भगृहाच्या बाह्य भिंतीवर वेदिका आहे. त्रिविक्रम मंदिराशी हे अलंकरण साम्य दर्शवणारे आहे. रुद्र नरसिंह मंदिरात वेगळे वास्तुघटक आढळून आले. मंदिराला अंगप्रत्यंग मिळून दहा पुढे आलेले भाग होते आणि आठ पाण्याची कुंडे मिळाली. या पुढे आलेल्या भागांवर कोणत्या देवदेवता होत्या हे सांगता येत नाही. आठ कुंडांची योजना अभिषेकाचे पाणी साठवण्यासाठी केली असावी. भोगराम मंदिरात दोन गर्भगृहे आहेत.

या मंदिरांचे विधान, अलंकरण यावरून असे दिसते, ५ व्या शतकातील या स्थपतींनी या मंदिरांमध्ये विधानांमध्ये काही बदल केले, प्रयोग केले आहेत. ते तितके कुशल होते हे सिद्ध होते.यानंतर कलचुरी आणि राष्ट्रकूट राजवंशाच्या काळात मंदिर-निर्मिती चालू राहिली. कलचुरींच्या काळातील एक मंदिर विशेष आहे. 'तेर' येथील उत्तरेश्वर मंदिर. हे विटांचे बांधीव मंदिर आहे. विटा आणि लाकूड यांचे बांधकाम आणि परंपरा मंदिर स्थापत्याची- अशी सांगड या मंदिराच्या निमित्ताने जाणवते.

राष्ट्रकूट घराण्याचा कालखंड (इ.स. ६ व्या शतकानंतर) आणि कलचुरी घराण्याचा कालखंड (इ.स. ५५० च्या पुढे) या संमिश्र काळातही मंदिरनिर्मिती होत होती. राष्ट्रकूट घराण्याचा आश्रय असलेले 'एकपाषाणी' मंदिर वेरुळ लेणे क्र. १६- हे द्राविड पद्धतीचे एकपाषाणी/ एकाश्म मंदिर आहे. वेरुळ लेण्यांचा अभ्यास करताना त्याचा अभ्यास आपण केला आहेच. त्याची येथे पुनरावृत्ती करायला नको.

तेर (धाराशिव, उस्मानाबाद) येथेच कालेश्वर मंदिर, रामटेक (नागपूर) येथील देवी मंदिर, वाकेश्वर मंदिर (भंडारा), भटाळा (चंद्रपूर) येथील शिवमंदिर ही मंदिरे राष्ट्रकूट- कलचुरी या संमिश्र काळातील आहेत. मूर्ती/शिल्पे सापडली आहेत. त्यांचे परिशीलन केले असता त्यांचे राष्ट्रकूटकलेशी साम्य आढळते.

यानंतर महाराष्ट्रावर यादव, शिलाहार राजवंशांचे राज्य होते. इसवी सनाच्या दहाव्या शतकापासून चौदाव्या शतकाच्या प्रारंभापर्यंत यादव घराण्याचे राज्य होते. मुख्यतः खानदेश, मराठवाडा भागावर त्यांचे राज्य होते. याचवेळी दक्षिण, पश्चिम महाराष्ट्रावर शिलाहार राजवंश राज्य करत होता. म्हणून हा कालखंड संपूर्ण महाराष्ट्राच्या दृष्टीने मंदिरस्थापत्याचा 'यादव शिलाहार' कालखंड होय.

या काळात हिंदू व जैन मंदिरांची निर्मिती झाली. महाराष्ट्रात आज मंदिर स्थापत्य-जे उपलब्ध आहे ते प्रामुख्याने यादव, शिलाहार काळातील आहे. याचा पुरातत्त्वज्ञांनी अभ्यास केला. या मंदिरांचा निर्मितिकाळ कोणता? त्यांची स्थापत्यशैली कोणती? वास्तुघटक, वास्तुविशेष कोणते सांगता येतील? महाराष्ट्राच्या राजकीय इतिहासाचे परिणाम या मंदिरनिर्मितीवर कसकसे झाले?

मंदिरांची शैली ठरवताना त्याचे शिखर हा घटक महत्त्वाचा ठरतो. शिखरावरूनच त्या मंदिराची शैली ठरते. (मंदिर द्राविड/ नागर/ वेसर, भूमिज- शैलीचे आहे) पण दुर्दैवाने महाराष्ट्रातील मंदिरांपैकी बऱ्याच मंदिरांची शिखरे (मूळची) पडून गेली आहेत. ज्या मंदिरांची शिखरे आहेत त्यांचा अभ्यास करून असे लक्षात आले की, महाराष्ट्रातील मंदिरे प्रामुख्याने दख्खन नागरशैलीची आहेत परंतु नागरशैली जी ओरिसा, मध्य प्रदेशात आढळते त्यापेक्षा महाराष्ट्रातील शैली वेगळी आहे. श्री. के.व्ही. सौंदरराजन यांनी पारंपरिक वास्तुशास्त्रीय परिभाषेचा वापर करून महाराष्ट्रातील बांधीव मंदिरांच्या शैलीला- जी प्रादेशिक म्हणता येईल- भूमिज असे ठरवले आहे. 'भूमिज' शैलीचे परंपरागत परिभाषेत जे वर्णन आहे त्यांचा अभ्यास करून त्यांनी हे मत मांडले. याबरोबरच त्यांचे दुसरे मतही महत्त्वाचे आहे. महाराष्ट्रावर आजूबाजूच्या प्रांतातील मंदिर-स्थापत्यशैलीचा प्रभाव पडलेला आहे. हा प्रभाव संपूर्ण महाराष्ट्रावर एकसारखा नाही. महाराष्ट्रातील वेगवेगळ्या भागांवर वेगवेगळा प्रभाव आहे. या काळात यादव साम्राज्य महाराष्ट्राच्या सीमा ओलांडून शेजारील प्रदेशांत विस्तारले होते. त्यामुळे नवनवीन प्रदेशांतील कलेचा प्रभाव पडला. मध्य प्रदेश, गुजरात, कर्नाटक, आंध्र या प्रदेशांत ज्या स्थापत्यशैली होत्या त्यांचा प्रभाव महाराष्ट्राच्या त्या त्या भागांवर कमी-अधिक प्रमाणात पडला. उदा. मध्य प्रदेशातील चंदेल राजवंशाच्या काळात (इ.स.९ व्या शतकाच्या पुढे) नागर मंदिरे उभी राहिली (खजुराहो), त्यामुळे उत्तर आणि पूर्व महाराष्ट्रात या शैलीचा प्रभाव मंदिरस्थापत्यावर पडला. दक्षिण महाराष्ट्रातील मंदिरस्थापत्यावर उत्तर कर्नाटकातील चालुक्य राजवंशाच्या कलाशैलीचा (इ.स. ६ व्या शतकाच्या पुढे) प्रभाव पडला आहे.

महाराष्ट्रातील मंदिरांचा अभ्यास करताना मंदिरांची विभागणी तीन प्रकारांत करावी लागते.

१) प्रस्तर मंदिरे - नागर, भूमिज, वेसर, फांसना शिखर असलेली - मंदिरे.

२) प्रस्तर मंदिरे भूमिज + विटांचे शिखर असलेली मंदिरे

३) प्रस्तर मंदिरे भूमिज + शिखर पडून गेलेली मंदिरे

आता आपण प्रत्यक्ष मंदिरांची उदाहरणे घेऊनच रचना समजावून घेऊ.

महाराष्ट्रातील नागर मंदिरे :

१) भांदक (ता. भद्रावती, जि. चंद्रपूर) येथील चंडिकामंदिर : या मंदिराची निर्मिती. इ.स. १०७६ या काळातला लेख मंदिरात आहे. मंडप व गर्भगृह हे

या मंदिराचे वास्तुघटक आहेत. मंडपाचे शिखरापासून नागरशैली आहे हे कळून येते. मध्य प्रदेशातील कलचुरी शैली आढळते.

२) मार्कंडी येथील मंदिरे : (गडचिरोली) वैनगंगा नदीच्या तीरावर मार्कंडी येथे मंदिरे निर्माण झाली. येथे वैनगंगा नदी वळण घेऊन उत्तराभिमुख बनते. त्यामुळे हे स्थान पवित्र मानले गेले आहे. या मंदिरावर (बाह्यांगावर) शिल्पे/शिल्पपट्ट/मूर्ती यांची रेलचेल आहे. या मंदिरांवर लतिन नागर आणि फांसना पद्धतीचे शिखर आहे. या शिखरशैलीचे साम्य मध्य प्रदेशातील कलचुरी व चंदेल कलाशैलीशी आहे.

यापैकी मार्कंडऋषी मंदिर महत्त्वाचे आहे. हे मंदिर पूर्वाभिमुख आहे. मंडप (तीन मुखमंडप असलेला) + अंतराळ + गर्भगृह. मंडपावर एकूण पाच शिखरे होती, ती फांसना पद्धतीची आहेत (सध्या चार शिखरेच अस्तित्वात आहेत.). गर्भगृहावर लतिन नागरशैलीचे शिखर आहे. हे शिवमंदिर आहे. नंदीसाठी स्वतंत्र मंडप आहे.

या मंदिरसमूहात सध्या एकूण अठरा मंदिरे शिल्लक आहेत. या मंदिरांचा कालखंड इ.स. १०वे शतक ते इ.स.चे ११वे शतक असा ठरवला गेला आहे.

अंजनेरी मंदिर समूह : नाशिकजवळ अंजनेरी गावाजवळ एकूण सोळा मंदिरांचा समूह आहे. काही जैन व काही हिंदू मंदिरे आहेत. या सर्व मंदिरांची फारच वाईट अवस्था आहे. अवशेषरूपातच ही मंदिरे उभी आहेत. या मंदिरांचा काळ ठरवणे हे काम सोपे नव्हते. पण यांपैकी एका मंदिरात महासामंत सेऊणचंद्र यादवाचा शिलालेख सापडला. त्यावरून इ.स. ११२० ते ११४५ हा कालखंड निश्चित झाला. म्हणजेच ही सर्व मंदिरे अकराव्या किंवा बाराव्या शतकात बांधली गेली. येथील मंदिरांवर तीनही प्रकारची शिखरे आढळतात- नागर, भूमिज, फांसनाकार. या मंदिरांवर शिल्पकाम तुलनेने कमी आहे. या मंदिरांपैकी तीन मंदिरे + दोन मठ हे एकाच प्रांगणामध्ये आहेत. त्यांची एकच सीमा-भिंत आहे. तीनही मंदिरे नागरशैलीची पंचरथ पद्धतीची आहेत.

अशा प्रकारची नागरशैलीची मंदिरे खालील प्रमाणे आहेत.

१) सिन्नर येथील गोंदेश्वर : पंचायतनप्रकारचे हे मंदिर उंच पीठावर आहे. मुख्य मंदिर शिवाचे, चार कोपऱ्यात चार छोटी मोठी (आयतन = देवस्थाने, देवालये, स्थाने) परिवारदेवतांसाठी आहेत. या शिवमंदिराला नंदी मंडप स्वतंत्र आहे. या मंदिराच्या गर्भगृहावर भूमिज शिखर आहे. चार आयतनांवर नागरशिखरे आहेत. नंदीमंडपावर द्राविड शिखर आहे.

२) लोणाड, ता.कल्याण, जि. ठाणे येथे शिवमंदिर आहे. अवशेष अवस्थेत आहे. तीन गर्भगृह असलेले हे मंदिर आहे.

३) रामटेक येथील रामलक्ष्मण मंदिर

४) महागाव (जि. यवतमाळ) येथील द्विदल मंदिर : दोन गर्भगृह असलेले मंदिर आहे. मुख्य गर्भगृहात विष्णू आणि उपगर्भगृहात शिव आहे. याचे विधान साधे

नाही. थोडे गुंतागुंतीचे आहे. अर्धखुलामंडप (ज्याला पूर्व आणि उत्तर दिशेला अर्धमंडप आहेत.) अंतराळे दोन, गर्भगृहे दोन असे विधान आहे. १३व्या शतकाच्या अखेरीस हे मंदिर बांधण्यात आले असावे. उपगर्भगृहावरचे शिखर आता नाही. मुख्य गर्भगृहावर प्राचीन नागर पद्धतीचे शिखर आहे.

५) काटोळ (जि. नागपूर) येथील कर्पूरेश्वर, चंडिका मंदिर.

६) संगमेश्वर येथील सोमेश्वर, कपिलेश्वर मंदिर (जि. रत्नागिरी)

महाराष्ट्रातील वेसर मंदिरे :

वेसर मंदिरे : वेसर मंदिरे म्हणजे नेमकी कोणती शैली आहे? त्या शैलीची लक्षणे कोणती? हे प्रश्न आपल्याला पडतात. वेसर शैलीसंदर्भात संशोधकांमध्ये एकवाक्यता नव्हती. मंदिराचे शिखर पडून गेल्यामुळे त्याचा जीर्णोद्धार झाल्यामुळे शिखरवैशिष्ट्ये बदलतात, हेही एक कारण होते. श्री. ढाकी या पुरातत्त्वज्ञाने कन्नड शिलालेखांचा अभ्यास करून वेसरशैलीची ओळख पटवली. नागर आणि द्राविडशैलीतील वास्तुघटकांच्या मिश्रणातून वेसर मंदिर स्थापत्यशैली तयार होते. कल्याणीचे चालुक्य, द्वारसमुद्रमचे होयसळ या राजवंशांच्या (इ.स.१०२२ ते १३४६) आश्रयाने कर्नाटकात जी मंदिरे निर्माण झाली ती वेसर मंदिरे होती. इ.स.च्या दहाव्या शतकाच्या अखेरीस ही शैली उदयास आली. चालुक्य राजांचे मांडलिक असलेल्या यादव, शिलाहार राजांच्या काळात महाराष्ट्रात या मंदिरांची निर्मिती झाली. त्यापैकी थोडी मंदिरे महाराष्ट्रात शिल्लक आहेत.

आयेश्वर मंदिर : वेसरशैलीतील यादव काळातील मंदिर आहे. सिन्नर (नाशिक) येथे हे मंदिर आहे.

विधान : पूर्वाभिमुख मंदिर आहे. मुखमंडप + मंडप + अंतराळ+ गर्भगृह असे विधान आहे. मंडपावरचे शिखर पूर्ण पडून गेले आहे. गर्भगृहावरचे शिखर अंशतः शिल्लक आहे.

आयेश्वर मंदिराची वैशिष्ट्ये :

१) गर्भगृहाच्या द्वारावरील ललाटावर सप्तमातृकांच्या मूर्ती

२) अंतराळाच्या छतावर अष्टदिक्पाल

३) अंतराळाच्या कमानीवर नृत्यमग्न शिवाचे शिल्प, लक्ष्मीचे शिल्प

४) गर्भगृहाच्या बाह्यांगावर अर्धस्तंभ (कर्नाटक शैलीत)

५) या मंदिराच्या गर्भगृहाचे 'पीठ' कर्नाटकातील मंदिरांमध्ये आढळणाऱ्या 'पीठा' सारखे आहे.

६) गर्भगृहाच्या बाह्यांगावर जी भद्रकाष्ठे आहेत त्याच्या कपोतालीच्या वरच्या त्रिभान भागावर शाला शिखर आहेत.

किन्ही येथील मंदिर :

किन्ही (जि.अकोला, ता. मालेगाव) येथे तीन मंदिरे आहेत. त्यांतील एक वेसर मंदिर आहे. यांपैकी एका मंदिराचे शिखर शिल्लक आहे आणि चांगल्या स्थितीत आहे. हे शिखर होयसळ मंदिरशैलीतील शिखराशी मिळतेजुळते आहे. म्हणजेच 'वेसर' शैलीतील आहे.

विधान : मंडप + अंतराळ + गर्भगृह असे विधान आहे. मंडपाला मुखमंडप, अर्ध मंडप नाहीत. बाह्यांगे सपाट आहेत. द्वारशाखा पंचशाखांची आहे. या वैशिष्ट्यावरून या मंदिराचा काळ इ.स.च्या १३ व्या शतकात उत्तरार्धात बांधले गेले.

भूमिज मंदिरे : महाराष्ट्रातील बहुसंख्य मंदिरांची शैली भूमिज शैली आहे. प्रा. स्टेला क्रेमरिश यांनी हे पुराव्यानिशी सिद्ध करून दाखवले आहे. या मंदिरांचा अभ्यास करताना १) प्रस्तरशिखर असलेली भूमिज मंदिरे. २) विटांचे शिखर असलेली भूमिज मंदिरे. महाराष्ट्रात काही भूमिज मंदिरांवर विटांची शिखरे आहेत. ती जीर्णोद्धार करताना बांधलेली नसून मूळ मंदिराचीच अंगे आहेत. महाराष्ट्रात स्थपतींनी विटांचा उपयोग शिखरासाठी स्वत:च केलेला दिसतो. कदाचित येथील प्रस्तर शिखरांसाठी योग्य वाटला नसेल.

भूमिज शैलीची वैशिष्ट्ये : १) गर्भगृहाला प्रक्षिप्त कोन असतात. २) मुळात गर्भगृहाचे विधान चौरस असते. या चौरसाचा केंद्रबिंदू धरून जर चौरस आकार फिरवला तर अशा प्रकारचे कोन तयार होतात. ३) गर्भगृहाच्या तीनही बाहेरील भिंतींवर मंदिराच्या पायथ्यापासून सुरू होऊन आमलकापर्यंत जाणारे रथ किंवा उभे पट्टे असतात. हे सलग अखंड पट्टे हे प्रमुख वैशिष्ट्य आहे. यालाच 'रथ' असे म्हणतात. या रथामुळे शिखराचे उभे भाग पडतात त्या भागांच्या संख्येवरून– त्रिरथ/पंचरथ / सप्तरथ असे संबोधले जाते. ४) या पट्ट्यांवर देवकोष्ठ तयार केलेले असतात. या देवकोष्ठांमध्ये देवमूर्ती असते. – जी गर्भगृहातील देवाशी संबंधित असते. उदा. शिव ही मुख्य देवता असेल तर बाह्यांगावरील देवकोष्ठात पार्वती/ गणेश/काली इतर शिवमूर्ती असतात. ५) मुख्य मंडप + मंडप + अंतराळ + गर्भगृह असे मंदिराचे विधान असते. ६) मंडपाच्या दोन्ही बाजूंच्या भिंतींमध्ये प्रवेशद्वारे करून तेथे अर्धमंडप असतात. ७) गर्भगृहाच्या बाह्यांगावर जे 'रथ' (पट्टे) असतात त्यांच्या मधल्या जागेत छतापासून वरती शिखराच्या टोकापर्यंत मंदिराच्या शिखराच्या लहान लहान प्रतिकृती – लघुशिखरे असतात. ही लघुशिखरे क्रमाक्रमाने आणखी लहान होत जातात. ८) गर्भगृहाच्या प्रत्येक कोनापासून ही शिखरे वर जातात. ९) या लघुशिखरांच्या उभ्या रांगा तयार होतात; पण एका शेजारी एक या रांगा आल्यामुळे आडव्या रांगाही तयार होतात.

भूमिज मंदिरांची विधाने तीन प्रकारची असतात

१) चतुरस्र = चौरस

२) वृत्तसंस्थान = गोल/वर्तुळ आकारात

३) अष्टशाल = आठ भद्र / प्रक्षेप असणारी.

स्थपतींनी ही शास्त्रीय बैठक कायम ठेवून स्वत:च्या प्रतिभेप्रमाणे काही बदल / प्रयोग केलेले आढळतात. गर्भगृह आणि मंडप यांचे एकमेकांशी असलेले कोन यांत बदल केलेले दिसतात.

१) चौरस गर्भगृह : चौरस मंडप (एकमेकांच्या समोर सलग).

२) चौरस गर्भगृह : आयताकृती मंडप (एकमेकांच्या बाजूंसमोर).

३) चौरस गर्भगृह : चौरस मंडप (एकमेकांच्या कोनासमोर)

४) चौरस गर्भगृह : आणि आयताकृती मंडप (गर्भगृहाचा कोन + मंडपाची आयताची बाजू)

वरीलप्रमाणे असे बाजूंचे आणि कोनांचे जोडीदार बदलून विधाने तयार केली गेली.

महाराष्ट्रात अशा भूमिज मंदिरांची निर्मिती यादव, शिलाहार काळात झाली. १) प्रस्तर मंदिरे + प्रस्तर शिखरे, २) प्रस्तर मंदिरे + विटांची शिखरे असेही प्रकार निर्माण केले गेले. यांपैकी काही मंदिरांचा सविस्तर परिचय करून घेऊ.

अंबरनाथ मंदिर (जि. ठाणे) : हे महाराष्ट्रातील सर्वात प्राचीन भूमिज मंदिर आहे. या मंदिरात एक शिलालेख असून त्यात मंदिरनिर्मितीची नोंद आहे. ठाणे येथील शिलाहार राजा मुम्मुणिराज याच्या कारकिर्दीत १० जुलै १०६० या दिवशी हे मंदिर बांधून पूर्ण झाले असा उल्लेख आहे.

विधान : मंदिर पश्चिमाभिमुख आहे. मंदिराचे विधान पुढीलप्रमाणे आहे. मुखमंडप + मुखमंडप (दोन बाजूला अर्धमंडप) + अंतराळ + गर्भगृह असे विधान आहे. गर्भगृहाचे स्थान मंडपापेक्षा खालच्या पातळीवर आहे. मंडपातून पायऱ्या. येथील शिवलिंग स्वयंभू असल्यामुळे ते जेथे होते त्याला अनुसरून इतर वास्तूंची निर्मिती झाली. गर्भगृहाची पातळी मंडपापेक्षा खाली आहे. मंडप एका विस्तीर्ण पीठावर उभा आहे. मंदिरस्थापत्याच्या शास्त्रशुद्ध नियमांप्रमाणे पीठाची रचना आहे. पीठावर कोरीव कामाचे थर आहेत. उदा. कुंभ, अंतरपत्र, ग्रासपट्टी, गजथर, नरथर इत्यादी.

पीठावर मंडोवर (External Counter wall of the Sanctum)असून त्यावर कुंभभाग (कुंभाच्या आकाराचा Pitcher shaped moulding)आहे. कुंभभागावर देवमूर्तींचा पट्ट आहे. त्यानंतर मंदिराचा जंघा उद्‌गम इत्यादी आहेत.

मंदिराच्या गर्भगृहाचे शिखर भूमिज, मंडपाचे शिखर घंटासंवरण प्रकारचे आहे. घंटासंवरण शिखर असलेले अंबरनाथ मंदिर हे महाराष्ट्रातील पहिलेच मंदिर आहे. गर्भगृहाच्या भूमिज शिखराची आपण आणखी माहिती करून घेऊ.

मंदिरावरचे शिल्पकाम : मंदिराचा तलविन्यास सप्तरथ असून, शिखर

सातमजली (सप्तभूज भूमिज) आहे. अंबरनाथ मंदिरावर इतरही द्राविडशैलीतील अलंकरणे आहेत. उदाहरणार्थ, शालाशिखरे. मंदिराचा मंडोवर, जंघा या भागात संपूर्णपणे शिल्पांकन केलेले आहे. मंदिर तारकाकृती असल्यामुळे गर्भगृह आणि मंडप यांच्या बाह्य भिंतींची मोडणी झालेले आहे. त्यामुळे भिंतीचा काही भाग आत व काही बाहेर असा झाला आहे. या मोडणीला सलिल आणि अंग असे नाव आहे. या सर्व ठिकाणी उत्कृष्ट शिल्पकाम केलेले आहे. या मोडणीमुळे छाया आणि प्रकाश असा दृश्य परिणाम होऊन मंदिर अतिशय सुंदर दिसते. गणेश, चंडिका, महाकाली, गजासुरसंहार मूर्ती, 'ब्रह्मेशानजनार्दनादित्य' ही चार देवांची एकत्रित मूर्ती आहे. (ब्रह्मदेव, शिव, विष्णू (जनार्दन) सूर्य.) ही मूर्ती विशेष अभ्यसनीय आहे. मंडोवरावर अनेक शिल्पपट आहेत, त्यात मार्कंडेयानुग्रह कथा, कल्याण सुंदर दृश्य, मंदिरावर दिक्‌पालही कोरलेले आहेत.

मंदिराच्या मंडपात चौरस रंगशिल्प आहे. मंडपातील स्तंभावरही सुंदर कोरीव काम आहे.

अंबरनाथ येथील हे मंदिर राजस्थानातील उदयपूर येथील उदयेश्वर मंदिराशी साम्य असलेले आहे. परंतु उदयेश्वराचे मंदिर अंबरनाथ मंदिराच्या नंतर (१०६९) पूर्ण झाले.

बलसाणे (जि. धुळे) येथील दोन मंदिरे भूमिजशैलीची आहेत. त्यांपैकी एक फार महत्त्वाचे आहे कारण ते तीन गर्भगृह असलेले आहे. पंचरथ प्रकारचे विधान (गर्भगृहाचे) मुखमंडप + चौरस मंडप + तीन अंतराळे + ३ गर्भगृहे. मुख्य गर्भगृहात शिवलिंग आहे. दोन्ही गर्भगृहांवरच द्वारशाखा आहेत. त्यांवरील शिल्पपट्टमूर्ती पाहता ही दोन गर्भगृहे विष्णू आणि शक्तीसाठी असावीत असे वाटते. मुख्य गर्भगृहात शिवलिंगाच्या मागे – भिंतीत देवकोष्ठ आहे. या मंदिराच्या मंडपाचे स्तंभ – चौरसाकृती तळखडा, चौरसाकृती खांब, अष्टकोनी व वर्तुळाकार घटक, पीठाकृती शीर्ष, कीचकहस्त असे स्वरूप आहे. या मंदिराचे अंबरनाथ मंदिराशी साम्य आहे. परंतु शिखरावरती अलंकरण वेगळे आहे. शिखरावरच्या प्रतिकृती या मुख्य शिखराच्याच प्रतिकृती आहेत. (शाला शिखरे नाहीत.)

सिन्नर येथील गोंदेश्वर मंदिर : सिन्नर येथे (जि.नाशिक) एका विशाल आवारामध्ये हे मंदिर आहे. याच्या भोवती चार उप – आयतने आहेत (मंदिर पंचायतनपद्धतीचे असे म्हटले जाते.) मंदिराचे विधान: मुखमंडप + मंडप (दोन्ही बाजूला अर्धमंडप)+ अंतराळ + गर्भगृह असे आहे. गर्भगृह सप्तरथ पद्धतीचे. या मंदिराचे पीठ शास्त्रानुसार सर्व कोरीवकाम असलेले आहे. जंघाभागावर कोण, भद्र, लवंगावर शिल्पे आहेत. परंतु याव्यतिरिक्त शिल्पकाम नाही. त्यामुळे द्राविडशैलीचा येथे थोडा भाग येतो. अर्धमंडपात कक्षासन आहेत. कक्षासनाच्या वरती शिखराच्या प्रतिकृती कोरल्या आहेत.

मंदिराचा मंडप चौरसाकृती आहे. द्वारशाखा पंचशाखांची आहे. पद्मलता, पद्म,

अर्धस्तंभ, चौकट, गोलक यांची नक्षी आहे. मुख्य गाभाऱ्यात शिवलिंग आहे. मंदिरासमोर नंदीमंडप आहे. चार उपआयतनांमध्ये आग्नेय दिशेला विष्णू, नैर्ऋत्येला गणेश, ईशान्येला पार्वती, वायव्येला सूर्य हे देव आहेत.

इ.स.च्या बाराव्या शतकात हे मंदिर बांधले गेले. याचे नाव गोंदेश्वर आहे. यादवराजपुत्र गोविंद याच्या नावे हे मंदिर बांधले गेले.

खिद्रापूर : कोप्पेश्वर : खिद्रापूर (ता. शिरोळ, कोल्हापूर) हे गाव कृष्णेच्या तीरावर वसलेले आहे.

विधान : स्वर्गमंडप – मंडप + अंतराळ + गर्भगृह असे मंदिराचे विधान आहे. स्वर्गमंडप हा मंडपापासून विलग – थोड्या अंतरावर आहे. गर्भगृह सप्तरथ प्रकारचे आहे. इ.स.च्या बाराव्या शतकात बांधले गेले. शिलाहार राजवंशाच्या काळात हे बांधले गेले. या काळात शिलाहार व यादव राजवंश यांच्यांत राजकीय संघर्ष चालू होता. त्यामुळे यादवराजा सिंघण याने शिलाहारांचा पराभव केला (इ.१२१२). त्याने या मंदिराला अनुदाने, देणग्या दिलेल्या होत्या.

या मंदिराची वैशिष्ट्ये खालीलप्रमाणे आहेत.

१) मुखमंडपाऐवजी – एक पूर्ण मंडप परंतु जो सभामंडपाजवळ पण काही अंतरावर बांधलेला आहे.

२) स्वर्ग मंडपाला शिखर नाही.

३) गर्भगृह व मंडपाच्या पीठावर उंच अशी गजथराची योजना

४) गर्भगृहालगत गर्भगृहातून प्रवेश असलेल्या तीन उपदालनांची निर्मिती

५) स्वर्गमंडपात दिक्पाळ वाहनांवर बसलेले असे पूर्ण उठावातील शिल्पांकन. त्याचबरोबर गर्भगृहाच्या बाह्यांगावर शक्तींसह दिक्पाळ कोरण्यात आलेले आहेत.

६) स्वर्गमंडपावरील घुमटाकार छताचे करोटक छताशी साधर्म्य आहे.

या मंदिराचे वैशिष्ट्य असलेला स्वर्गमंडप त्याची माहिती करून घेऊ या. स्वर्गमंडप हा मुखमंडप नसून एक पूर्ण मंडप आहे. तो त्रिरथ प्रकारचा मंडप आहे. मंडपाच्या जमिनीवर वर्तुळाकार रंगशिला आहे. या मंडपाला छप्पर / छत नाही. घुमटाकार छपराची तळाची बाजू दिसते. कदाचित घुमटाकार पूर्ण झाला नसावा. ह्या अपूर्ण घुमटाकाराला १२ स्तंभांनी पेलले आहे. या स्तंभांच्या हस्तांवर अष्टदिक्पाळ त्यांच्या वाहनांसह कोरले आहेत. तुलापट्टावर गौण देवता कोरलेल्या आहेत. घुमटाची रेषा दाखवण्यासाठी 'गजताल' पद्धतीचे अलंकरण आहे. या मंडपात एकूण ४८ स्तंभ आहेत – कर्नाटक शैलीतील स्तंभाप्रमाणे कमी रुंदीचे उभट असे हे स्तंभ आहेत.

स्वर्गमंडपानंतर मुख्य सभामंडप लागतो. त्याला दोन बाजूंना भव्य प्रवेशद्वार, द्वारशाखा आहेत. मंडपात ३२ स्तंभ आहेत. त्यामुळे हा मंडप विस्तीर्ण आहे. उजेडासाठी

गवाक्षे आहेत.

गर्भगृहात दोन शिवलिंगे आहेत. मंदिराचे बाह्यांग पूर्णपणे मूर्ती, शिल्पपट्ट यांनी नटलेले आहे. जंघाभाग, भद्रकोष्ठे, देवकोष्ठांची शिखरे, शिव, शिवपरिवारातील देव-देवता, गणेश, दुर्गा, दोन शक्तींसह असलेला शिव, विष्णूचे अवतार, ब्रह्मदेव, सुरसुंदरी इत्यादी शिल्पे या मंदिरावर आहेत. शिलाहार शैलीतील हे आगळेवेगळे मंदिर आहे.

रतनवाडी (अमृतेश्वर मंदिर) – अकोले (अहमदनगर) रतनवाडी येथे हे मंदिर आहे. याचे महत्त्व म्हणजे याचे शिखर भूमिजशैलीचे असून ते सुस्थितीत आहे. याचे विधान विशेष आहे.

विधान : अर्धमंडप + मंडप + अंतराळ + गर्भगृह + अर्धमंडप. हा गर्भगृहाच्या मागे एक अर्धमंडप... तो कशासाठी असावा हे कळत नाही. याचे छत फांसनाकार आहे.

विटांचे शिखर असलेली भूमिज मंदिरे : टाहाकरी भवानी मंदिर (१२ वे शतक) टाहकरी गाव हे नगर जिल्ह्याच्या अकोले तालुक्यात आहे. येथील भवानी मंदिर वैशिष्ट्यपूर्ण नि प्रसिद्ध आहे.

विधान : पश्चिमाभिमुख मंदिर आहे. मुखमंडप + मंडप + उपगर्भगृहे असलेला मंडप + अंतराळ + मुख्यगर्भगृह असे याचे विधान आहे.

मुख्य मंडपात चार मुख्य स्तंभ व पाच पाच वामनस्तंभ आहेत. त्यावर घुमटाकार छत आहे. सभामंडपात बारा स्तंभ आहेत. सभामंडपावरही कमानी कमानींचे घुमटाकार छत आहे. घुमटाच्या तिरप्या पृष्ठभागावर नर्तक, वादक, यांच्या मूर्ती आहेत. अंतराळाच्या मागे मुख्य गर्भगृह चौरसाकृती आहे. मंदिराचा अंतर्भाग कोरीव कामाने युक्त आहे.

मंदिराच्या बाह्यांगावर तुलनेने कोरीव काम, मूर्तिकाम कमी आहे. गर्भगृहाच्या बाह्यांगावर तीन भद्र, तीन देवकोष्ठ आहेत. त्यात देवीमूर्ती आहेत. जंघा भागात सुरसुंदरी आहेत.

कोकमठाण जगदंबा देवी मंदिर : कोकमठाण हे गाव कोपरगाव (नगर) जवळ आहे. येथे जगदंबा देवी मंदिर आहे. इसवी सनाच्या तेराव्या शतकात हे मंदिर बांधले गेले. भिंती प्रस्तर पण शिखर विटांचे आहे. गर्भगृह तारकाकृती आहे. मंदिरात दोन गर्भगृहे आहेत. मंडप बिनखांबी आहे. दोन्ही गर्भगृहांच्या दरवाजांवर गरुडमूर्ती, अंतराळाच्या रथिकांवर देवीच्या मूर्ती आहेत त्यावरून हे मंदिर प्रथम विष्णू व लक्ष्मीचे असावे.

शिंगणापूर अमृतेश्वर : शिंगणापूर हे गाव शिखर शिंगणापूर या नावाने प्रसिद्ध आहे. ते सातारा जिल्ह्याच्या माण तालुक्यात असून फलटणच्या आग्नेयीस सुमारे ३७ किमी अंतरावर आहे. एका टेकडीवर हे मंदिर आहे. यादव नृपती सिंघणाने (इ.स. १२०० ते १२४७) हे आणि येथील मंदिर संकुले बांधली होती. पण नंतरच्या काळात त्याचे नूतनीकरण झाले असावे. छत्रपती शिवाजीमहाराजांच्या वंशाचे हे दैवत

आहे. त्यामुळे ऐतिहासिक महत्त्व आहे. या मंदिर संकुलातील दोन मंदिरे भव्य असून विटांनी बांधलेली भूमिज शिखरे आहेत. मुख्य मंदिर शंभू महादेवाचे आहे. ते मराठाकाळात नव्याने बांधण्यात आले आहे.

दुसरे मंदिर अमृतेश्वर आहे : मुखमंडप + मंडप (दोन अर्धमंडप असलेला) + अंतराळ गर्भगृह असे विधान आहे. पंचरथ प्रकारचे गर्भगृह, नवभूमिज प्रासाद असे स्वरूप आहे. गर्भगृह, मंडपाचे पीठ, अधिष्ठान यांवर कोणतेही अलंकरण नाही. मंदिराच्या शुकनासिकात वेसर शिखराची प्रतिकृती आहे. शुकनासिका म्हणजे शिखराचे अमलक आणि ग्रीवा याखालील भागात असणारे नक्षीदार कोनाडे. मंडपातील स्तंभ सारख्याच घटकक्रमाचे आहेत. चौरस तळखडा, अष्टकोनी पट्ट + चौरसघटक + कुंभ + कलशशीर्ष + नागशीर्ष हस्त, प्रवेशद्वारावर द्वारशाखा आहेत. पाच सहा शाखा आहेत.

या मंदिरांना महाराष्ट्रात फार महत्त्व आहे. महाराष्ट्रातील लढवय्या लोकांना हे स्फूर्ती देणारे मंदिर आहे.

कोल्हापूर येथील महालक्ष्मी मंदिर : हे महाराष्ट्राचे दैवत आहे, असे म्हटले तरी वावगे ठरणार नाही. हे त्रैकूट मंदिर आहे. महालक्ष्मी (मुख्यदैवत), महासरस्वती, महाकाली अशा तीन गर्भगृहांचे हे मंदिर आहे. महाकालीचे गर्भगृह दक्षिणाभिमुख, महासरस्वतीचे गर्भगृह उत्तराभिमुख आहे. महालक्ष्मीचे गर्भगृह पश्चिमाभिमुख आहे.

विधान : मुखमंडप (गणेशमंडप) + अर्धखुला मंडप (सभामंडप) + अंतराळ + सांधार गर्भगृह म्हणजे प्रदक्षिणामार्ग ज्यात समाविष्ट आहे असे गर्भगृह.

असे हे विधान आहे. पण या मंदिराचे आणखी एक वैशिष्ट्य आहे. प्रदक्षिणा-पथाच्या बाहेरच्या अंगाला पण गर्भगृहाच्या बाह्यभिंतीच्या आत तीन स्वतंत्र देवळे आहेत.

गर्भगृहावर पायऱ्यापायऱ्यांचे शंक्वाकृती शिखर आहे. मूळ शिखर पडून गेल्यावर मध्ययुगात हे शिखर बांधले गेले. या मंदिराला, (मंडप व उपमंदिरांवर) वरचा मजला / पोटमाळा बांधण्यात आला होता असे आपल्याला वास्तुपुरावे मिळाले आहेत. गर्भगृहापुढे अंतराळ आहे. त्याच्या दोन्ही कोपऱ्यातील भिंत मागे गेलेली आहे. त्यामुळे गर्भगृहाला लागून आयताकार भाग तयार झाला आहे. ते देवीचे शेजघर- दागिन्यांची खोली अशासाठी वापरले जातात. अंतराला एकूण बारा स्तंभ आहेत.

सभामंडपात एकूण चौसष्ट वामनस्तंभ, अठ्ठावीस पूर्णस्तंभ आहेत. हा मंडप अर्धखुला आहे. जालवातायने तसेच महाकाय द्वारपाल आहेत.

मुख्य मंडपाला तीनही बाजूंनी प्रवेशमार्ग आहेत. मुख्य मंडप चौरसाकृती आहे. यालाच जोडून गरुड मंडप मराठाकाळात बांधला गेला आहे.

बाह्यांगावर अलंकरण आहे. पीठावर शास्त्रशुद्ध थर, कोरीव काम आहे. ह्या थरांची नावे त्यावरील नक्षीनुसार असतात. भौमितिक नक्षी असणारा थर - कुंभाची

नक्षी असणारा थर; कलश थर म्हणजे कलशांची नक्षी असणारा थर; कपोत (कबुतर) नक्षी असणारा थर. अंग भागावर म्हणजे भिंतीच्या बाह्य बाजूस नागर शिखरांनी युक्त देवकोष्ठे आहेत. सुरसुंदरी कोरलेल्या आहेत.

महाकाली गर्भगृह हे मुख्य गर्भगृहाप्रमाणेच आहे. याच्या बाह्यांगावरच्या अलंकरणात फरक आहे. सुरसुंदरी कोरलेल्या दिसतात. देवकोष्ठांची शिखरे वेसर प्रकारची आहेत.

महालक्ष्मी मंदिराचे स्थापत्यातील तंत्र : आज आपल्याला महालक्ष्मी मंदिराचे जे स्वरूप दिसते, ते खूप सुंदर तरीही गुंतागुंतीचे असे जाणवते. असंख्य स्तंभ, त्रिदल गर्भगृहे, उपमंदिरे, पोटमाळे / वरचा मजला शिवाय शिखरनिर्मितीत फरक त्यामुळे ह्या मंदिराचे स्थापत्य गुंतागुंतीचे वाटते. आज जरी महालक्ष्मी गर्भगृह हे मंदिराचे मुख्य गर्भगृह आहे असे वाटत असले तरी तज्ज्ञ संशोधकांचे मते प्रथम महाकालीचे मंदिर बांधण्यात आले. नंतर महालक्ष्मी, महासरस्वती गर्भगृहांची भर पडली. म्हणजे मूळच्या एका मंदिराला नवे मंदिर बांधून ते जोडण्यात आले आहे. अशी ही जोड स्थापत्यकला अवघड होती तरी त्या काळातील स्थपतींनी ही अवघड गोष्ट साध्य केलेली दिसते. या प्रकारची स्थापत्य जोड- केव्हा केली गेली असेल असा प्रश्न पडतो. पण तज्ज्ञांच्या मते पहिल्या मंदिरनिर्मितीनंतर लगेच २५ ते ३० वर्षांतच हे जोडकाम झाले असावे.

औंढ्या नागनाथ मंदिर : बारा ज्योतिर्लिंगांपैकी हे एक मंदिर आहे. हिंगोली जिल्ह्याच्या औंढा तालुक्यात औंढ्या (औंढा) या गावात हे मंदिर आहे.

विधान : पंचरथ प्रकारचे मंदिर आहे : मुखमंडप + मंडप (दोन अर्ध मंडप) + अंतराळ + गर्भगृह असे विधान आहे.

मंदिर एका उंच पीठावर आहे. पीठाला स्थापत्यशास्त्राप्रमाणे सर्व थर आहेत. मंदिराच्या भिंती खूप उंच आहेत त्यामुळे भिंतीवर एकावर एक दोन जंघा आहेत.

मंडोवरावर खूप मूर्ती, शिल्पे आहेत. गर्भगृह व अंतराळाच्या बाह्यांगावर अष्टदिक्पाल आहेत. तसेच मंडपाच्या चार कोपऱ्यांवर अष्टदिक्पाल आहेत.

मंडपाला वीस स्तंभ आहेत. मंडपाला दोन्ही बाजूंना अर्धमंडप आहेत. या अर्धमंडपातसुद्धा अष्टकोनी मंडप आहेत.

गर्भगृहाला दोन मजले आहेत. मंडपाच्या पातळीवर एक गर्भगृह व दुसरे त्याच्या खाली असे आहे. गर्भगृह व मंडपाची प्रवेशद्वारे अलंकारयुक्त आहेत. गर्भगृहाच्या द्वारशाखेला सहा शाखा आहेत.

या मंदिराचे एक वैशिष्ट्य म्हणजे गर्भगृहाच्या बाह्यांगावर तीन भद्रकोष्ठाच्या जागेवर आणि देवदेवता दाखविणारा तो शिल्पपट्ट आहे तेथे ध्यानस्थ मनुष्याकृती कोरलेल्या आहेत. हे मंदिर शैवपंथातील आमर्स्क संप्रदायाचे आहे. या ध्यानस्थ शिल्पाचा शिव धार्मिक तत्त्वज्ञानाशी काही संबंध असावा असे दिसते. या मंदिराचे

गुजरातमधील सोमनाथ मंदिराशी साम्य आहे. इसवी सनाच्या १२ व्या शतकाच्या अखेरीस किंवा १३ व्या शतकाच्या सुरुवातीला या मंदिराची निर्मिती झाली असावी.

शिखर पडून गेलेली अशी महत्त्वाची मंदिरे आपण पाहात आहोत त्यापैकी काही मंदिरे खालीलप्रमाणे आहेत.

'होट्टल' मंदिरे : नांदेड जिल्ह्यातील देगलूरजवळ 'होट्टल' गावात तीन मंदिरे आहेत. ही चालुक्य राजवंशाच्या काळातील मंदिरे आहेत. तसा शिलालेखही सापडला आहे. सोमेश्वर मंदिर, परमेश्वर/ सिद्धेश्वर मंदिर, महादेव मंदिर अशी तीन मंदिरे आहेत. चालुक्य राजा सहावा विक्रमादित्य (इ.स.११०१ चा सुमार) याने मंदिरांना दाने दिली होती.

अ) सोमेश्वर मंदिर हे त्रिदल (तीन गर्भगृहे) पद्धतीचे मंदिर आहे. मुखमंडप + मंडप - (तीन बाजूंना तीन गर्भगृहे असलेला मंडप) असे विधान आहे. पूर्वाभिमुख गर्भगृह शिवाचे, उत्तराभिमुख गर्भगृह विष्णूचे आहे. तिसरे दक्षिणाभिमुख गर्भगृह ब्रह्मदेवाचे किंवा देवीचे असावे. कोणत्याच गर्भगृहात देवमूर्ती नाही. शिलालेखामध्ये 'त्रैपुरुषक देवालय' असा उल्लेख आहे. पण ब्रह्मदेवाचे म्हणून जे गर्भगृह आहे त्याच्या द्वारावर पाश, अंकुश, फळ धारण केलेली लक्ष्मी कोरली आहे. त्यामुळे ते 'शक्ती'चे असावे असे वाटते. शिलालेखानुसार या मंदिराची निर्मिती इ.स.११०१ च्या आसपास झाली असावी. (सहावा विक्रमादित्य याच्या २६ व्या वर्षी दान दिलेले आहे.)

परमेश्वर / सिद्धेश्वर मंदिर : चालुक्य राजा विक्रमादित्याच्या काळात हे मंदिर बांधले गेले.

विधान : गर्भगृह + अंतराळ + मंडप (अर्ध खुला) व दोन बाजूंना अर्धमंडप + मुखमंडप असे विधान आहे.

मंडपातील स्तंभ उत्तर चालुक्य पद्धतीचे आहेत. गर्भगृहाच्या ललाटबिंबावर गजलक्ष्मी आहे. द्वारशाखा सहा शाखांनी नटलेली आहे. गर्भगृहांना शैव आणि वैष्णव प्रतिहार (द्वारपाल) आहेत.

'अन्वा' येथील शिवमंदिर : जालना जिल्ह्याच्या भोकरदन तालुक्यातील अन्वा गावात हे मंदिर आहे.

विधान : मंदिराची निर्मिती पीठावर (४' उंची) आहे. गर्भगृह + अंतराळ + मंडप (अर्ध खुला) व दोन बाजूंना दोन अर्धमंडप + मुखमंडप असे मंदिराचे विधान आहे. मंडपात एकूण ३२ स्तंभ आहेत. मंदिरात वैष्णव द्वारपाल आहेत. मंदिराच्या बाह्यांगावर विशेष कोरीव काम, शिल्पे आहेत. सुरसुंदरी आहेत. याबरोबरच वैष्णव शक्तिदेवता कोरलेल्या आहेत. प्रसिद्ध मंदिरस्थापत्यतज्ज्ञ डॉ.गो. बं.देगलूरकर यांच्या मते या मंदिराची निर्मिती वैष्णव मंदिर म्हणून झाली. नंतर ते शिवमंदिर म्हणून ओळखले जाऊ लागले.

निलंगा येथील नीळकंठेश्वर मंदिर : लातूर जिल्ह्यातील निलंगा येथे हे मंदिर

आहे. हे त्रिदल पद्धतीचे मंदिर आहे.

तीन गर्भगृहे – पूर्वाभिमुख असलेले मुख्य गर्भगृह आहे. त्यात शिवलिंग आहे. उत्तराभिमुख गर्भगृहामध्ये हर आणि गौरी यांच्या मूर्ती आहेत. दक्षिणाभिमुख गर्भगृहामध्ये विष्णूची केशवरूपातील मूर्ती आहे.

विधान : तीन गर्भगृहे + अंतराळ मंडप + मुखमंडप असे विधान आहे. (अंतराळ हा वास्तुघटक प्रत्येक गर्भगृहाला आहे. गर्भगृहांच्या तीन भद्रांवर शैव, वैष्णव, देवदेवतांच्या मूर्ती आहेत.)

वरील मंदिरांखेरीज अनेक मंदिरे थोड्या थोड्या फरकाने निर्माण केलेली दिसतात. शास्त्रशुद्ध स्थापत्यशास्त्राच्या ग्रंथांची निर्मिती झालेली होती. स्थपती मंदिर बांधताना काटेकोरपणे परंपरा, शास्त्रे यांचा आधार घेत होते. तरीही शास्त्राच्या मर्यादा असूनही स्थपतींनी स्वतःच्या प्रतिभेला अनुसरून नवनिर्मिती केलेली आढळते. १) बहुगर्भी मंदिरे २) मंडपाला अर्धमंडपाची जोड देणे. ३) शिखरशैलीत मूळ शैली कायम ठेवून मंडपाचे शिखर वेगळे बांधणे (उदा. फांसना) ४) मंदिराच्या जंघा वेगवेगळ्या प्रकारांनी बांधणे. उदा. जंघा (नागरी), जंघा (लाटी), जघा (द्राविडी), जंघा (वाराटी) असे प्रयोग ते करत होते. मंदिरनिर्मितीसाठी द्रव्याची गरज फार मोठी असे. आश्रयदाता किती द्रव्य देतो यावरही कदाचित मंदिराची भव्यता ठरवली जात असेल असे म्हणता येईल. शिल्पांच्या शैलीचेही प्रकार आहेत. पल्लवशैली, चोलशैली, राष्ट्रकूट शिल्पशैली, चालुक्यशैली इत्यादी. त्यांचाही उपयोग मंदिराच्या अलंकरणासाठी केला जाई. म्हणजे मंदिरवास्तूच्या विविध घटकांमध्ये त्यांना प्रयोग करण्याचे स्वातंत्र्य होते. त्यामुळेच अनोखी रूपे मंदिरातील घटकांना मिळालेली दिसतात.

मराठेशाहीचा कालखंड

आपण महाराष्ट्रातील प्राचीन, मध्ययुगीन मंदिर स्थापत्य पाहिले. आता मराठा कालखंडातील मंदिरस्थापत्याचा परिचय करून घेऊया. यादव राजवंशाच्या कालखंडात महाराष्ट्रावर मुस्लिमांचे आक्रमण झाले. इ.स.१३०० ते १७०० हा कालखंड म्हणजे इस्लामी सत्तेचा कालखंड. या काळात मंदिरस्थापत्याची पीछेहाट झाली. मंदिरनिर्मिती ही एकट्यादुकट्याचे काम नव्हते. इस्लामी आक्रमणामुळे यादव राजवंशाची राजवट संपली. महाराष्ट्रातील इतर राजवंशांचीसुद्धा राजवट संपुष्टात आली. त्यामुळे मंदिर स्थापत्याला असलेला राजाश्रय संपला. त्यामुळे भव्य आणि कोरीव कामांनी समृद्ध अशी मंदिरनिर्मिती थांबली. परंतु अठराव्या शतकात काही मंदिरे बांधली गेली तसेच जुन्या मंदिरांचा जीर्णोद्धार करण्यात आला. यादव राजवट संपल्यानंतर आणि मराठा राज्यस्थापनेच्या मधल्या काळात साधे विधान असलेली, अलंकरण कोरीवकाम अल्प प्रमाणात असलेली लहान मंदिरे काही गावांत बांधली गेली. या मंदिरांना हेमाडपंती मंदिरे असे संबोधले जाते. म्हणजे अकराव्या व बाराव्या शतकातील मंदिरनिर्मितीच्या

तत्त्वांवर आधारलेली जी मंदिरे तेराव्या व चौदाव्या शतकात बांधली गेली त्या मंदिरांना तज्ज्ञ लोकांनी ''हेमाडपंती'' असे संबोधले आहे. जनमानसातसुद्धा या मंदिरांची हेमाडपंती मंदिरे अशीच संज्ञा लोकप्रिय आहे. यादवकाळातील मंदिरांचे विधान यात वापरलेले आहे. स्तंभांचाही तोच प्रकार- हस्त नाग वगैरे आढळतो. बऱ्याच वेळा अलंकरण कमी असते. शिखर बऱ्याचदा नष्ट झालेले किंवा पुढच्या काळात केव्हातरी पुन्हा बांधलेले असते, ही हेमाडपंती शैली. हेमाडपंत किंवा हेमाद्री नावाचा रामदेव यादवाचा मंत्री होता. त्याचा काळ आहे १३ वे शतक (कार्यकाळ सु. १२६० ते १२७५). यादव मंदिर शैलीचा याचा तसा संबंध नाही. यादव शिलाहार काळातील मंदिरे ११ व्या शतकापासून बांधली आहेत. म्हणून सरसकटपणे हेमाडपंती मंदिरे असा उल्लेख करता येणार नाही.

मराठेशाहीमध्ये म्हणजे १८ व्या शतकात मंदिरे उभी राहिली. त्यांना मराठेशाहीतील सरदारांनी आश्रय दिला. यादव राजवटीतल्या मंदिरांची तोडफोड झाली होती. त्यांची दुरुस्ती करणे, नवीन एखाद्या ठिकाणी मंदिर उभे करणे असे मंदिरस्थापत्याचे स्वरूप होते. जुन्या मंदिरांचे वास्तुघटक एकत्र करून नवीन मंदिर उभारणी करणे हेही या काळात होत होते. मराठा मंदिरशैलीत आपल्याला मंदिरांचे ३ प्रकार दिसतात.

१) यादवकाळातील मंदिरांप्रमाणे (भूमिज शैली) बांधलेले मंदिर. त्यात स्थानपरत्वे थोडा बदल झालेलाही आढळतो.

२) दुसरा प्रकार आहे तो म्हणजे मध्य प्रदेशातील नागरशैलीप्रमाणे काही मंदिरांची निर्मिती झाली.

३) तिसरा प्रकार म्हणजे स्थानिक मंदिरशैली. त्यात अनेक वास्तुघटकांची सरमिसळ झालेली आहे.

आपण वरील तीनही प्रकारांचे स्थापत्य त्यांच्या उदाहरणांसहित पाहणार आहोत.

१) यादवकाळातील मंदिरांप्रमाणे + थोडा बदल अशा पद्धतीची मंदिरे: ज्याला आपण 'नवयादव' काळातील मंदिरे म्हणू शकू अशी मंदिरे आहेत.

उदा. साताऱ्या जवळील माहुलीची शिवमंदिरे, पुण्याजवळ सासवड येथील संगमेश्वर, वटेश्वर मंदिर.

या मंदिराचे विधान : अ) गर्भगृह, अंतराळ, मंडप व तीन बाजूंनी अर्धखुला (तीन बाजू कमरेच्या उंचीपर्यंत बांधलेला व नंतर भाग खुला असलेला असा मंडप असे विधान असते. देवतेच्या वाहनासाठी स्वतंत्र मंडप असतो.) ब) गर्भगृहाच्या बाह्यांगावर 'रथ' प्रक्षेप आहे पण अलंकरण नाही. क) स्तंभ अगदी यादव शैलीप्रमाणे: चौरस + अष्टकोनी + चौकोनी गोल + स्तंभ शीर्ष असे असतात. ड) शिखरावर – भूमिज पद्धतीप्रमाणे 'रथा'चा पट्ट शिखरावरच्या आमलकापर्यंत सलग असतो. परंतु त्यावर शिखराची लहान

प्रतिकृती बसवण्याऐवजी 'छत्री' या वास्तूच्या प्रतिकृती आल्या. शिखरप्रतिकृतीच्या रांगांऐवजी 'छत्री'च्या रांगा आल्या. आमलकाऐवजी भरीव घुमट आला. 'छत्री' या वास्तुघटकामध्ये कोनाडे करून त्यात देवदेवतांच्या मूर्ती बसवल्या जात.

२) नागरशैलीतील मंदिरे (माळवा प्रकार) : या मंदिराचे विधान : गर्भगृह + अंतराळ + मंडप असे आहे. या मंदिरांची संपूर्ण बांधणी दगडात आहे. मंदिराचे शिखर नागर पद्धतीचे – माळवा प्रांतातील पद्धतीचे.

मराठेशाहीतील सरदार जे पेशवाईच्या काळात उत्तरेकडे कार्यरत होते; माळव्यात कार्यरत होते. त्यांनी त्याच बाजूचे कारागीर येथे आणून मंदिरनिर्मिती केली.

उदा. : नाशिक येथील मंदिरे. त्र्यंबकेश्वरचे मंदिर, जैन स्थपतींनीसुद्धा ही मंदिरशैली वापरलेली दिसते.

३) स्थानिक प्रकार : या काळातील मराठाशाहीत विविध कलापरंपरांचा संयोग होत गेला ते या मंदिरशैलीवरून सांगता येईल. याचे विधान असे आहे – चौरस गर्भगृह + आयताकार मुखमंडप + आयताकार खूप मोठा सभामंडप असे आहे. गर्भगृह व मुखमंडप हे दगडी बांधणीचे तर आयताकार सभामंडप लाकडी बांधणीचा असतो. मुखमंडप, सभामंडप यांसाठी चौरस खांब किंवा सुरूचे खांब असतात. कमानी महरपीच्या असतात. गाभाऱ्यावरचे शिखर नागरशैलीतील नसून द्राविडशैलीची आठवण करून देणारे असते. शिखरावर भूमी आहेत परंतु त्यावर शाला व कूट या प्रतिकृती नाहीत. त्याऐवजी छत्री व मनोरे यांच्या प्रतिकृती आहेत. शिखरावर घुमट (भरीव) असतो. छत्र्यांच्या कोनाड्यात हिंदूमूर्ती आहेत. खांबांवरची नक्षी, लाकडी छतावरची नक्षी ही इस्लामी परंपरेतून आली आहे. आणखी एक वैशिष्ट्य म्हणजे या मंदिरांच्या प्रांगणामध्ये उभ्या असलेल्या दीपमाळा (दगडी) उंच दगडी स्तंभाचाच हा प्रकार आहे. परंतु सर्व बाजूंनी हस्त बाहेर आल्याची रचना असते. वरती हा स्तंभ निमुळता होत जातो. या हस्तांवरती दीप/ पणत्या पेटवून मंदिराचे सौंदर्य वाढवले जात होते. या दीपमाळा कधी एक तर दोन किंवा जास्त संख्येने असतात. या दीपमाळांमधून वर जाण्यासाठी जिना क्वचित ठेवत असत पण ही उदाहरणे अगदीच तुरळक आहेत. दीपमाळेचे जे हस्त बाहेर आलेले असत. त्यावरही कोरीव काम केलेले असे. मोर, पोपट इ. कोरीव काम दिसते.

महाराष्ट्रात अशाप्रकारे प्राचीन काळापासून अठराव्या शतकापर्यंतचा मंदिर-स्थापत्याचा आढावा आपण घेतला. राजकीय स्थित्यंतरे, कलेचे नवे प्रवाह यामुळे मंदिरस्थापत्यातही बदल झालेले दिसतात.

विशेष संदर्भ

१) अशोकाचे लेख १४/१४ च्या संग्रहाने अनेक ठिकाणी शिवाय स्तंभालेख, लघुलेख आहेतच.

२) सोपारा येथील लेख : लेख क्र. ८, ६

३) स्तूपाचा 'अंडा'चा अर्धगोलाकार घुमट असा आकार असतो पण त्यातही कालानुसार, स्थलानुसार बदल होत गेले.

४) बौद्ध धर्माची / आद्य स्तूपांची अष्टमहास्थाने–

भगवान गौतमबुद्धांच्या जीवनाशी निगडित आठ स्थाने – अष्टमहास्थाने म्हणून ओळखली जातात.

१) लुंबिनी (तराई नेपाळ)	जन्मस्थान
२) बुद्ध गया (गयेजवळ बिहार)	ज्ञानप्राप्तीस्थान
३) सारनाथ (वाराणसीजवळ, उत्तरप्रदेश)	पहिले प्रवचनाचे स्थान
४) कसिया (कुशावती, कुशिनारा, कुशिनगर) (गोरखपूर, उत्तर प्रदेश)	महानिर्वाण
५) श्रावस्ती – सहेत (गोंडा) महेत (बहराइच) उत्तरप्रदेश	बुद्धाने घडवलेला चमत्कार – १००० बुद्धांच्या प्रतिमा निर्माण केल्या
६) सांक्ष्या, सांकाश्य, संकिया कन्नोजजवळ उत्तर प्रदेश	मातेला उपदेश करण्यासाठी स्वर्गारोहण केले व ३ महिन्यांनी पुन्हा पृथ्वीवर पदार्पण
७) राजगृह – (राजगिर) बिहार	मदोन्मत्त हत्तीला केवळ दृष्टिक्षेपाने शांत केले.
८) वैशाली, वसाढ, बिहार	गौतम बुद्धांची क्षुधा भागवण्यासाठी माकडांनी त्यांच्यासाठी द्रोणामध्ये मध भरून आणला.

५) वास्तूच्या विधानांचे प्रकार : चापाकार, विधान, आयताकार विधान, वर्तुळाकार विधान, स्वस्तिकाकार इ.

६) महाराष्ट्रातील लेणी : यालाच गिरिस्थापत्य, गिरिशिल्प, शैलगृहे असे समानार्थी शब्द वापरले जातात.

८) महाराष्ट्रातील लेण्यांचा निर्मितिकालखंड

१) लेण्यांतील वास्तुविधान कसे आहे? चैत्यगृह आहे की विहार? धार्मिक पंथोपपंथांची चिन्हे आढळतात किंवा कसे? इत्यादी मुद्द्यांवर कालखंड ठरवला जातो.

२) दुसरा महत्त्वाचा निकष म्हणजे उपलब्ध शिलालेखांचे पुरावे (राजवंश व इतर सामान्यजनांचे)

३) तिसरा निकष – इतर शिल्प, शिल्पगृह, मूर्ती, अलंकरण, चित्रकाम इत्यादी बाबी तपासून मग कालखंड ठरवता येतो.

४) साहित्यिक पुरावा – लिखित साहित्यात त्या त्या लेण्यांचा उल्लेख (शिलालेखाव्यतिरिक्त)

९) हीनयान पंथ – बौद्ध धर्मातील एक पंथ – मूळचा पंथ. या पंथात बुद्धांच्या मूर्तींची पूजा होत नव्हती. (प्राथमिक काळात बुद्धांच्या मूर्ती घडवल्या गेल्याच नाहीत) तर बुद्धांची पूजा ही प्रतिकात्मक होती. स्तूप, चक्र, सिंहासन, बुद्धांच्या पादुका/पावले इत्यादींचे पूजन होत असे.

१०) महायान पंथ – बौद्ध धर्मातील एक पंथ – हीनयान पंथातूनच महायान पंथ निर्माण झाला. बुद्धांच्या मूर्ती तयार केल्या गेल्या. मूर्तिपूजा सुरू झाली. प्रतीकात्मक पूजा होतीच जोडीला मूर्ति तयार केल्या गेल्या. गौतम बुद्धांच्या बरोबर अन्य देवदेवता भविष्यातील 'बुद्ध' यांचा समावेश बौद्ध धर्मात झाला.

११) वज्रयान – बौद्ध धर्मातील एक पंथ : वरील दोन पंथांच्या उदयानंतर शेकडो वर्षांनी वज्रयान पंथ तयार झाला. अनेक देवदेवता, स्त्री देवता/ शक्ती देवता, संरक्षक देव, देवता यांची मोठी भर पडली. काहीसा तांत्रिक मार्गाने जाणारा हा पंथ होता.

१२) महाराष्ट्रातील लेण्यांमध्ये हीनयान, महायान वज्रयान तीनही पंथांची लेणी आहेत. हीनयान पंथीयांच्या लेण्यातच पुढे महायान पंथीयांचा वापर सुरू झाला, असाही प्रकार आढळतो.

१३) संशोधिका विद्या दहेजिया यांच्या मते कोंदिवटे, नाडसूर ही लेणी भाजे लेण्याच्या आधी खोदली गेली.

१४) सांचीच्या स्तूपांची तोरणे, अलंकरण इत्यादी वैशिष्ट्यांशी साम्य अथवा भेद हेही लेणीनिर्मितीच्या कालखंडाचे निकष ठरले आहे.

विशेष संदर्भ

३) हिंदू/ब्राह्मणी लेणी स्थापत्याची निर्मिती केव्हा झाली याबद्दल तज्ज्ञांमध्ये मतप्रवाह आहेत. (एकमत नाही)

'बर्जेस' या इंग्रज अधिकाऱ्याच्या मते हिंदू/ब्राह्मणी लेण्यांच्या निर्मितीचा काळ (महाराष्ट्रात) इ.स. ५०० पासून इ.स.८०० आहे.

परंतु बर्जेसनंतर अन्य संशोधकांनी भिन्न मते मांडली आहेत. अलीकडे काही नवीन लेणी संशोधकांना सापडली, त्या आधारे डॉ. अरविंद जामखेडकरांनी हिंदू लेण्यांच्या निर्मितीची सुरुवात इ.स.४०० ते ५०० या काळात झाली असे मत मांडले आहे.

निरनिराळ्या ठिकाणच्या हिंदू लेणीसमूहातील लेण्यांची निर्मिती – विकासक्रम हा वेगवेगळ्या काळांतील आहे. राजाश्रयाचा कालखंडही अर्थात वेगवेगळा आहे.

मंदिर स्थापत्य – खोदीव मंदिरे / हिंदू लेणी

१) अंतराळ / अंतराळ : गाभारा/गर्भगृह व मंडप यातील दालन. विशेषतः मंदिरस्थापत्यातील वास्तूचा एक घटक.

२) वेरूळ कैलास मंदिरात सात उपगर्भगृहे आहेत. शिवाय एक मुख्य गर्भगृह अशी एकूण आठ गर्भगृहे निर्माण केली गेली. म्हणून याला अष्टपरिवार शिवालय असे म्हणतात.

३) कैलास मंदिराच्या बाह्यांगावर, अंर्तभागातही शिवलीला शिल्पांतून केलेल्या आहेत. शिवमूर्तिशास्त्रानुसारच अनेक शिवमूर्ती या शिल्पांमध्ये आढळतात.

४) कैलास मंदिरात, मंदिराच्या पीठावर - अधिष्ठानावर हत्ती व व्याल (सर्प) कोरलेले आहेत. अधिष्ठानावरील हत्ती अतिशय सुंदर कोरले आहेत. शिल्पकारांचा हत्ती हा अतिशय आवडता प्राणी असावा असे दिसते.

५) वेरूळच्या कैलास मंदिराप्रमाणेच द. भारतात महाबलिपुरम, (तमिळनाडू), कलुगमलाई (तमिळनाडू), वासवी (मध्यप्रदेश) येथे द्राविड पद्धतीची एकाश्म मंदिरे कोरली गेली. मध्यप्रदेशात धामणेर येथे नागर धर्तीचे एकाश्म मंदिर खोदण्यात आले.

विशेष संदर्भ

४) वेरूळच्या कैलास मंदिरातील काही शिल्पांची यादी

१) गजलक्ष्मी : कमळावर बसलेली लक्ष्मी, दोन बाजूंनी एकूण ४ हत्ती जलाभिषेक करीत आहेत. हिला अभिषेकलक्ष्मी असेही म्हणतात.

२) महिषासुरमर्दिनी : सिंहावर आरूढ होऊन देवीने महिषासुरावर हल्ला चढवला आहे. शिंग असलेला मानवरूपात- महिषासुर दाखवला आहे.

३) कामदेव रती : कामदेव व रति ही जोडी अर्धउठावात आहे. दोघांच्या मध्यभागी उसाचा दंड आहे. (इक्षु दंड) उसाच्या वरच्या टोकाला मकरध्वज आहे.

४) महाभारत शिल्प पट्ट

५) कृष्णलीला

६) रावणाची शिवभक्ती : रावणाने शंकराची पूजा करताना फुले/कमळे नव्हती म्हणून स्वतःची शिरकमळे वाहिली.

७) शिवलिंगासहित रावण : गोकर्ण महाबळेश्वरचे स्थानमाहात्म्य सांगणारी कथा या शिल्पांमध्ये आहे.

८) काल काली यांच्या मूर्ती

९) लिंगोद्भव शिव

१०) अर्धनारीश्वर

२) मंदिरस्थापत्याचा तसेच मूर्तिपूजेच्या प्राचीनतेचा शोध संशोधकांनी गेल्या शतकात घेतला. प्रारंभी मंदिरस्थापत्याची तसेच मूर्तिकलेची परंपरा भारतीय नसून ती परकीय परंपरा भारतात नंतर रूढ झाली असे संशोधकांना वाटले. परंतु भारतीय विद्वानांनी- त्यातही प्रामुख्याने आनंद कुमारस्वामी यांनी या मताला विरोध दर्शवला. मूर्तिपूजेचे,

मंदिरस्थापत्याचे भौतिक पुरावे देऊन असे प्रतिपादन केले की, मूर्तिपूजेची परंपरा, मंदिर स्थापत्याची परंपरा– भारतात इतिहासकाळाच्या प्रारंभी 'यक्षपूजा' (यक्ष मूर्तींची पूजा) पूजास्थाने– यातूनच पुढे विकसित झाली आहे.

३) द्वारशाखेला पाने फुले, इतर चौकटी आकार, स्तंभ, व्याल, यांची नक्षी असते. पत्रशाखा, पुष्पशाखा, रत्नशाखा, स्तंभशाखा, व्यालशाखा अशी त्यांची नावे आहेत. द्वारशाखेच्या ३, ५, ७, ९, ११ अशा शाखा असतात.

४) भटाळा (चंद्रपूर) येथील शिल्पमंदिराचा निर्मितिकालखंड इसवी चे दहावे शतक मानले जाते.

६.६ कलास्थापत्य – दुर्ग अथवा किल्ले

प्रास्ताविक

स्थापत्याचे १) बांधीव २) कोरीव असे एक वर्गीकरण आपण अभ्यासले. दुसरे वर्गीकरण ते १) धार्मिक स्थापत्य २) इतर स्थापत्य असे आहे. यांतील इतर स्थापत्यामध्ये दुर्ग म्हणजेच किल्ले, गड यांचा समावेश होतो. भौगोलिक आणि राजकीयदृष्ट्या महत्त्वाच्या जागेवर सत्ताकेंद्र, सैन्याचे ठाणे अथवा राजधानी स्थापन केली जाते. या स्थानाभोवती किंवा नगराभोवती तटबंदी म्हणजेच संरक्षक भिंत बांधली जाते. या तटबंदीला ठिकठिकाणी बुरूज, प्रवेशद्वारे, बाहेरून खंदक, खंदकावरचे काढते घालते पूल अशा पद्धतीने संरक्षणाची रचना केली जाते. या संपूर्ण व्यवस्थेला किल्ला/दुर्ग म्हणता येईल. जर असे स्थान डोंगरावर, अरण्यात असेल तर 'गिरिदुर्ग' 'डोंगरी किल्ला' आणि जर असे स्थान मैदानी प्रदेशात असेल तर 'भुईकोट किल्ला' असे म्हटले जाते.

लिखित साहित्यातील पुरावे : किल्ले बांधण्याची परंपरा भारतीय लोकांना प्राचीन काळापासून माहीत होती. यासंबंधीचे साहित्यिक पुरावे मिळतात अगदी ऋग्वेदापासून असे संदर्भ मिळतात. महाभारतातील संदर्भही लक्षात घेण्याजोगे आहेत. नंतरच्या काळातील कौटलीय अर्थशास्त्र, मनुस्मृती, शुक्रनीती इत्यादी ग्रंथांतही दुर्गासंबंधी विवेचन केलेले आहे. मनुस्मृतीमध्ये किल्ल्यांचे वर्गीकरण खालीलप्रकारे केले आहे. १) धनुदुर्ग २) मही दुर्ग ३) अब्दुर्ग ४) वार्क्ष दुर्ग ५) नृ दुर्ग ६) गिरिदुर्ग

धनुदुर्ग : म्हणजे सभोवार वीस कोसपर्यंत उदकविरहित प्रदेश असलेला दुर्ग!

मही दुर्ग : ज्या दुर्गाला बारा हातांहून जास्त उंच अशी तटबंदी आहे, तटाला गवाक्ष आहेत व तटबंदी रुंद आहे असा दुर्ग!

अब्दुर्ग : जलाने वेढलेला दुर्ग.

वार्क्ष दुर्ग : ज्या दुर्गाच्या भोवती खूप मोठ्या परिघात मोठे मोठे वृक्ष, काटेरी झाडे, जाळ्या असलेले अरण्य आहे असा दुर्ग!

नृ दुर्ग : ज्या दुर्गाचे रक्षण चतुरंग दलामार्फत होते तो!

गिरिदुर्ग : डोंगरावर, टेकडीवर जो दुर्ग आहे, ज्याला एकच मार्ग आहे आणि

ज्या दुर्गावर पुरेशी अन्नधान्य, पाणी व्यवस्था आहे असा तो गिरिदुर्ग होय.

सर्व प्रकारचे दुर्ग पाहता सर्वांत योग्य आणि महत्त्वाचा दुर्गप्रकार असा गिरीदुर्ग म्हणता येईल. गिरिदुर्गांच्या साहाय्याने संपूर्ण राज्याचे संरक्षण करणे सोपे जाते. याचे उदाहरण म्हणजे महाराष्ट्रातील किल्ले होय. शिवकालातील रामचंद्रपंत अमात्यांनी (इ.स. १६५०-१७३३ सु.) 'आज्ञापत्रा'मध्ये दुर्गांचे महत्त्व स्पष्ट केले आहे.

भौतिक पुरावे : १) सिंधू संस्कृतीच्या उत्खननस्थळांमध्ये तटबंदीयुक्त नगरांचे अवशेष मिळालेले आहेत. त्यावरून तटबंदीचे एक स्थापत्यशास्त्र त्या काळात विकसित झाले होते हे स्पष्ट होते.

२) इसवी सनपूर्व पाचव्या शतकातील राजगृह, कौशांबी, वैशाली, अहिच्छत्रा या नगरांना तटबंदी होती याचे पुरावे आता मिळाले आहेत.

३) इसवी सन पूर्व दुसऱ्या शतकातील शिशुपालगड (भुवनेश्वरजवळ ओडिसा) येथेही किल्ला व तटबंदीचे अवशेष आता सापडले आहेत.

४) दक्षिण भारतातील आणि विशेषतः महाराष्ट्रातील दुर्ग आणि तटबंदीचे काही पुरावे सातवाहनकाळाशी संबंधित असे आहेत. सातवाहनांच्या काळात ३३ नगरांना तटबंदी होती. असे प्लिनी (इ.स.चे १ ले शतक) याने लिहून ठेवले आहे.

५) सातव्या आठव्या शतकातील राजवंशांनी (राष्ट्रकूट, चालुक्य) यांनी किल्ले बांधले असे शिलालेखांचे पुरावे आणि भौतिक पुरावे मिळतात.[२] यादवांची स्वतःची राजधानी देवगिरी या किल्ल्यावर होती.

६) इस्लामक आक्रमकांना किल्ल्यांचे महत्त्व पटलेले होते त्यामुळे त्यांनी उत्तर भारतात नवीन किल्ले बांधले. त्यांनी जास्ती करून भुईकोट किल्ले बांधले. काही नगरांभोवती तटबंदी बांधून संरक्षण केले. एकूणच दुर्गस्थापत्यात इस्लाम सत्ताधाऱ्यांनी काही बदल केले. उदा. तटबंदींची रचना, पाषाणाचा मुक्त वापर, मोर्चेबांधणीसाठी नवीन प्रयोग दुर्गस्थापत्यात केलेले आढळतात. द. भारतातही आदिलशाही इत्यादींनी सत्ता बळकट करण्यासाठी दुर्गांचा उपयोग करून घेतला.

७) सतराव्या शतकात शिवाजीमहाराजांनी स्वराज्य स्थापनेसाठी किल्ल्यांचा वापर केला. त्यातही गिरिदुर्गाचा योग्य तो वापर करून सत्ता सुस्थिर केली. शिवकाळातील दुर्ग आज आपल्याला पाहावयास मिळतात. या काळातील दुर्गस्थापत्य हा अभ्यासाचा विषय आहे.

दुर्गस्थापत्याचा हेतू व उपयोग : दुर्ग किंवा किल्ले बांधण्यामागचा हेतू मुख्यतः राज्याचे 'रक्षण' हाच आहे. आक्रमणांच्या वेळी किल्ल्यातून शत्रूवर अचूक मारा करता येतो. किल्ल्यातील एक एक सैनिक शत्रूच्या अनेक सैनिकांशी लढू शकतो. किल्ल्याच्या तटबंदीवरून मारा करताना उंचीचा फायदा मिळतो. गिरि दुर्गाच्या बाबतीत तर हा फायदा जास्त मिळत होता. गिरिदुर्गावर चढाई करणे शत्रूला अवघड जात असे.

दाट जंगल, उंच कडे, श्वापदे आणि दुर्गाच्या एकमेव मार्गावर हल्ला करणारे दुर्गातील सैनिक यामुळे शत्रूला दुर्ग जिंकणे अवघड जात होते. गिरिदुर्गाचे महत्त्व यामुळेच आहे.

शांततेच्या काळातसुद्धा स्थानिक बंदोबस्तासाठी, रहदारीच्या नियंत्रणासाठी, व्यापारी मार्गाच्या सुरक्षिततेसाठी सरकारी कागदपत्रे, खजिना यांच्या रक्षणासाठी, सरकारी अधिकाऱ्यांच्या सुरक्षिततेसाठी दुर्ग बांधले.

महाराष्ट्रातील किल्ले/दुर्ग : महाराष्ट्रात जेवढे आणि जसे किल्ले आहेत तेवढे भारतात इतरत्र नाहीत. त्यातही महाराष्ट्रात गिरिदुर्ग, डोंगरी किल्ले जास्त आहेत. यांचे वैशिष्ट्य म्हणजे सह्याद्रीच्या रांगांमध्ये किल्ले बांधले आहेत आणि त्यामुळे किल्ल्यांचीसुद्धा रांग तयार झालेली दिसते.

नैसर्गिक पार्श्वभूमी : एकूणच दख्खनच्या पठाराच्या नैसर्गिक पर्वतराजीचे संरक्षण मिळालेले आहे. विंध्याद्री व सातपुडा पर्वताच्या रांगा दख्खनच्या उत्तरेच्या सीमेवर आहेत त्यामुळे उत्तरेकडून आलेल्या आक्रमकांना या दुर्गम पर्वतराजीचा अडसर होता. दख्खनच्या प्रदेशात उत्तरदक्षिण अशा दिशेने सह्याद्री पर्वत पसरला आहे. संपूर्ण महाराष्ट्रात या डोंगररांगांमुळे नैसर्गिक संरक्षण मिळाले आहे. काही ठिकाणी तुटक परंतु प्रचंड उंचीच्या डोंगररांगा आहेत. (उदा. मावळ भाग) काही ठिकाणी म्हणजे देश भागात सातमाळा, बालाघाट, महादेव पर्वतरांगांमुळे त्या दरम्यान असलेल्या प्रदेशांना संरक्षण मिळाले आहे. कोकण प्रदेशालाही सह्याद्रीचेच संरक्षण आहे. (पूर्व दिशेकडून) कोकणाच्या पश्चिमेला अरबी समुद्र तथा सिंधू समुद्र असल्यामुळे तसेही संरक्षण मिळाले आहे. या सर्व पर्वतरांगांमुळे गिरिदुर्गासाठी विपुल स्थळे/योग्य स्थाने निर्माण झाली. महाराष्ट्रात गिरिदुर्ग/ डोंगरी किल्ल्यांची संख्या त्यामुळेच जास्त आहे.

घाट माथ्यावरील किल्ले : घाटमाथ्याचा प्रदेश हा महाराष्ट्राच्या राजकीय आणि सांस्कृतिक इतिहासात महत्त्वाचा आहे.[३] घाटमाथ्यावर डोंगरांच्या पोटात लेणी कोरली गेली ती अगदी इ.पूर्व दुसऱ्या शतकापासून. यावरून असे लक्षात येते की या खोदीव स्थापत्याचे तंत्र तेव्हापासून विकसित झाले होते. त्यामुळे किल्ल्यांच्या स्थापत्यासाठी हे तंत्र आणि शास्त्र उपयोगी पडले. उदा. किल्ल्यांच्यावरचे नैसर्गिक कडे कोरून, तासून काढणे, भुयारी मार्ग खोदणे, पाण्याच्या टाक्या खोदणे, खडकात धान्याची कोठारे खोदणे अशा रचना करता आल्या. घाटमाथ्यावरचे महत्त्वाचे किल्ले खालीलप्रमाणे आहेत. हरिश्चंद्रगड, जीवधन, सिंहगड, शिवनेरी, राजमाची, लोहगड, तुंग, तिकोना, ईसागड, पुरंदर, राजगड, तोरणा, रायगड, रोहिडा, प्रतापगड, हातगड, गुणवंतगड, विशाळगड, पन्हाळा, साल्हेर, मुल्हेर इ. यांपैकी राजगड, रायगड हे किल्ले शिवाजी महाराजांनी राजधानीसाठी निवडले. यापैकी काही किल्ल्यांचा संबंध मावळ प्रदेशाशी होता. मावळातील खोऱ्यांवर या किल्ल्यांवरून नजर ठेवता येई, संरक्षण करता येई. या किल्ल्यांच्या साहाय्याने शिवाजीमहाराजांनी स्वराज्य स्थापन केले.

देशावरील किल्ले : देशावरील डोंगररांगांमध्ये सातमाळा अजिंठा ही डोंगररांग महत्त्वाची आहे. चांदवड देवगिरी हे दोन गिरिदुर्ग या रांगेत आहेत. उत्तरेकडून किंवा उत्तर भारतातून येणारे रस्ते या डोंगररांगांना वळसा घालून येतात. त्यामुळे या डोंगररांगांमधील किल्ले हे संरक्षणाच्या दृष्टीने महत्त्वाचे आहेत. या किल्ल्यांच्या स्थापत्याचे काही विशेष सांगता येतील. किल्ल्यामध्ये प्रवेश करण्यासाठी मुद्दाम केलेले, कोरलेले भुयारी मार्ग. उदा. देवगिरी, धोडप, हातगड याखेरीज देश विभागातील किल्ले खालीलप्रमाणे आहेत.

अहिवंत, राजधेर, अंकाई, टंकाई इ. देशभागातील दुसऱ्या डोंगररांगेमध्ये– म्हणजेच हरिश्चंद्र–बालाघाट या रांगेमध्ये पुढील किल्ले आहेत. हरिश्चंद्रगड, औंढा, पट्टा, रतनगड, कुरंगगड, त्रिंगलगड. महादेव डोंगररांगेमध्ये– चंदन, वंदन, वैराटगड, कमलगड, केळंजा, पांडवगड, सज्जनगड, वसंतगड, भूषणगड

कोकणातील किल्ले : गिरिदुर्ग : भिवगड, ढाकगड, जयगड, भवानगड, भैमतगड, विशाळगड, प्रतापगड. या गिरिदुर्गांचे काम म्हणजे कोकणातून देशावर येणाऱ्या डोंगरमार्गांवर, घाटांवर नजर ठेवणे, संरक्षण करणे.

जलदुर्ग : कोकण भागाला सह्याद्रीचे संरक्षण लाभले असले तरी कोकणच्या पश्चिमेला अरबी समुद्र आहे. समुद्रमार्गाने आक्रमण होण्याची शक्यता होती. तशी उदाहरणेही आहेत.[४] मध्ययुगीन राज्यकर्त्यांनी समुद्रातून होणाऱ्या आक्रमणांविरुद्ध जलदुर्ग उभे केले. त्यांत प्रमुख कार्य शिवाजीमहाराजांनी केले. नवे जलदुर्ग आणि जुन्या जलदुर्गांची डागडुजी दुरुस्ती असे कार्य त्यांनी केले. उदा. सिंधुदुर्ग, पद्मदुर्ग (कांसादुर्ग), विजयदुर्ग, सुवर्णदुर्ग, खांदेरी उंदेरी असे जलदुर्ग त्यांनी उभे केले.

भुईकोट किल्ले : मध्ययुगात इस्लामी आक्रमकांनी मैदानी प्रदेशात भुईकोट किल्ले उभारले. त्यांचे राज्य मुख्यतः मैदानी भागात होते. त्यामुळे व्यापारी नगरे, राजधान्या यांसाठी तटबंदी बांधणे आवश्यकच होते त्यामुळे भुईकोट किल्ले बांधले गेले. उदा. अहमदनगर, सोलापूर, नळदुर्ग परांडा.

दुर्गांचे स्थापत्य : दुर्ग उभा करताना मग तो गिरिदुर्ग किंवा इतर प्रकारांतील दुर्ग असो काही ठराविक रचना या आवश्यक असतातच. त्यासाठी काय काय करावे याची चर्चा रामचंद्रपंत अमात्यकृत 'आज्ञापत्र' या ग्रंथात आढळते.

१) जागेची निवड : गिरिदुर्गासाठी योग्य ती जागा हेरणे हे महत्त्वाचे होते. आसपासच्या प्रदेशावर नियंत्रण ठेवण्यासाठी, संरक्षण करण्यासाठी हा दुर्ग उभा करावयाचा असल्यामुळे उंच डोंगर निवडला जाई. उंच टेकड्यांभोवती तट बांधून किल्ल्यांची रचना केली जाई.

२) दुर्गाचा मार्ग : दुर्ग उंचावर असल्यामुळे चढणीचा मार्ग असे. तो शक्य तेवढा अवघड केला जाई.

३) प्रवेशद्वार : किल्ल्याचे प्रवेशद्वार कसे असावे, किती असावीत हे ठरवले जाई. एकच प्रवेशद्वार असू नये. शिवाय चोरदिंड्या असाव्यात असा रिवाज होता. एकात एक असे दोन तीन दरवाजे असावेत. त्यातही अडथळे असावेत अशा सूचना आज्ञापत्रामध्ये आढळतात. एकच प्रवेशद्वार असल्यावर आक्रमणाचे वेळी कसा तोटा होतो त्याचे उदाहरण देवगिरी या किल्ल्याचे आहे.

दरवाजांच्या दोन्ही बाजूंना बुरूज पुढे आलेले असावेत. त्यामुळे दरवाजावर शत्रूच्या दारूगोळ्याचा मारा होऊ शकणार नाही हा हेतू यात दिसतो. उदा. पुरंदर, तोरणा, प्रतापगड येथे अशी रचना दिसते.

४) तट : किल्ल्यांचे तट (तटबंदी) मजबूत बांधावे अशी सूचना ग्रंथात दिलेली दिसते.

५) पडकोट : तटाच्या भिंतीवर शिबंदीला बाहेरील शत्रूवर मारा करण्यासाठी एक विशिष्ट जागा तयार केलेली असे. त्याला पुन्हा एक संरक्षक भिंत असे त्याला 'पडकोट' असे म्हणतात.

६) जंग्या : बंदुकीचा मारा शत्रूवर करण्यासाठी भिंतीला/तटाला मुद्दाम छिद्रे ठेवलेली असतात.

७) अंबारखाना : धान्य साठवण्यासाठी जी पेवे बांधलेली असत त्यांना अंबरखाना किंवा अंबारखाना म्हणत. अर्थात अंबारखाना खूपच मोठा असे. उदा. पन्हाळा येथील अंबारखाना.

८) दारूगोळ्याचे कोठार : दारूगोळ्याचे कोठार एका बाजूस असावे. त्यासाठी वेगळी संरक्षणाची व्यवस्था असावी.

मेट : गडाच्या येण्याजाण्याच्या मार्गावर पहारा करण्याचे ठिकाण. म्हणजे मेट होय. दुर्गाच्या चढणीच्या मार्गावर काही काही अंतरावर सपाट जागा निवडीत त्याला 'मेट' म्हणत असत. उदा. तोरणा गडावर सात मेटे आहेत असे उल्लेख मिळतात.

माची : याचा अर्थ उंच ओटा, भाग. यादवकाळापासून 'माची' हा शब्द वापरात आला असावा. दुर्गाच्या चढणीवर मध्येच एखादे विस्तृत मैदान असले तर त्याला माची असे म्हणतात. एकूण किल्ल्याच्या दृष्टीने संरक्षणासाठी म्हणून माचीभोवतीसुद्धा तट बांधला जाई. माचीकडे जाणारा मार्ग अवघड केला जात असे. माचीवर शासकीय इमारती बांधल्या जात.

बालेकिल्ला : हा फार्सी शब्द आहे. किल्ल्याच्या आत आणखी उंच जागी बांधलेला छोटा किल्ला म्हणजे बालेकिल्ला होय. या बालेकिल्ल्यात राजा किंवा किल्लेदार राहत असे. बालेकिल्ल्याचा मार्ग अवघड रचलेला असे.

माचीपर्यंत शत्रूने प्रदेश काबीज केला तरी बालेकिल्ला स्वतंत्रपणे पुढे लढवला जाई. जोपर्यंत बालेकिल्ल्याचा ताबा शत्रू घेत नाही तोपर्यंत किल्ला जिंकला असे मानले जात नसे. रायगड येथील बालेकिल्ल्यात शिवाजी महाराजांची सदर, निवासस्थान, राज्यांचे महाल बांधलेले होते.

इतर इमारती : किल्ल्यात इतर 'शासकीय इमारती' असत. 'बाजारपेठ', वसवली जात असे. त्याचबरोबर 'मंदिरे' बांधली जात. कधी कधी निवासस्थानांच्या भोवती संरक्षक भिंत असे. राजाच्या निवासाच्या इमारतीपेक्षा इतर कोणतीच इमारत जास्त उंच नसे. 'घोड्यांची पागा', हत्तींसाठी 'पीलखाना', त्यांच्या खाद्यांची 'कोठारे' किल्ल्यातील सैनिक आणि शिबंदीच्या राहण्याच्या इमारती किल्ल्यात असत. ते जणू एक छोटे गावच वसवलेले असे त्यामुळे गावातील रहिवाशांच्या गरजा पुरवणारे सर्व व्यावसायिक, धंदेवाईक यांचीही वसती तिथे असे.

पाणीपुरवठा : किल्ल्यात ठिकठिकाणी पाण्यासाठी विहिरी, तलाव खोदले जात. हे तलाव खोदताना जो पाषाण बाहेर काढला जाई त्याचा उपयोग इमारती बांधण्यासाठी होत असे. पाण्याची उपलब्धता असल्याशिवाय किल्ला बांधण्यास सुरूवात केली जात नसे.

संदेशव्यवस्था : एका किल्ल्यावरून दुसऱ्या किल्ल्यावर संदेश पोचवण्यासाठी संकेत वापरले जात. 'जाळ पेटवणे'– तोफांचा आवाज करणे इ.

झाडी, वने : किल्ल्यांवर भरपूर झाडे निसर्गतःच असत परंतु तरीही तटाच्या बाहेरील बाजूने विशेष राने, जाळ्या, काटे यांची लागवड केली जाई. पडकोटाच्या बाहेरही झाडे असत. त्यांचा उपयोग शत्रूवर मारा करण्यासाठी होत असे. अशा तऱ्हेने दुर्गस्थापत्याची परंपरा महाराष्ट्रात जोपासली गेली. मराठा इतिहास काळात आणि त्यातही शिवाजीमहाराजांच्या काळात किल्ल्यांनी महत्त्वाची भूमिका पार पाडली असे दिसते. शिवाजीमहाराजांच्या ताब्यात किती किल्ले होते याविषयी वेगवेगळे संदर्भ मिळतात. सभासद बखर २४० किल्ले, चिटणीस बखर ३१७, शिव दिग्विजय ३६१ असे संदर्भ मिळतात. पण शिवकालीन अस्सल कागदपत्रांच्या आधारे सुमारे २०० किल्ले शिवाजी महाराजांच्या ताब्यात होते असे म्हणता येईल.[५]

किल्ल्यांची साखळी : महाराष्ट्रात आणि महाराष्ट्राबाहेर (कर्नाटक) पसरलेल्या किल्ल्यांच्या आधारे शिवाजीमहाराजांनी राज्य स्थापले. स्वराज्याच्या रक्षणाच्या दृष्टीने शिवाजीमहाराजांनी किल्ल्यांच्या तीन साखळ्या केलेल्या दिसतात. काही किल्ले नवीन बांधले. जुने परत बांधले आणि हे करताना त्यांच्यासमोर एकच ध्येय होते संरक्षणाचे.

पहिली साखळी : स्वराज्याचा गाभा असलेला प्रदेश शिवाजीमहाराजांना महत्त्वाचा वाटे म्हणून पहिली साखळी कोणती व त्यातील किल्ले कोणते ते पाहू. वायव्येला 'अशीरगड' पासून दक्षिणेला विशाळगडापर्यंत पहिली साखळी यात सिंहगड, पुरंदर वज्रगड, रायगड, तोरणा, तळे, घोसाळे, सुधागड हे किल्ले होते.

दुसरी साखळी : जलदुर्गांची दुसरी साखळी त्यामुळे समुद्रकिनाऱ्यांचे संरक्षण होत असे.

तिसरी साखळी : विशालगड ते जिंजी या मार्गावर नवे किल्ले बांधून तिसरी

साखळी तयार केली. वेलोर, जिंजी, तंजावर यांचा यात समावेश होतो. कर्नाटकावर स्वारी करून महाराजांनी काही प्रदेश स्वराजाला जोडला आणि ही तिसरी साखळी निर्माण केली. औरंगजेबाविरुद्धच्या लढ्यात राजाराममहाराजांना ह्या साखळीचा उपयोग झाला.

दुर्गस्थापत्याचे नवे तंत्र : याखेरीज महाराजांनी दुर्गस्थापत्यात नवे तंत्र उपयोगात आणलेले दिसते. त्यात महत्त्वाचा भाग म्हणजे 'चिलखती योजना.' चिलखत म्हणजे पुढे असलेल्या मुख्य तटाला पाठीमागे काही अंतर ठेवून बांधलेला दुसरा भक्कम तट. उदा. राजगड, प्रतापगड काही ठिकाणी माचीसाठी, बुरुजांसाठीसुद्धा अशा चिलखती तटांची, बुरूजांची योजना केलेली दिसते. अशी दुसरी चिलखत योजना म्हणजे किल्ल्यांच्या साखळीमागे दुसरी अशीच किल्ल्यांची योजना! उदा. पहिली साखळी बळकट करण्यासाठी साल्हेर ते माहुली, रोहिडा ते रांगजा असे किल्ले बांधून चिलखत साखळी तयार केली. जलदुर्गांवर चढाई होऊ नये म्हणून समुद्राच्या पाण्यात तटाजवळ बाहेरील बाजूने अणकुचीदार पाषाणांची योजना केलेली आढळते. दुर्गस्थापत्याचा पुरेपूर वापर शिवाजी महाराजांनी करून स्वराज्याची स्थापना, संरक्षण, संवर्धन केलेले दिसते.

विशेष संदर्भ

१) सिंधू संस्कृतीच्या उत्खनन केलेल्या स्थळांमध्ये मोहोंजोदडो, हरप्पा, कालीबंगन, धोलावीरा इत्यादी ठिकाणी उत्तम तटबंदीचे अवशेष मिळाले आहेत. संपूर्ण नगराभोवती तसेच नगरातील मध्यवर्ती वस्तीभोवतीसुद्धा तटबंदी असावी असे पुरावे मिळाले आहेत. २) मौर्यांची राजधानी पाटलीपुत्र येथे माती व लाकूड यांची तटबंदी सापडली आहे.

२) अ) चालुक्य राजवंशाने बदामी (कर्नाटक, जि. बागलकोट) येथे किल्ला बांधून राजधानी स्थापन केली. ब) शिलाहारांनी पन्हाळा (कोल्हापूरजवळ) येथे राजधानी स्थापली होती.

३) महाराष्ट्रात सह्याद्री पर्वतामुळे तीन स्वाभाविक विभाग तयार झाले आहेत. १) घाटमाथा २) देश ३) कोकण. कोकण या विभागात पश्चिम महाराष्ट्रातील मावळ हा भाग येतो.

४) अरब व्यापारी अरबी समुद्रावरून व्यापारी जहाजे घेऊन कोकण किनारपट्टीवर उतरले त्यांनी प्रथम वसाहती केल्यानंतर आक्रमणांना सुरुवात झाली. त्यानंतर सोळाव्या सतराव्या शतकात पोर्तुगीज आले त्यांनी गोवा किनारपट्टीवर बस्तान बसवले. फ्रेंचांनी पूर्व किनाऱ्यावर वखार घातली, इंग्रजांनी पूर्व, पश्चिम दोन्ही किनारपट्टींवर वखारी उघडल्या. ॲबिसिनियातून 'सिद्दी' लोकांनी जंजिरा (जि. रायगड) येथे आक्रमण करून अभेद्य किल्ला उभारला.

५) महाराष्ट्रात एकूण किल्ल्यांची संख्या अंदाजे ३५० आहे. यांपैकी दोनशेपेक्षा जास्त किल्ले रेखांश ७३° ते ७४° आणि अक्षांश २०° ते १७° या दरम्यान आहेत.

□

प्रकरण ७
भक्तिसंप्रदाय

महाराष्ट्रात १७ व्या शतकात शिवाजीमहाराजांनी जी राजकीय क्रांती घडवली तिच्यामागे भक्तिसंप्रदायाची कामगिरी एक प्रेरक शक्ती म्हणून उभी होती. यादवकालात भक्तिसंप्रदायाच्या कार्यामुळे आद्य मराठी वाङ्मयाचा विकास झाला असे मत संतवाङ्मयाचे ज्येष्ठ अभ्यासक डॉ. रा. चिं. ढेरे यांनी मांडले आहे. त्यावरून आपणास भक्तिसंपद्रायाच्या कार्याची महती लक्षात येण्यासारखी आहे. शिवपूर्वकालात सततच्या राजकीय अस्थिरतेमुळे विस्कळित झालेल्या मराठी समाजाचे ऐक्य टिकवण्याचे कार्य धार्मिक व सांस्कृतिक माध्यमातून भक्तिसंप्रदायाने केले. आपल्याला या ठिकाणी महाराष्ट्राच्या सांस्कृतिक इतिहासाच्या संदर्भात नाथपंथ, महानुभावपंथ, वारकरी पंथ व दत्तपंथ यांनी बजावलेल्या कामगिरीचे मूल्यमापन करावयाचे आहे.

१) नाथपंथ

नाथपंथाचे मूळ लाकुल पाशुपत संप्रदायाशी निगडित आहे. लाकुल पाशुपत हा लकुलीशाने स्थापन केलेला एक शैवपंथ होता. या पंथातूनच नाथपंथाचा दहाव्या शतकाच्या सुमारास उदय झाला. शिव हे नाथपंथाचे आराध्य दैवत आहे. शिव आणि शक्तीची एकरूपता अनुभवणे हे नाथपंथी साधकाचे अंतिम उद्दिष्ट असते. नाथपंथामध्ये शिवाला 'आदिनाथ' अशा संज्ञेने संबोधित केलेले असून प्रत्येक नाथाची परंपरा आदिनाथापासून सांगितली जाते. एकंदरीत नऊ नाथ होऊन गेले मानले जाते. त्यांची यादी पुढीलप्रमाणे आहे.

१) मच्छिंद्रनाथ	२) गोरक्षनाथ	३) गहिनीनाथ
४) जालंदरनाथ	५) कानिफनाथ	६) अडबंगनाथ
७) नागनाथ	८) रेवणनाथ	९) चर्पटीनाथ

मालुकवीविरचित नवनाथ भक्तिसार या ग्रंथात नाथांचा उदय हा चौऱ्याऐंशी सिद्धांपासून झाला असा उल्लेख आहे. यावरूनसुद्धा नाथपंथांचे मूळ आपणास शैवमतापर्यंत पोहोचवता येतो. नाथपंथी आपल्या पंथास सिद्धमार्ग, योगसंप्रदाय, अवधूतमत इ. नावांनी वर्णितात. डॉ.रा.चिं.ढेरे यांच्या मते आंध्रप्रदेशमधील श्रीशैल मल्लिकार्जुन हेच कदलीबन असून ते नाथपंथाचे मुख्य ठिकाण होते. आंध्रप्रदेश, कर्नाटक व महाराष्ट्र हे नाथपंथाचे प्रभावक्षेत्र होते.

नाथपंथीयांनी मोठी ग्रंथरचना केली. ह्यापैकी कौलज्ञाननिर्णय, गोरक्षसंहिता, योगमार्तंड, गहिनीप्रताप, गोरक्षगीता इ. ग्रंथ महत्त्वपूर्ण मानले जातात.

नाथपंथाचे तत्त्वज्ञान

शिव आणि शक्ती यांच्यातील सामरस्याच्या सिद्धान्तावर नाथविचाराचा प्रमुख भर आहे. गोरक्षनाथाने आपल्या ग्रंथात परमात्मा, जगत व जीव यांच्या स्वरूपाचे विवेचन केले आहे. या तत्त्वज्ञानाच्या मते जीव आणि जगत यांच्यातील एकात्मता हेच साधकाच्या जीवनाचे परमोच्च ध्येय आहे. नाथविचारानुसार निजशक्ती, पराशक्ती, अपराशक्ती, सूक्ष्माशक्ती, कुंडलिनीशक्ती अशा पाच अवस्था मानल्या आहेत. कुंडलिनी शक्ती ही ब्रह्मांडाच्या अस्तित्वाचे मूळ आहे असे नाथविचार मानतो.

नाथसंप्रदायाचे कार्य

ज्या काळात नाथपंथ उदयाला आला त्या काळाच्या पार्श्वभूमीवर नाथपंथाची कामगिरी अभ्यासणे महत्त्वाचे आहे. नवव्या शतकानंतर भारतात सर्वत्र राजकीय अस्थिरता होती. ठिकठिकाणी छोटी छोटी राज्ये होती. ही राज्ये सातत्याने परस्परांशी लढण्यात मग्न असत. आठव्या शतकात शंकराचार्यांच्या कार्यामुळे धार्मिक व सामाजिक क्षेत्रात वैदिक धर्माचा पगडा वाढला होता. परंतु वैदिक धर्माचे आचरण हे सामान्य माणसास सहज शक्य नव्हते. अशावेळी भेदग्रस्त समाजामध्ये एकात्मता स्थापित होणे अत्यंत अवघड होते. अशा परिस्थितीत नाथपंथाने सामान्य माणसाचे दिशादर्शन केले. वेदपूर्वकालात अशी कामगिरी बौद्ध व जैन धर्मांनी पार पाडली होती. परंतु या काळापर्यंत बौद्ध धर्म अवनत स्थितीला पोहोचला असल्यामुळे व जैन धर्म उच्चभ्रू अशा व्यापारी वर्णाचा धर्म बनल्यामुळे हे दोन्ही धर्म सामान्य माणसापासून दूर गेले होते. अशा परिस्थितीत नाथपंथाने धार्मिक कर्मठपणाला दूर सारून सर्वांना मुक्त पंथप्रवेश दिला.

नाथपंथी साधू त्याकाळी समाजात आदराला पात्र होते. लीळाचरित्रातील एका लीळेनुसार चक्रधरांच्या काही शिष्यांनी आपण गोरक्षनाथांचे शिष्य असल्याचे भासवून गावातून भरपूर भिक्षा मिळवल्याचा उल्लेख येतो. यावरून त्याकाळी गोरक्षनाथांविषयी समाजात असलेल्या आदराचा प्रत्यय येतो.

नाथपंथाने आपले तत्त्वज्ञान मांडण्यासाठी प्राधान्याने प्रादेशिक भाषांचा वापर केला. 'गोरखबानी' हा ग्रंथ हिंदीतील आद्य ग्रंथ मानला जातो. नाथपंथी साधकांनी आपले विचार मांडण्यासाठी बंगाली, तेलुगू, मराठी अशा विविध भाषांचा वापर केला. या कारणांमुळे नाथपंथाचा सामाजिक पाया विस्तृत होऊ शकला.

नाथपंथाने तत्कालीन तत्त्वज्ञानांचा समन्वय घडवण्याचा प्रयत्न केला. असा समन्वय साधून त्यांनी स्वत:चे वेगळेच असे तत्त्वज्ञान निर्माण केले. या तत्त्वज्ञानाला 'द्वैताद्वैत' 'विवर्जित' असे म्हटले जाते. तत्कालीन समाजात एकात्मता निर्माण करण्याचाच हा प्रयत्न होता असा तर्क करण्यास हरकत नसावी.

नाथपंथीयांच्या कामगिरीमुळे तांत्रिक बौद्धांचा प्रभाव लुप्त झाला. कालांतराने नाथपंथामधेही अनेक विकृत आचार शिरले. नाथपंथ अनेक उपपंथांमधे विभाजित झाला. नाथपंथाच्या अनुयांयामधूनच पुढे वारकरी पंथ, वीरशैव पंथ, महानुभाव पंथ इ. पंथांचा उदय झाला.

महानुभाव संप्रदाय :

महानुभाव संप्रदायाचा उगम बाराव्या शतकातील आहे. गोविंदप्रभू तथा गुंडम राऊळ (इ.स. ११८७ ते १२८७) हे या पंथाचे मूळ पुरुष मानले जातात. गोविंदप्रभुंचे वर्णन आपणास नारायण व्यास तथा नारोबास बहालिये रचित 'ऋद्धिपुरवर्णन' या ग्रंथात पाहावयास मिळते.

चक्रधरस्वामींनी (इ.स. ११९४-१२७४) पंथाचा प्रसार करण्यात महत्त्वाची भूमिका बजावली. त्यांनी ठिकठिकाणी मठ स्थापले. तसेच मोठ्या योग्यतेची शिष्यपरंपरा निर्माण केली.

चक्रधरस्वामींनंतर नागदेवाचार्य (इ. स. १२३६-१३०२) हे महानुभाव पंथाचे आचार्य झाले. त्यांच्या काळात महानुभाव साहित्य मोठ्या प्रमाणात निर्माण झाले. महानुभावांनी प्रामुख्याने मराठी भाषेचा वापर साहित्यनिर्मितीसाठी केल्याने महानुभाव पंथाला आद्य मराठी वाङ्मयाच्या विकासाच्या संदर्भात मोठेच स्थान आहे. महानुभावांनी सर्वप्रथम गद्यलेखन केले. जे त्याकाळी फारसे प्रचलित नव्हते. महानुभावांमुळे मराठी गद्याचा विकास झाला असे विधान केल्यास ते अतिशयोक्तीचे ठरू नये.

महानुभावीय ग्रंथ व ग्रंथकार :

महानुभावीय ग्रंथकारांनी लिहिलेले ग्रंथ आद्य मराठी वाङ्मयाच्या दृष्टीने अत्यंत महत्त्वपूर्ण मानले जातात. महानुभावीय ग्रंथकार व त्यांचे ग्रंथ यांची एक संक्षिप्त यादी पुढे दिली आहे.

केसोबास : केसोबासाने सिद्धान्त सूत्रपाठ, (लेखन काळ इ.स. १२८४) दृष्टांतपाठ, मूर्तिप्रकाश इ. ग्रंथ लिहिले. या ग्रंथामधून महानुभाव पंथाचे तत्त्वज्ञान मांडलेले आहे.

म्हाइंभट : म्हाइंभटाने 'लीळाचरित्र' (रचनाकाळ इ.स. १२८३ सु.) हा ग्रंथ लिहिला. यात चक्रधरांच्या लीळांची माहिती दिली आहे.

नरेंद्र : नरेंद्र कवीने 'रुक्मिणी स्वयंवर' (रचनाकाळ इ.स. १२८८) नावाचा काव्यमय ग्रंथ लिहिला. एका यादव राजाने या ग्रंथाचे कवित्व सुवर्णमुद्रा देऊन आपल्या नावावर करण्याचा प्रयत्न केला. परंतु नरेंद्राने राजाला ठाम शब्दात नकार दिला.

भास्करभट्ट बोरीकर (इ.स. १२७३ चा सुमार) : 'शिशुपालवध' व 'उद्धवगीता' हे ग्रंथ भास्करभट्टांनी लिहिले. आपल्या लेखनातून त्यांनी महानुभाव तत्त्वज्ञानाची मांडणी केली.

उपरोक्त ग्रंथकारांशिवाय महदंबा, दामोदर पंडित, विश्वनाथबास, नारायण पंडित, नारायणबास इ. अनेक ग्रंथकार महानुभाव परंपरेत होऊन गेले. महानुभाव पंथाने मराठीत विपुल ग्रंथरचना केल्याने मराठी भाषेचा विकास होण्यास मदत झाली. आद्य मराठीच्या विकासाचा महानुभाव पंथ महत्त्वपूर्ण भागीदार होता. या पंथाच्या उदार भूमिकेमुळे अनेक अनुयायी त्या पंथास मिळाले.

तत्त्वज्ञान :

महानुभाव पंथ हा पूर्णपणे द्वैतमताला अनुसरणारा पंथ आहे. सिद्धान्त 'सूत्रपाठ' या ग्रंथात प्रामुख्याने महानुभावांचे तत्त्वज्ञान आलेले आहे. हा पंथ नाथ व वारकरी पंथापेक्षा वेगळा पडतो.

महानुभावमतानुसार जगामध्ये जीव, देवता प्रपंच व परमेश्वर या चार वस्तूंचे स्वरूप अविनाशी असून त्या अनादी व अनंत आहेत. अविद्येच्या संपर्कामुळे मूलत: शुभ्र असलेला जीव काळसर झालेला असतो. जीवाच्या अंगी मोक्ष प्राप्त करण्याची पात्रता नसते. भक्तीच्या माध्यमातून सदगुरू जीवास मोक्षासाठी पात्र करू शकतो. प्रपंचाचे स्वरूप अनित्य असून त्याचे कारण व कार्य असे दोन भाग पडतात. कारण म्हणजे पंचमहाभूते व त्रिगुणी हे होय. कार्यामध्ये यात पंचमहाभूतांबरोबर सत्त्व, रज व तमोगुणाचा समावेश होतो. महानुभाव पंथांचा भर ब्रह्मप्राप्तीवर नसून ईश्वरप्राप्तीवर आहे. ब्रह्म हा ईश्वराचा एक भाग आहे असा महानुभावीयांचा सिद्धान्त आहे. 'दृष्टांन्त-पाठा'त अनेक दृष्टांतांमधून हा सिद्धान्त स्पष्ट करण्यात आला आहे. परमेश्वर पृथ्वीवर जीवांचा उद्धार करण्यासाठी अवतार घेतो या वैदिक कल्पनेला मात्र महानुभावीयांनी आत्मसात केल्याचे दिसते. परंतु प्रपंच व परमेश्वर यांच्या ऐक्याची कल्पना मात्र प्रस्तुत पंथाने त्याज्य मानलेली आहे. महानुभाव पंथामधे मूर्तिपूजेची प्रथा नाही. जातिभेद व स्पृश्यास्पृश्यता यांना महानुभावपंथाने थारा दिला नाही. शूद्र व स्त्रिया यांना मंदिरात प्रवेश देण्यास महानुभाव पंथाने प्रोत्साहनच दिले. महदंबा, महदाईसा, आबाईसा अशा अनेक शिष्या चक्रधरांच्या निकटवर्ती शिष्यांपैकी होत्या. चक्रधरांच्या शिष्यांमधे अनेक ब्राह्मण तसेच शूद्रपण होते. ज्ञान व भक्ती यांच्या समन्वयास प्रस्तुत पंथाने महत्व दिले.

महानुभाव पंथाचे कार्य :

महाराष्ट्राच्या सांस्कृतिक इतिहासाच्या संदर्भात महानुभाव पंथाची भूमिका अत्यंत मोलाची अशीच मानावी लागेल. मराठी भाषेच्या वापराला सर्वप्रथम प्रोत्साहन देऊन त्या भाषेत महानुभावीयांनी विपुल ग्रंथरचना केली. एक महानुभावीय ग्रंथकार केसोबासांनी एका ग्रंथाचे संस्कृतमधे रूपांतर केले. याबद्दल नागदेवाचार्यांनी त्यांचे कौतुक केले. या कौतुकाने हर्षभरित होऊन केसोबासांनी अजून एका ग्रंथाचे संस्कृतमधे भाषांतर करण्याची मनीषा व्यक्त केली. तेव्हा नागदेवाचार्यांनी 'ना गा केसवदेवा। तेणे मज म्हातारीचिये

नागवतील' म्हणजे संस्कृत ग्रंथांमुळे ज्ञान सामान्य माणसाला कळू शकणार नाही असे केसोबासांना समजावून सांगितले. यावरून सामान्य माणसाला कळेल अशा भाषेत ग्रंथनिर्मिती करण्यावरचा महानुभावांचा भर लक्षात येण्यासारखा आहे.

तत्कालीन समाजव्यवस्थेतील काही अनिष्ट गोष्टीं विरुद्धची महानुभाव पंथाचा उदय ही एक प्रतिक्रिया होती. वैदिक कालखंडात अशाच प्रक्रियेद्वारे बौद्ध व जैन धर्मांचा उदय झाला होता. तीच प्रक्रिया भारतीय इतिहासात वारंवार घडलेली दिसते. तत्कालीन समाजव्यवस्थेतील अनिष्ट प्रथा अमान्य करून महानुभाव पंथाने काही नवीन मुद्द्यांचा पुरस्कार करण्याचा प्रयत्न केला. महानुभाव पंथाने आपल्या प्रभावळीत स्त्री व शूद्रांना दिलेला प्रवेश त्यांच्या विचारातील उदारशीलता प्रकट करतो.

महानुभाव ग्रंथकारांनी केलेली ग्रंथरचना हीदेखील एक मोठीच उपलब्धी म्हणावी लागेल. तत्कालीन राजकीय, सामाजिक व सांस्कृतिक इतिहासाचा अभ्यास करण्याकरता हे ग्रंथ म्हणजे अमूल्य ठेवाच असे म्हणावे लागेल. केशवव्यासरचित दृष्टांतपाठातील बांदकऱ्याचा दृष्टान्त, सींद राणे यांचा दृष्टांत यांसारख्या दृष्टान्तांमधून तत्कालीन सामाजिक व राजकीय परिस्थितीविषयी आपणास उल्लेखनीय माहिती मिळते. महाराष्ट्राचा सांस्कृतिक आलेख करण्यासाठी महानुभावांनी केलेली ग्रंथरचना अत्यंत महत्त्वाची ठरते.

मात्र ज्येष्ठ घटक अनुकूल असूनही महानुभाव संप्रदाय हा वारकरी संप्रदायामुळे संपूर्ण समाजावर प्रभाव टाकणाऱ्या चळवळीचे स्वरूप धारण करू शकला नाही. कारण महानुभावांची पंथप्रसाराची पद्धत मठप्रधान होती. चक्रधरांप्रमाणे विस्तृत संचार त्यांच्या अनुयायांच्या हातून होऊ शकला नाही. महानुभाव पंथात सर्वांना मुक्त प्रवेश असला तरी महानुभावांचे तत्त्वज्ञान काहीसे गुंतागुंतीचे होते. त्याचबरोबर पंथाच्या काहीशा बंदिस्त वृत्तीमुळे हा पंथ मोठ्या प्रमाणात विस्तारू शकला नाही. या पंथाची बीजे नाथ संप्रदाय, शैव संप्रदाय यांच्यात रुजलेली असूनही त्या पंथाचा विस्तार मोठ्या प्रमाणात होऊ शकला नाही हे खरे तर एक आश्चर्यच म्हटले पाहिजे. परंतु जरी या पंथाचा विस्तार झाला नाही तरी या पंथाने महाराष्ट्राचा सांस्कृतिक इतिहासाच्या संदर्भात अत्यंत महत्त्वाची व ऐतिहासिक भूमिका बजावलेली होती. मराठी भाषेच्या विकासास या पंथाने महत्त्वपूर्ण हातभार लावल्याने महाराष्ट्राच्या सांस्कृतिक इतिहासात महानुभाव पंथाचे स्थान अत्यंत महत्त्वाचे आहे यात शंका नाही.

वारकरी संप्रदाय :

वारकरी अथवा भागवत संप्रदाय हा महाराष्ट्रातील सर्वात महत्त्वाचा भक्तिसंप्रदाय होय. वारकरी पंथ म्हणजे महाराष्ट्राची ओळखच मानली जाते. आजसुद्धा या पंथाचे लक्षावधी अनुयायी दरवर्षी विठ्ठलाच्या भक्तीपोटी शेकडो मैलांचे अंतर पायी कापत आषाढी एकादशीला पंढरपूरला जात असतात. कुठल्याही प्रकारच्या भेदभावांना थारा न देणारा हा

पंथ खऱ्या अर्थाने महाराष्ट्राच्या सर्वसमावेशक परंपरेचे जिवंत असे उदाहरणच आहे.

उगम :

परंपरेनुसार वारकरी पंथाचा उदय हा पुंडलिकापासून (इ.स.च्या १२ व्या शतकाचा उत्तरार्थ) झाला असे मानले जाते. अभ्यासकांच्या मते वारकरी पंथ हा नाथपंथापासून निर्माण झाला असावा. निवृत्तिनाथांची गुरुपरंपरा नवनाथांपैकी गहिनीनाथांपर्यंत सांगितली जाते. तसेच नामदेवांचे गुरू विसोबा खेचर यांची गुरुपरंपरा कृष्णनाथ तसेच गोरक्षनाथापर्यंत सांगितली आहे. ह्यावरून नाथपंथ व वारकरी पंथ यांच्यातील घनिष्ठ संबंध स्पष्ट होण्यासारख्या आहे. (इ. स. १२०० चा सुमार) ज्ञानेश्वरांनी आपली गुरुपरंपरा स्पष्ट करताना निवृत्तिनाथांचे गुरू म्हणून गहिनीनाथांचा उल्लेख केला आहे. ज्ञानेश्वरांच्या सर्व चरित्रकारांनी निवृत्तिनाथांना त्र्यंबकेश्वर येथे ज्ञानप्राप्ती झाली असे निसंदिग्धपणे वर्णिले आहे. त्र्यंबकेश्वर हे नाथपंथीयांचे अत्यंत महत्त्वाचे स्थान होते ही गोष्टदेखील नाथपंथ व भागवतपंथ यांच्या संदर्भात उल्लेखनीय मानावी लागेल. प्रख्यात काश्मिरी शैव सोमानंद (इ.स. ९ व्या शतकाचा उत्तरार्ध) याने देखील आपल्या एका ग्रंथात त्र्यंबकमठिकेचा उल्लेख एक शैव क्षेत्र असा केला आहे. वरील सर्व उदाहरणांवरून नाथपंथ व भागवतपंथ यांतील घनिष्ठ साहचर्य उलगडण्यासारखे आहे.

वारकरी पंथाचे प्रमुख प्रवर्तक :

वारकरी किंवा भागवत पंथाला खऱ्या अर्थाने चालना ज्ञानेश्वरांनी (इ.स. १२७५-१२९६) दिली. आपल्या अवघ्या २१ वर्षांच्या आयुष्यात त्यांनी भागवत धर्माचा पायाच महाराष्ट्रात खऱ्या अर्थाने रुजवला. ज्ञानेश्वरी, चांगदेव पासष्टी, अमृतानुभव इ. ग्रंथांमधून ज्ञानेश्वरांनी आपले चिद्‌विलासवादाचे तत्त्वज्ञान मांडले. त्यांनी लिहिलेल्या अत्यंत उत्कट अशा विरहिण्यांना मराठी वाङ्‌मयामधे एक वेगळेच स्थान आहे.

अमृतानुभव या ग्रंथात ज्ञानेश्वरांनी आपले तत्त्वज्ञान नेटकेपणाने मांडले. कारण ज्ञानेश्वरी ही गीतेवरची टीका होती तर अमृतानुभव हा त्यांचा स्वतंत्र ग्रंथ होता. या ग्रंथात त्यांनी शंकराचार्यांच्या मायावादाचा प्रतिवाद करून जीव, जगत व परमात्म्याच्या ज्ञानस्वरूपावर भर दिला आहे. या ग्रंथातच त्यांनी आपला पूर्णद्वैताचा सिद्धान्त मांडला आहे.

ज्ञानेश्वरानंतर भागवत पंथाची ध्वजा नामदेव महाराजांनी (सन १२७०-१३५०) आपल्या खांद्यावर पेलली. नामदेवांचीही गुरुपरंपरा विसोबा खेचरांमार्फत (समाधी इ.स. १३०९) शेवटी गोरक्षनाथापर्यंतच (इ.स. १०५०-११५०) जाते. नामदेवांनी विस्तृत संचार करून भागवत धर्माचा प्रसार केला. पंजाबमध्ये त्यांना नामदेवबाबा या नावाने आजही ओळखले जाते. त्यांचे काही अभंग 'गुरु ग्रंथसाहिब' मध्ये समाविष्ट आहेत. नामदेवांचे 'बालक्रीडा', 'तीर्थावली', 'समाधी' इ. ग्रंथ उपलब्ध आहेत.

नामदेवांनंतर काही काळ थंडावलेला भागवतधर्माचा प्रवाह एकनाथांनी (इ.स. १५३३-१५९९) पुन्हा एकदा गतिमान केला. एकनाथी भागवत, भावार्थ रामायण, रूक्मिणीस्वयंवर (इ.स. १५६१) ह्या ग्रंथांसोबतच समाजाचे प्रबोधन करणारी शेकडो भारुडे त्यांनी लिहिली. विविध देवतांच्या उपासनेमुळे विभंगित झालेल्या समाजास एकनाथांनी पांडुरंगभक्तीच्या माध्यमातून एकत्रित करण्याचा प्रयत्न केला.

"ज्ञानदेवे रचिला पाया। तुका झालासे कळस।।" या उक्तीप्रमाणे भागवत धर्माची ध्वजा अत्युच्च शिखरावर पोचवण्याची कामगिरी संत तुकारामांनी (इ.स. १६०८-१६४९) केली. तत्कालीन सामाजिक जीवनावरील एका विशिष्ट उच्चवर्णाच्या वर्चस्वास त्यांनी विरोध केला. समाजातील मोठ्या प्रमाणात असणाऱ्या भोंदूगिरीवर त्यांनी कडक टीका केली.

उपरोक्त प्रमुख संतांखेरीज गोरा कुंभार, सावता माळी, जनाबाई, दामाजीपंत, चोखामेळा, प्रभृती संतांनी भागवत धर्माचा प्रवाह वाहता ठेवण्यामध्ये महत्त्वाची भूमिका बजावली. ह्या सर्व 'संतांच्या मांदियाळी'मुळे भागवत धर्म हा महाराष्ट्राची सांस्कृतिक ऊर्जा बनला. महाराष्ट्राचे असे वेगळे वैशिष्ट्य म्हणून स्वतःची स्वतंत्र ओळख निर्माण करण्यात भागवत धर्माला आलेले यश ही त्याची अत्यंत महत्त्वपूर्ण उपलब्धी मानावी लागेल.

वारकरी पंथाचे तत्त्वज्ञान :

वारकरी अथवा भागवत धर्माचे तत्त्वज्ञान समतेच्या पायावर उभे आहे. 'भावार्थदीपिका', 'एकनाथी भागवत', 'तुकारामांचे अभंग' यातून हीच समन्वयाची भूमिका मांडली गेलेली दिसते. प्रत्येक संताने ईश्वरप्राप्ती व जाती यांचा संबंध अमान्य केलेला आहे. ज्ञानेश्वरीमधील श्रीकृष्णाच्या "येथ जाति कुळ अप्रमाण। हे आघवेचि अकारण।।" प्रतिपादनावरून याची साक्ष पटते. तसेच त्यांच्यानंतर चारशे वर्षांनी लिहिणाऱ्या तुकारामांच्या

की अभिमान विसरली जाति
एकएका लोटांगणी जाती रे।।
निर्मळ चित्ते झाली नवनीते
एकएका लागतील पायी रे ।।

या पंक्तीवरूनसुद्धा भागवत धर्माच्या विशाल व विश्वव्यापक दृष्टिकोनाबाबत खात्री पटते. आयुष्याच्या शेवटी ज्ञानदेवांनी 'पसायदान' मागताना जे मागितले ते अखिल विश्वातील मानवजातीसाठी.

दुरितांचे तिमिर जावो। विश्व स्वधर्मसूर्ये पाहो।।
जो जे वांछिल तो ते लाहो। प्राणिजात।।

ज्ञानदेवांनी परमेश्वराला मागितलेले मागणे हे अखिल विश्वातल्या

मानवजातीसाठी आहे. 'हे विश्वचि माझे घर' असे म्हणणाऱ्या ज्ञानेश्वरांनी प्रवर्तित केलेल्या भागवतधर्माचा मानवतावाद हाच पाया होता व भागवतधर्माच्या कार्याला हे सुसंगतच होते.

वर्णव्यवस्था, पुनर्जन्म, यज्ञसंस्था इ वैदिक कल्पनांच्या शब्दजंजाळात सामान्य माणसाला न अडकवता भागवत धर्माने सामान्य माणसाला ईश्वराजवळ पोहोचण्याकरता 'भक्तिमार्ग' खुला करून दिला. हा भक्तिमार्ग अत्यंत आचरणसुलभ असा मार्ग होता. त्यासाठी उपासतापास, व्रतवैकल्ये करीत बसण्याची गरज नव्हती. भागवतधर्माने देव व भक्त यांच्यातील अद्वैताच्या नात्यावर भर दिला. तत्कालीन सामान्य माणसाला उपरोक्त मानवताधारित विचारसरणीमुळे मोठा मानसिक आधार मिळाला.

भागवत संप्रदायाने सामाजिक समता निर्माण करण्यावर भर दिला. जातिव्यवस्था ही भारतीय समाजात खोलवर रुजलेली असल्याने तिला मुळासकट उखडणे शक्य नव्हते. त्यामुळे संतमंडळींनी आध्यात्मिक समता स्थापित करण्यावर भर दिला. तत्कालीन समाजात ब्राह्मण वर्णाच्या हाती समाजाच्या धार्मिक व सांस्कृतिक बाबींचे नियंत्रण एकवटले होते. हे वर्चस्व विधायक मार्गाने कमी करून माणसामाणसांतील भेदभाव कमी करण्यावर व माणसाने माणसाला 'माणूस' म्हणूनच वागणूक देण्यास उद्युक्त करण्यावर भागवत धर्माचा भर होता.

वारकरी पंथाचे कार्य :

वारकरी संप्रदायाची प्रमुख कामगिरी जरी धार्मिक स्वरूपाची असली तरी समाजाचे एकत्रीकरण करण्यात या पंथाने महत्त्वाची भूमिका बजावलेली असल्याने त्यांच्या कामगिरीचे सामाजिक व राजकीय पडसाददेखील जरूर उमटले. वारकरी संप्रदाय ज्या काळात प्रभावी होता त्या काळात परकीय सत्तेचे नियंत्रण महाराष्ट्रावर होते. त्यामुळे संतांनी हिंदू व मुसलमानांमधे सांस्कृतिक ऐक्य स्थापित करण्यावर भर दिला. तुकारामांच्या कालखंडात सर्ववर्गीय ऐक्य स्थापित करण्याला प्राधान्य मिळाल्याने स्वराज्याच्या स्थापनेची पार्श्वभूमी तयार झाली. परंतु ह्या सर्ववर्गीय ऐक्याचा पुरस्कार संतांनी ज्ञानेश्वरांपासूनच केलेला दिसतो. संतांच्या कार्याचा भर सामान्य माणसाला भक्तिसन्मुख करण्याचा होता. या मार्गातील अडथळे दूर करण्याचे संतांनी प्रयत्न केले. गीतेचा मराठीत अनुवाद करणे हा अशाच प्रयत्नाचा एक व्यापक आविष्कार होता.

वारकरी संप्रदायाने संस्कृतपेक्षा मराठी भाषेचा वापर केल्याने वारकऱ्यांचे तत्त्वज्ञान समाजाच्या खालच्या स्तरापर्यंत पोहोचण्यात यशस्वी झाले. तत्कालीन धर्माला कर्मकांडाच्या कचाट्यातून मुक्त करून आचारसुलभ असे नवे तत्त्वज्ञान वारकरी संप्रदायाने रूढ केले. तुकारामांनी समाजाला घातक अशा रूढि-परंपरांवर कडक शब्दांत कोरडे ओढले. या सर्वांमागचा उद्देश समाजाची नैतिक पातळी उंचावण्याचा होता.

वारकरी संप्रदायाने महानुभावांप्रमाणे आत्यंतिक निवृत्तीवर भर न देता परमार्थ व प्रपंच यांच्या योग्य साहचर्याचा पुरस्कार केला.

वारकरी संप्रदायास वर्णाश्रमधर्म व जातिव्यवस्था यांची मुळे समाजात खोल रुजलेली असल्याची जाणीव असल्याने त्यांनी या कल्पनांच्या विरोधात प्रत्यक्ष भूमिका न घेता या बाबतीत समाजाची मानसिकता बदलण्याचा प्रयत्न केला. म्हणून तर पांडुरंगाच्या भक्तीसाठी जात ही पूर्व अट कधीच नव्हती. यामुळे अठरापगड जातींमधून संतांची मांदियाळी निर्माण होऊ शकली.

वारकरी संप्रदायाच्या ह्या कार्यामधूनच सामाजिक एकात्मतेची बीजे महाराष्ट्राच्या समाजात रुजली. संतांच्या त्या कार्याचा फार मोठा उपयोग नंतर शिवाजीमहाराजांना आपल्या कार्यासाठी झाला. स्वराज्याकडे समाजाच्या सर्व स्तरांचे लोक आकर्षित होण्यामागे संतांनी महाराष्ट्राच्या भूमीत रुजवलेल्या एकात्मतेच्या बीजाची फार मोठी भूमिका होती.

वारकरी संप्रदायाच्या कार्याचे मूल्यमापन :

ऐतिहासिक कालखंडात तत्कालीन समाजात उच्च सांस्कृतिक व नैतिक मूल्ये यांचा प्रसार करण्याची अत्यंत महत्त्वाची कामगिरी वारकरी संप्रदायाने पार पाडली. हे त्यांचे महाराष्ट्राच्या सांस्कृतिक इतिहासातील मोठेच योगदान म्हणावे लागेल.

वारकरी संप्रदाय त्या कालखंडात प्रभावी होता, ह्या कालखंडात इतरही अनेक पंथ व संप्रदाय महाराष्ट्रात अस्तित्वात होते. परंतु मध्ययुगातील एक संप्रदाय एवढे संकुचित स्वरूप वारकरी संप्रदायाचे नक्कीच नव्हते. तेराव्या शतकात सुरू होऊन अगदी आजपर्यंतही चालू असलेली ही एकमेव चळवळ आहे.

आधुनिक भारतीय भाषांचा उदय ज्या कालखंडात झाला त्या कालखंडात भारतात इतरत्रही अनेक संप्रदायांचा उदय झाला. परंतु हे संप्रदाय व वारकरी संप्रदाय ह्यांच्या स्वरूपात मूलभूत फरक होता. वारकरी पंथाचा एकाच दैवताच्या आत्यंतिक भक्तीवर भर नव्हता. विठ्ठलामध्ये सर्व देवतांचा समन्वय झालेला होता. वारकरी संप्रदायाची शिकवण निष्काम कर्मयोगाची होती.

वारकरी संप्रदायाने तत्कालीन मराठी साहित्याच्या विकासाला मोठी चालना दिली. एकनाथांसारख्या संतांनी भारुडासारख्या लोकगीताचा वापर जनजागृतीच्या कार्यासाठी प्रभावीपणे करून घेतलेला दिसतो. ज्ञानेश्वरांच्या लेखनातून त्यांनी संस्कृत साहित्यविचाराचा (Literary Schools) सखोल विचार केला असल्याचे जाणवते.

न्या. म. गो. रानडे यांनी पुढील शब्दांत वारकरी संप्रदायाचे मूल्यमापन केलेले आहे.

''ही चळवळ ज्ञानदेवांचा जन्म झाल्यापासून ते गेल्या शतकाच्या अखेरीपर्यंत चालू राहून पारमार्थिक सद्‌गुणांची हळूहळू वाढ झाली. या देशाला प्राकृत भाषेत एक बहुमोल वाङ्मय या चळवळीमुळेच आम्हाला उपलब्ध झाले. ज्ञातिजन्य वेडगळ

कल्पनांचा जोरही या वाङ्मयानेच कमी झाला. शूद्रवर्णाला पारमार्थिक शिक्षण देऊन त्याचे समाजामध्ये महत्त्व वाढवून ब्राह्मणांच्या तोडीस या चळवळीने आणून बसवले. कुटुंबसंबंधाने पावित्र्य प्राप्त होऊन स्त्रियांची योग्यता वाढली. परधर्मी सत्तेच्या ठिकाणी एकजुटीची एतद्देशीय सत्ता पुन्हा स्थापित करण्याच्या महान कृत्यात पुढारीपण घेण्यास महाराष्ट्रदेशाची तयारी या चळवळीने करून दिली.''

दत्तसंप्रदाय :

मध्ययुगीन कालखंडात महाराष्ट्राचा प्रदेश इस्लामी सत्तेच्या ताब्यात गेल्याने अनेक बदल झाले. प्रमुख बदल म्हणजे महाराष्ट्राच्या पारंपारिक संस्कृतीस मिळणारा राजसत्तेचा आधार जवळजवळ नाहीसा झाला. मराठी संस्कृतीला अशा परिस्थितीत आधार देण्याचे काम भक्तिसंप्रदायांनी केले. दत्त संप्रदाय हा भक्तिसंप्रदायातील एक महत्त्वाचा संप्रदाय होय. दत्त संप्रदायाने इस्लाम व वैदिक संस्कृती यांच्यात समन्वय साधण्याचे काम केले.

मुळात दत्त ही देवताच तीन देवतांचा समन्वय होऊन निर्माण झालेली आहे. त्यामुळे समन्वयशीलतेचा गुणधर्म या देवतेत अंगभूतच आहे. नवनाथभक्तिसार या मालुकविविरचित पुराणात नवनाथांना दत्तात्रेयांनी सर्व विद्यांत पारंगत केले असा उल्लेख आहे. यावरून नाथपंथीयांमध्येसुद्धा दत्तसाधना प्रचलित असावी असे अनुमान करण्यास जागा आहे. यावरून दत्तसंप्रदाय नाथसंप्रदायापेक्षाही प्राचीन असल्याची एक शक्यता संभवते.

दत्त संप्रदायाचे अध्वर्यू मात्र श्रीपाद वल्लभ (इ.स. १४ वे शतक) व नृसिंह सरस्वती (इ.स. १३७८-१४५८) हे होते. श्रीपाद वल्लभ यांचा जन्म पीठापूर येथे झाला. ह्यांनी महाराष्ट्रात दत्त संप्रदायाचा पाया घातला.

श्रीपाद वल्लभ यांचाच दुसरा अवतार म्हणजेच नृसिंह सरस्वती असे मानले जाते. नृसिंह सरस्वती यांचा जन्म कारंजा येथे झाला. ह्यांचे तत्त्वज्ञान 'गुरुचरित्र' या ग्रंथात वर्णन केलेले आहे.

गुरुचरित्र हा ग्रंथ सरस्वती गंगाधर (इ.स. १०४५६ चा सुमार) याने लिहिला. ह्या ग्रंथात एकंदरीत ५३ अध्याय आहेत. या ग्रंथात दत्त संप्रदायाचा पूर्वेतिहास तत्त्वज्ञान व आचारधर्म विस्ताराने नमूद करण्यात आला आहे. दत्तसंप्रदायाचा भर कर्मठ आचारावर अधिक आहे. गुरुचरित्राचा रचनाकाल इ.स. १५३५ किंवा १५३८ हा आहे.

गुलबर्गा व बीदर या बहामनी सत्तेच्या मुख्य प्रभावक्षेत्रातील गाणगापूर येथे असलेले दत्तसंप्रदायाचे मुख्य स्थान लक्षात घेता दत्तसंप्रदायातील आचार आणि परंपरांचा उलगडा होऊ शकतो. बहामनी सत्ता सामंजस्याच्या धार्मिक धोरणाकरता कधीच प्रसिद्ध नव्हती. अशा धार्मिक दडपशाहीचे अनेक शिलालेखीय पुरावे या भागात आजही आहेत. दत्त संप्रदायातील कर्मठता व सगुण मूर्तींच्या जागी निर्गुण पादुका तसेच समाधीस्थानाचे कबरीसारखे स्वरूप याचा उपरोक्त परिस्थितीच्या संदर्भात विचार केल्यास उलगडा होईल.

इस्लामी सत्तेचा पाडाव करणे ही गोष्ट अशक्य असल्याने दत्त संप्रदायाने इस्लाम व वैदिक धर्मात समन्वय घडवण्याचा प्रयत्न केला. गुरुचरित्राच्या १४ व्या व ५० व्या अध्यायात यवनांचे उल्लेख येतात. ५० व्या अध्यायातील इस्लामी सत्ताधीश म्हणजे बीदरचा बादशाह अला उद्दीनशहा बहमनी दुसरा (१४३५-१४५८) होय असे इतिहाससंशोधक चिं. वि. वैद्य म्हणतात.

तत्त्वज्ञान :

दत्त संप्रदायाचा भर वैदिक धर्म व शांकर तत्त्वज्ञानाचा पुरस्कार करण्यावर आहे. वैदिक धर्मावरचे संकट दूर करण्यासाठी वर्णाश्रमधर्माच्या पुनरुज्जीवनाची या संप्रदायाच्या मते आवश्यकता आहे. या संप्रदायाच्या मते ईश्वर हा केवळ चैतन्यमय असून ईश्वर व आत्मा यात भेद नाही. योगमार्ग व ईश्वराची सगुण स्वरूपातील उपासना यांचा दत्त संप्रदायाने पुरस्कार केला. वैदिक धर्माचे संरक्षण हे ब्राह्मण्याचे लक्षण मानले आहे.

मूल्यमापन :

एकंदरीत दत्त संप्रदायाचा भर कर्मठ अशा आचारांवर तसेच वर्णाश्रमधर्माच्या जोपासनेवर आहे. आधुनिक संकल्पनांच्या संदर्भात हा दृष्टिकोन काही अभ्यासकांनी संकुचित ठरवला आहे. परंतु ज्या भागात दत्त संप्रदाय जन्माला आला व वाढला, तेथील राजकीय परिस्थितीचा अभ्यास केल्यावर व दत्त सांप्रदायाचे संघटन करण्यातील त्या काळात असलेल्या मर्यादा लक्षात घेतल्यावर या संप्रदायाची सांगड संकुचिततेशी घालणे सयुक्तिक वाटत नाही. दत्त संप्रदायाने इस्लामी संस्कृतीशी समन्वय साधण्याची जी भूमिका स्वीकारली तिचेही विसंगत असे स्पष्टीकरण काही अभ्यासकांनी दिले आहे. असा समन्वय साधण्याची गरज दत्त संप्रदायाला वाटली. कारण परकीय सत्तेविरुद्ध उभे राहण्याची क्षमता या संप्रदायाला समाजामधे जाणवली नाही. त्यामुळे संस्कृतिरक्षण करण्यासाठी दत्त संप्रदायाने इस्लामी संस्कृतीशी जुळवून घेण्याला प्राधान्य दिले. दत्ताचा मलंग वेश, भजनांवरील सुफी प्रभाव, मंदिरात मशिदीप्रमाणे धुपाचा वापर, विशिष्ट दिवस पवित्र म्हणून पाळण्याची पद्धत इत्यादी गोष्टींचा अंगीकार दत्त संप्रदायाने उपरोक्त परिस्थितीमुळे केला. हे इस्लामी संस्कृतीचे कुठल्याही परिस्थितीत अंधानुकरण नव्हते तर परिस्थितीशी जुळवून घेण्याचा केलेला तो एक तडजोडवादी प्रयत्न होता.

एकंदरीत दत्त संप्रदायाने वैदिक संस्कृती व इस्लामी संस्कृतीच्या समन्वयावर भर दिला. तसेच वर्णाश्रमधर्माचा पुरस्कार केला. संप्रदायाच्या आचारांचे स्वरूप एकंदरीत ब्राह्मणी राहिल्याने समाजाच्या सर्व स्तरांमधे हा संप्रदाय विस्तार पावू शकला नाही. तथापि कालाच्या संदर्भात त्यांनी बजावलेल्या कामगिरीचे महत्त्व ऐतिहासिक आहे, हे नाकारता येणार नाही.

□

प्रकरण ८
सण व समारंभ

सण व समारंभ हे कुठल्याही समाजाचा एक अविभाज्य घटक असतात. सण आपणास एखाद्या विशिष्ट प्रदेशात असणाऱ्या धार्मिक कल्पनांचे ज्ञान करून देतात. सामाजिक व्यवहार व विशिष्ट भौगोलिक परिस्थिती यांचा अन्योन्य संबंध असतो. विशिष्ट प्रादेशिक वैशिष्ट्यांमधून एखाद्या दैवताचा उदय होतो. एखाद्या दैवताचा उदय कशा परिस्थितीत झाला याचा अभ्यास करण्यासाठी ह्या दैवताच्या उपासनाप्रकारांचा अभ्यास अत्यंत महत्त्वाची अशी माहिती अभ्यासकास देऊ शकतो. धार्मिक कल्पनांचा समाजमनावर मोठा प्रभाव असल्याने समाजाचा सर्वांगीण अभ्यास करण्याच्या हेतूने समाजाच्या उपास्य अशा दैवतांचा अभ्यासदेखील अत्यंत महत्त्वपूर्ण ठरत असतो.

एखाद्या कालखंडातील समाजाचा अभ्यास करण्याच्या हेतूने सण जसे महत्त्वाचे आहेत तेवढेच महत्त्व अशा समाजातील समारंभांना आहे. समाजातील समारंभ हे जरी केवळ समाजातील उच्चभ्रू वर्गापुरते मर्यादित असले तरी या वर्गाची समाजाच्या अर्थकारणावर पकड असते हे विसरता कामा नये. अशा समारंभांमुळे समाजाची अभिरुचीची पातळी किती आहे याचे ज्ञान आपणास होत असते. अभिरुचीच्या पातळीवरून एखादा समाज किती प्रमाणात विकास पावला आहे याविषयी अंदाज बांधता येणे अभ्यासकाला शक्य होते. सण व समारंभ हे अशा प्रकारे समाजाच्या अभ्यासामध्ये महत्त्वाची भूमिका बजावीत असतात.

सतराव्या व अठराव्या शतकातील महाराष्ट्रात जे सण प्रचलित होते त्यांमध्ये शाही पातळीवरून दसरा, गणेशोत्सव, वसंतपंचमी, रंगपंचमी असे अनेक सण पेशवाईमध्ये मोठ्या धुमधडाक्याने साजरे होत असत. सण व समारंभ यांच्या स्वरूपामध्ये शिवकाल व पेशवाई या कालखंडात उल्लेखनीय फरक जाणवतो. मराठी सत्तेचा वाढलेला विस्तार हा घटक त्या संदर्भात नक्कीच महत्त्वपूर्ण होता. महाराष्ट्रात साधारणतः पुढील सण साजरे होत असत.

१) गुढीपाडवा	२) आषाढी एकादशी	३) पोळा
४) गणेश चतुर्थी	५) दसरा	६) चंपाषष्ठी
७) होळी	८) रंगपंचमी	

उपरोक्त यादीत ज्या सणांचा उल्लेख नाही ते सण महराष्ट्रात साजरे होत नव्हते असा अर्थ नाही परंतु उपरोक्त सण हे खास महाराष्ट्रात वेगळ्या पद्धतीने साजरे होत असत. उदा. दसऱ्याच्या दिवशी होणारा सीमोल्लंघनाचा सोहळा हे खास महाराष्ट्राचे

वैशिष्ट्य आहे. या सणांच्या वेगळ्या स्वरूपाची कारणे अर्थातच महाराष्ट्राच्या सामाजिक व आर्थिक परिस्थितीशी संबंधित आहेत.

१) गुढीपाडवा – गुढीपाडवा म्हणजे चैत्र शुद्ध प्रतिपदा. गुढीपाडव्याची प्रथा प्रामुख्याने द. भारतात प्रचलित आहे. हिंदू वर्षाची सुरुवात गुढीपाडव्यापासून केली जाते. मराठी प्रदेशात गुढ्या उभारण्याची प्रथा होती. शिवकालात हा सण विशेष महत्त्वाचा नसावा. पेशवेकालात मात्र या सणाला विशेष महत्त्व प्राप्त झाले.

२) आषाढी एकादशी – आषाढी एकादशीला तर महाराष्ट्राच्या समाजजीवनात मोठेच स्थान होते व अद्यापही आहे. भागवत धर्माने महाराष्ट्राच्या सांस्कृतिक एकीकरणास हातभार लावलेला असल्याने आषाढी एकादशी हा सण त्या दृष्टीने फारच महत्त्वाचा मानावा लागतो. वारी हे महाराष्ट्राच्या सर्वसमावेशक संस्कृतीचे प्रतीक होते. महाराष्ट्राच्या सांस्कृतिक एकीकरणाच्या प्रक्रियेला भागवत पंथ व वारीच्या प्रथेने चालना दिली. या प्रक्रियेमुळेच सतराव्या शतकात स्वतंत्र मराठी सत्ता निर्माण होऊ शकली.

३) पोळा – तत्कालीन भारताप्रमाणे महाराष्ट्र हादेखील कृषिप्रधान होता. कृषिप्रधान महाराष्ट्रात पोळ्याचा सण महत्त्वाचा असणे उघड आहे. पोळ्याच्या दिवशी बैलांना साग्रसंगीत सजवून त्यांची पूजा केली जात असे. पोळ्याच्या दिवशी गावातील बैल ग्रामदैवताच्या दर्शनाला आणले जात असत. अशावेळी अग्रपूजेचा मान पाटलाच्या बैलजोडीचा असे. गावातील सर्व रहिवासी पाटलाच्या बैलांना पुरणपोळीचा नैवेद्य दाखवत असत. यावरून गावातील पाटलाची प्रतिष्ठा समजण्यासारखी आहे.

४) गणेश चतुर्थी – गणेशोत्सव पेशवाईत मोठ्या थाटात साजरा केला जात असे. पेशवाईमध्ये महाराष्ट्रात भाद्रपद शुद्ध चतुर्थीपासून दशमीपर्यंत गणेशोत्सव साजरा केला जात असे. सवाई माधवरावांच्या (इ.स. १७७४–१७९५) कालखंडापासून शनिवारवाड्यातील गणेशमहालात फार भव्य स्वरूपात गणेशोत्सव साजरा करण्यात येऊ लागला. दशमीला गणपतीची भव्य मिरवणूक काढण्यात येऊन त्याचे विधिपूर्वक नदीत विसर्जन केले जात असे. पेशव्यांप्रमाणे पटवर्धन, दीक्षित, मुजूमदार इ. पेशव्यांच्या सरदारांच्या घरातही गणेशोत्सव मोठ्या प्रमाणात साजरा केला जात असे. यावेळी कीर्तन–प्रवचन, मंत्रजागर, गायन–नृत्यादी धार्मिक कार्यक्रम केले जात असत.

५) दसरा – मराठ्यांच्या राज्यात दसऱ्याच्या सणाला फार महत्त्व होते. दसऱ्याच्या दिवशी मराठी फौजा मुलुखगिरीवर निघत. मराठ्यांनी आपल्या अनेक प्रसिद्ध मोहिमांचे प्रस्थान दसऱ्याच्या दिवशी ठेवलेले आढळते. पेशवाईत दसरा मोठ्या थाटामाटात साजरा होत असे. दसऱ्याच्या दिवशी भगव्या ध्वजाची पूजा केली जात असे. सायंकाळी सीमोल्लंघनाचा कार्यक्रम होत असे. यावेळी निघणाऱ्या मिरवणुकीत हत्ती, घोडे, उंट, तोफा यांचा समावेश असे. छत्रपतींची फौज मिरवणुकीच्या अग्रभागी

असे. पेशव्यांच्या मिरवणुकीत पेशवे हत्तीवर आरूढ होत असत. अशा प्रकारे मिरवणूक निघून नगराच्या ईशान्य दिशेस विजयमुहूर्तावर शमीपूजन केले जात असे. यानंतर छत्रपती किंवा पेशवे जवळच्या शेतातील एक ताट कणसासकट उपटून घेत असत. याप्रसंगी तोफा-बंदुकांच्या फैरी झाडल्या जात असत. दसऱ्याच्या दिवशी भरणाऱ्या दरबारात नवीन पदव्या प्रदान केल्या जात असत. सरदार याच वेळी पेशवे किंवा छत्रपतींना नजराणे अर्पण करत असत.

दसऱ्याच्या दिवशी सोने वाटण्याची प्रथा महाराष्ट्रात होती. मोहिमेवर गेलेले मराठा सरदार लुटलेल्या संपत्तीसह परत येत असत. अशा विजयी वीरांना घराच्या दारात ओवाळले जात असे. मग ते लुटलेल्या संपत्तीतील एखादा नग ओवाळणाऱ्याच्या तबकात टाकत असत. नंतर सर्व संपत्ती देवापुढे ठेवली जात असे. या घटनेची स्मृती आपट्याची पाने वाटण्याच्या प्रथेच्या अवशिष्ट रूपात शिल्लक उरली आहे. दसऱ्याचा सण महाराष्ट्रात अशा प्रकारे फार मोठ्या प्रमाणात साजरा केला जात असे.

६) चंपाषष्ठी – खंडोबाच्या नवरात्राची प्रथा महाराष्ट्रात आहे. यावेळी वांगीसटीचे घट बसवले जातात. यादिवशी जेजुरी येथे खंडोबाचा उत्सव साजरा केला जात असे. मार्गशीर्ष शुद्ध प्रतिपदेपासून मार्गशीर्ष शुद्ध षष्ठीपर्यंत खंडोबाचे नवरात्र साजरे केले जात असे.

७) होळी – हा लोकोत्सव भारतात सर्वत्र साजरा केला जात असे परंतु महाराष्ट्रात होळीच्या दिवशी रंग खेळण्याची उत्तरेप्रमाणे प्रथा नव्हती. महाराष्ट्रात होळीला शिमगा असेही नाव होते. महाराष्ट्रात होळीला पुरणपोळीचा नैवेद्य दाखवण्याची प्रथा होती. होळीच्या दुसऱ्या दिवशी होळीवर तापवलेल्या पाण्याने स्नान करण्याची प्रथाही महाराष्ट्रात होती.

८) रंगपंचमी – महादजी शिंदे यांच्यामुळे रंगपंचमी हा सण पेशवेकालापासून मराठी प्रदेशात विशेषत्वाने साजरा होऊ लागला. रंगपंचमीची प्रथा प्रामुख्याने कोकणस्थ ब्राह्मणात प्रचलित होती. मराठी सत्तेची सूत्रे पेशव्यांकडे गेल्यावर काही सणांचे महत्त्व त्यामुळेच वाढले.

याखेरीज पेशवाईत वसंतपंचमी व इतरही काही सण साजरे केले जात. पर्वकाळी ब्राह्मणांना दक्षिणा दान केल्या जात असत. या दानदक्षिणेच्या कामासाठी पुढे पर्वतीपाशी खास रमण्याची इमारत बांधण्यात आली. विविध सणांच्या दिवशी तसेच पर्वकाळी सत्पात्र ब्राह्मणांना दानदक्षिणा देण्यात येत असे. दान देण्यास संबंधित उमेदवार पात्र आहे का? तसेच त्याची विद्वत्ता, त्याचा वेदाभ्यास इ. गोष्टींची दानदक्षिणेआधी खातरजमा केली जात असे. अशी सर्व खातरजमा झाल्यावर पात्र ब्राह्मणांना त्यांच्या पात्रतेनुसार दानदक्षिणा देण्यात येत असे.

दरबार –

रायगडावरती शिवाजीमहाराजांनी भव्य राजसभा बांधली होती. परंतु मोगलांच्या आक्रमणाने तसेच नंतर इंग्रजांच्या तोफांच्या भडिमारात ही राजसभा उद्‌ध्वस्त झाली. दुर्दैवाने रायगडावरील राजसभेची तपशीलवार वर्णने अजूनपर्यंत उपलब्ध झालेली नाहीत. शनिवारवाडादेखील नंतर आगीच्या भक्ष्यस्थानी पडला असला तरी त्यातील महाल व दरबाराची वर्णने आपल्याला उपलब्ध आहेत. त्यावरून तत्कालीन राजसभा वा दरबाराविषयी माहिती मिळते.

शनिवारवाडा ही सहामजली अशी भव्य इमारत होती. या वाड्यातील गणेश महालात दरबार भरत असे. गणेश महाल हा महाल वाड्यात तळमजल्यावर होता. १७९१ साली गणेशमहालात कॅप्टन मूर आला होता. त्याने गणेशमहालाचे वर्णन पुढीलप्रमाणे करून ठेवले आहे.

''पेशव्यांचा गणेशमहाल ही फार भव्य इमारत आहे. पेशव्यांना असंख्य लोक येथेच भेटावयास येतात. या महालात एकाच वेळी नाचणाऱ्या शंभर नायकिणी मी पाहिल्या आहेत. महालाच्या कडेला कोनाड्यात गणपतीची सुंदर संगमरवरी मूर्ती आहे. त्या सभोवार भिंतीवर पुष्कळ पौराणिक चित्रे काढली आहेत. या इमारतीच्या टोकाला हौद असून त्यात कारंजी आहेत. त्यापलीकडे सुवासिक फुलांचा बाग आहे. त्या सुगंधात पाण्याची झुळझुळ मिसळल्यामुळे त्यापासून मनाला आनंद होतो.''

गणेश महालातील दरबार हा बैठा होता. महालाच्या केंद्रभागी पेशव्यांची बैठक असे. पेशव्यांच्या बैठकीपासून अर्धवर्तुळाकार रचनेत सर्व प्रमुख सरदार बसत असत. अभ्यागतांचे आगमन झाल्यावर चोपदार तशी ललकारी देत असत. अभ्यागतांशी चर्चा झाल्यावर अभ्यागतांना पोशाख नजर केला जात असे. पोशाखाबरोबरच पानसुपारी व अत्तरगुलाब अभ्यागतांना देण्यात येत असे.

शनिवारवाड्याप्रमाणे रायगडावरील शिवाजीमहाराजांच्या राजसभेची अशी विस्तृत माहिती आपणाकडे उपलब्ध नाही. आज रायगडावर राजसभेचे जे अवशेष आहेत त्यावरून आपणास राजसभेचे स्वरूप कसे असेल याविषयी सर्वसाधारण अंदाज बांधता येऊ शकतो.

''रायगडावरील राजसभा ही साधारणपणे चौरस आकाराची असून तिच्या पूर्वेकडे राजसभेचे महाद्वार होते. राजसभेच्या केंद्रस्थानी सिंहासन असे. या भागाची रचना अशा खुबीने केली होती की राजसिंहासनापासून बोललेला प्रत्येक शब्द पूर्ण दरबारात ऐकू जाईल. राजसिंहासनाच्या पुढे पायरी उतरल्यावर अष्टप्रधानांची बसण्याची जागा असे. राजा सिंहासनावरून उठून अष्टप्रधानांशी बोलणी करण्यासाठी खाली आल्यास मात्र त्याचा आवाज पूर्ण राजसभेत ऐकू येत नसे. राजाच्या आगमनाच्या वेळी ललकाऱ्या देण्यात येत असत.''

शिवाजी महाराजांच्या तसेच पेशव्यांच्याही दरबारात फारसी भाषा जाणणारे फारसनवीस असत. त्याचबरोबर दुभाषेही असत. उत्तरेकडील बहुतेक पत्रव्यवहार फारसीमध्ये होत असल्याने फारसी भाषा जाणणारे व दुभाषे यांना दरबारात महत्त्वाचे स्थान असे. शिवाजीमहाराजांच्या काळात निळोजी प्रभु हे अत्यंत निष्णात असे फारसनवीस होते.

मराठ्यांचे दरबार हे मुघलांच्या दरबाराप्रमाणे अतिभव्य नव्हते. तसेच मराठ्यांच्या दरबारात शिष्टाचारांच्या परंपरांचा अतिरेक नव्हता. मराठ्यांचे दरबार हे साधे होते. त्यांच्यात भपकेबाजपणा कमी होता. मुघलांच्या दरबारात जसे काही विशिष्ट राजशिष्टाचार (Prerogatives) होते. उदा. अकबराने (इ.स. १५४२-१६०५) सुरू केलेली सरोका-इ-दर्शनची परंपरा असे राजशिष्टाचार मराठी दरबारात नव्हते. मराठी राजपदाचा सिद्धान्त हा पुरेसा स्पष्ट नसल्याचा कदाचित हा परिणाम असावा.

□

संदर्भसूची

१. (पं.) जोशी लक्ष्मणशास्त्री - महाराष्ट्र संस्कृती कोश खंड ५,६

२. जोगळेकर स. आ. - सह्याद्री, यशवंत प्रकाशन

३. डॉ. गोखले शोभना - पुराभिलेख विद्या, महाराष्ट्र राज्य विद्यापीठ ग्रंथ निर्मिती मंडळ

४. देशपांडे वामन - महाराष्ट्राचे संगीतातील कार्य, यशवंत प्रकाशन

५. भावे वा. कृ. - पेशवेकालीन महाराष्ट्र, वरदा प्रकाशन

६. भावे वि. ल. - भारतीय सारस्वत

७. महाराष्ट्र इतिहास प्राचीन काळ - खंड १ - भाग २ दर्शनिका विभाग, महाराष्ट्र शासन

८. मिराशी डॉ. वा. वि. - शिलाहार राजवंशाचा इतिहास आणि कोरीव लेख, विदर्भ संशोधन मंडळ, नागपूर, १९७४

९. महाराष्ट्र इतिहास प्राचीन काळ - खंड १ - भाग १

१०. कुलकर्णी अ. रा. - मराठ्यांचा इतिहास, कॉन्टिनेन्टल प्रकाशन

११. माटे म. श्री. - प्राचीन भारतीय कला, कॉन्टिनेन्टल, १९९८

१२. चाफेकर ना. ग. - पेशवाईच्या सावलीत, भारत इतिहास संशोधक मंडळ, १९७७

१३. माटे म. श्री., चव्हाण कमल-मध्ययुगीन कलाभारती, कॉन्टिनेन्टल, २००२

१४. पानसे मु. ग.- यादवकालीन महाराष्ट्र , मुंबई मराठी ग्रंथसंग्रहालय, मुंबई, १९६३

१५. Dr. Ranade Ashok - Maharashtra Art Music

www.ingramcontent.com/pod-product-compliance
Lightning Source LLC
La Vergne TN
LVHW060451051026
849518LV00002B/717
9788184830934